HÀ VĂN THÙY

Viết lại Lịch sử
TRUNG HOA

SG
NHÀ XUẤT BẢN

Copyright © 2013 Ha Van Thuy

All rights reserved.

ISBN-13: 978-1500462673

MỤC LỤC

Lời nói đầu

Lời giới thiệu

Chương I   Những yếu tố làm nên quan niệm về nguồn gốc dân tộc Trung Hoa 27

Chương II Cội nguồn dân tộc Trung Hoa theo cách nhìn mới 44

Chương III Bách Việt 76

Chương IV Trung Quốc thời đại đá mới 109

Chương V   Trung Quốc thời đại đồ đồng 142

Chương VI Sự hình thành tiếng nói Trung Hoa.. 183

Chương VII Sự hình thành chữ viết Trung Hoa ... 240

Chương VIII Hai nền văn hóa trên đất Trung Hoa 274

Chương IX Viết lại lịch sử Trung Hoa 337

Kính dâng anh linh những người Việt từng đi khai phá đất Trung Hoa.

Lời nói đầu

Bạn thân mến,

Bạn đang đọc những dòng đầu tiên của cuốn sách sẽ chấn động niềm tin và thức tỉnh lương tri bạn.

Cho đến nay, không chỉ bạn mà cả thế giới tin rằng, người phương Tây đem văn minh đến Trung Hoa. Tới lượt mình, người Trung Hoa mang văn minh xuống khai hòa dân An Nam mông muội. Ngôn ngữ Việt mượn 60% tiếng Hán. Văn hóa Việt là sự vay mượn văn hóa Trung Quốc chưa đến nơi đến chốn…

Đó là sự dối trá vĩ đại được áp đặt thành tín điều suốt thế kỷ qua!

Từ tri thức của thế kỷ mới, cuốn sách này sẽ nói với bạn một sự thật trái ngược.

Hàng vạn năm trước, khi phần lớn nhân loại còn sống vùi trong băng giá thì từ Việt Nam, người Việt đã mang rìu đá – công cụ ưu việt của loài chúng ta thời đó – đi lên khai phá đất Trung Hoa. Rồi cũng từ Việt Nam, những lớp di dân tiếp theo mang cây lúa, cây kê, giống gà, giống chó lên xây dựng nền văn minh nông nghiệp rực rỡ trên Hoa lục. Tiếng nói Trung Hoa được sinh ra từ tiếng Việt. Chữ tượng hình Giáp cốt văn Trung Hoa do người Việt sáng tạo. Kinh Thi, kinh Thư, kinh Nhạc, kinh Lễ là của người Việt. Âm Dương, Ngũ Hành, Thiên

Can, Địa Chi, Bát Quái và Dịch lý... cũng là sáng tạo của người Việt. Nếu lịch sử một quốc gia là lịch sử của những cộng đồng dân cư chủ đạo làm nên quốc gia đó, thì lịch sử Trung Hoa chính là lịch sử của người Việt đã và đang sống trên đất Trung Hoa.

Bạn ngỡ ngàng, bạn nghi ngờ? Không có gì lạ vì nhiều người cũng hoài nghi như bạn! Dễ gì trong chốc lát lật ngược sự thật bị khuất lấp hơn hai nghìn năm! Vâng, hai nghìn năm lầm lạc! Nguyên do là trong quá khứ, người Việt bị mất đất đai, mất chữ viết nên mất luôn lịch sử. Từ chủ nhân của nền văn minh phương Đông rực rỡ, người Việt bị tước đoạt tất cả để trở thành đám trôi sông lạc chợ, học nhờ đọc mướn!

Rất may là, sang thế kỷ này, trí tuệ nhân loại đã soi sáng quá khứ bị quên lãng, trả lại công bằng cho lịch sử. Vì lẽ đó, phải *viết lại lịch sử Trung Hoa*. Cuốn sách nhỏ nơi tay bạn sẽ là những dòng đầu, chương đầu của mọi cuốn sử Trung Hoa trong tương lai.

Sau cùng, tôi xin cảm ơn Tiến sĩ Nguyễn Đức Hiệp đã vì tôi viết lời giới thiệu quý báu. Cảm ơn hai người bạn Hà Hưng Quốc và Đỗ Ngọc Thành cho phép sử dụng tài liệu rất có giá trị cho sách này.

Sài Gòn Xuân 2013

Hà Văn Thùy

Lời giới thiệu

Anh Hà Văn Thùy là người bạn mà tôi quen biết từ hơn 10 năm nay qua những bài viết trước kia của anh và của riêng tôi về lịch sử và nguồn gốc con người ở Đông Nam Á và Đông Á, dựa trên những khám phá khoa học mới về di truyền học vào cuối thế kỷ 20 và đầu thế kỷ 21. Chúng tôi đã liên lạc qua điện thư và tiếp xúc trao đổi vài lần khi tôi có dịp về Việt Nam. Qua đó tôi được biết anh không những là nhà văn, nhà báo mà trước đó anh đã là nhà sinh học, tốt nghiệp cử nhân sinh học từ trường đại học (Hanoi University, 1963-1967)... Điều này cho tôi câu trả lời một phần về sự đam mê hăng say của anh trong các công trình nghiên cứu về cội nguồn dân tộc Việt và các cư dân Đông Nam Á và Đông Á qua các chứng cứ về di truyền học.

Ở Australia trong các năm 2003-2006, tôi, anh Nguyễn Văn Tuấn và anh Cung Đình Thanh có cộng tác viết các bài về đề tài này để đăng trên tập san Tư Tưởng do anh Cung Đình Thanh sáng lập. Chúng tôi có liên lạc, trao đổi thông tin và chia sẻ các ý tưởng, đề tài nghiên cứu với anh Thùy. Sau này khi anh Thanh mất, và cũng do bản thân tôi chuyển qua các lãnh vực và đề tài nghiên cứu khác nên không còn liên lạc nhiều với anh Thùy.

Gởi email cho tôi, anh Thùy tâm sự: "Trong đêm trường dạ ngược thời gian tìm về nguồn cội, tôi vui mừng khôn xiết khi gặp nơi nhóm Tư tưởng đốm sáng dẫn đường. Tôi đã noi theo các anh với bao hy vọng. Nhưng rồi anh Thanh mất, anh và anh Tuấn "theo nghề bỏ cuộc chơi", tôi trở nên bơ vơ…"

Có thể là bơ vơ một lúc nào đó nhưng do có hướng rồi nên anh Thùy không bỏ cuộc. Vốn là nhà sinh học tự phấn đấu thành nhà văn có hiểu biết nhất định về tiến trình lịch sử dân tộc, lại may mắn được tiếp cận tư tưởng Việt Nho của triết gia Kim Định nên khi bắt gặp những phát hiện của di truyền học, những hạt giống được gieo từ nhiều nguồn, đã bùng phát nảy nở. Chỉ trong vòng năm năm từ 2007 tới 1011, anh cho in ba cuốn sách: *Tìm lại cội nguồn văn hóa Việt (NXB Văn học, 2007), Hành trình tìm lại cội nguồn (Văn học, 2008)* và *Tìm cội nguồn qua di truyền học (Văn học, 2011).* Ba cuốn sách cùng một đề tài, nhưng với mỗi cuốn là một sự phát hiện, là sự chín dần của tri thức và tư tưởng. Ở lời tựa cuốn thứ ba, tác giả viết: "Trong khi hào hứng phục dựng lâu đài văn hóa nguy nga, kỳ vĩ của tộc Việt, người viết chưa kịp đắp những bậc cấp, khiến người chiêm ngưỡng chưa có đường lên, ngỡ rằng đó là "lâu đài cất bằng hơi nước!" Vì vậy, người viết thấy cần làm cuốn sách khác, một tuyển tập những công trình nghiên cứu tiên phong và đáng tin cậy về lĩnh vực đang quan tâm, những khảo cứu của người viết và những bài mà các tác giả có nhã ý trao đổi, để rộng đường ngôn luận." Và anh đã làm được công việc mình đặt ra. Những công trình có giá trị đặt nền tảng cho khoa học mới, nghiên cứu nguồn gốc và sự di cư của loài người đến Việt Nam của nhóm J.Y. Chu, của Stephen Oppenheimer, của Wilhelm Solheim II … trước đó chỉ được dẫn qua thư mục tiếng Anh, nay được dịch sang tiếng Việt. Không chỉ bằng lòng với việc chuyển ngữ, tác giả, trong khả năng của mình, sau mỗi bản dịch đã đưa ra bình luận riêng về những tài liệu trên, góp phần hướng dẫn người đọc. Đúng như tác giả nói: "Với tính chất như vậy, cuốn sách này có thể là tài liệu nhập môn giúp độc giả tiếp cận phương pháp khoa học mới trong nghiên cứu thời tiền sử người Việt."

Sau cuốn sách thứ ba, tác giả của tiểu thuyết Nguyễn Thị Lộ muốn giã từ thời tiền sử để trở lại hiện tại với cuốn tiểu thuyết đang viết... Nhưng rồi trong lúc nào đó, anh ngộ ra, tất cả những phát hiện về cội nguồn cùng văn hóa Việt chẳng đã mở ra bí mật của thế giới Trung Hoa sao? Vì vậy, vào mùa Xuân năm 2012 cuốn *Viết lại lịch sử Trung Hoa* được khởi thảo. Tác giả tâm sự, khi bắt tay vào viết, anh cho rằng những tư liệu mình có đã đủ cho cuốn sách. Nhưng khi những chương sách hiện ra, anh nhận thấy mình còn thiếu quá nhiều. Vì vậy, anh dừng lại và nhờ internet, mò tay tới tận cùng trí tuệ nhân loại để lôi ra những tri thức về Trung Hoa, từ Chu Khẩu Điếm, Ngưỡng Thiều, Long Sơn... tới những khám phá mới nhất nơi Động Người Tiên bên bờ sông Dương Tử đầu năm 2012, thực hành một cuộc đại kiểm kê trí tuệ nhân loại về nền văn minh lớn nhất hành tinh! Và bằng tâm trí mẫn tiệp đặc biệt, anh đã kết nối rồi giải mã, biến những tri thức đã biết của từng khoa học riêng lẻ, thăng hoa thành những nhận định mới mẻ tới ngỡ ngàng...

Một bản *Viết lại lịch sử Trung Hoa* của anh Thùy đang nằm trên bàn tôi với đề nghị viết lời giới thiệu. Đây là vinh dự và cũng là công việc khó khăn, nặng nề vì với cuốn sách này, không thể viết như bài điểm sách thông thường. Muốn có bài viết tương xứng, cần không ít thời gian và tâm huyết.

*
* *

Muốn tiếp cận cuốn sách này, trước hết cần phải hiểu lịch sử hình thành của khoa học nhân văn Việt Nam. Theo một nghĩa nào đó, thì khoa học nhân văn Việt Nam mơ hồ đã xuất hiện những ý tưởng sơ khai từ xa xưa, khi con người ngưỡng vọng tổ tiên thời còn ăn lông ở lỗ, với câu chuyện quả bầu của người Dao: "Trời sinh ra quả bầu. Sau nạn đại hồng thủy, quả bầu vỡ. Mỗi hạt bầu là một tộc người túa ra sinh sống trên mặt đất." Tiếp đó, từ huyền thoại Trung Hoa, dân ta tìm được ông tổ Toại Nhân làm ra lửa, bà Nữ Oa đội đá vá trời, ông Phục Hy làm ra Dịch và ông Thần Nông "giáo dân nghệ ngũ cốc." Gần hơn là Cha Rồng Lạc Long Quân cùng Mẹ Tiên Âu Cơ sinh một bọc trăm trứng... Người Việt truyền ngôn: Việt Hoa đồng chủng đồng văn nên dòng đầu tiên của Đại Việt sử ký toàn thư viết: "Thuở Hoàng Đế dựng muôn nước..." Những ý tưởng mang tính khoa học nhân văn sơ khai vốn bàng bạc từ xa xưa nhưng khoa học nhân văn thực sự của Việt Nam chỉ ra đời khi nhà nước bảo hộ Pháp thành lập Viện Viễn Đông Bác Cổ tại Hà Nội vào năm 1898.

Ở thời điểm đó, tri thức về Viễn Đông của học giả Pháp còn nghèo nàn nên nhân vật chính yếu của Viện là những nhà Hán học như L. Aurousseau, H. Maspéro... Là học giả phương Tây, mặc nhiên các vị này mang quan niệm Âu trung – Châu Âu là trung tâm của văn minh nhân loại. Vũ khí trí tuệ siêu việt của những người đi "khai hóa" là hai định đề khoa học vững chắc: văn minh nhân loại từ Lưỡng Hà truyền qua Hy-La sang châu Âu rồi từ đó qua Trung Á vào Trung Quốc, sau cùng xuống Đông Nam Á. Còn con người, từ cao nguyên Tạng chuyển dịch về phía đông nam, qua Trung Hoa tới Việt Nam. Là nhà nho, họ đương nhiên cũng là đệ tử của quan niệm Hoa tâm – Trung Quốc là trung tâm của văn minh phương Đông. Dưới mắt họ, Việt Nam cùng Đông Nam Á chỉ là vũng nước đọng của lịch sử! Vì vậy, để hiểu về xứ Annam mông muội, học giả Pháp bắt đầu từ cổ thư Trung Hoa.

Năm 1904, trong cuốn Le Cambodge xuất bản tại Paris, viện sĩ E. Aymonier đề xuất giả thuyết: "*Tổ tiên những người ngôn ngữ Mon-khmer bắt nguồn từ những sườn núi phía nam Tây Tạng rồi di chuyển về phương nam theo hai hướng, hướng tây nam sinh ra người Munda ở Ấn Độ, hướng đông nam sinh ra các tộc Mon-khmer ở Đông Dương.*"

Từ thuyết này, vào đầu những năm 20 thế kỷ trước, học giả L. Aurousseau khai thác thư tịch Trung Hoa, cho rằng: "*Người Việt Nam trước ở Trung Hoa rồi mới di cư qua miền Bắc Việt Nam. Nước Sở thuộc dòng Bách Việt, lãnh thổ bao gồm hai tỉnh Hồ Bắc và Hồ Nam ngày nay, xuất hiện trước thế kỷ thứ XI trước CN. Đến thế kỷ thứ IX trước CN, một ngành nước Sở di cư về phía Nam, dọc theo sông Dương Tử, định cư ở Chiết Giang, thành lập nước Việt (Việt Vương Câu Tiễn) vào thế kỷ thứ VI trước CN. Năm 333 trước CN, nước Sở đánh bại nước Việt, người Việt chạy về phương Nam theo bốn nhóm: Nhóm Đông Âu hay là Việt Đông ở miền Ôn Châu (Chiết Giang). Mân Việt ở Phúc Kiến. Nam Việt ở Quảng Đông, Quảng Tây. Lạc Việt ở phía Nam Quảng Tây và miền Bắc Việt Nam. Các nhóm kể trên bị Hán hóa, chỉ còn lại nhóm Lạc Việt là tồn tại..."*

"Vậy thời ta có đủ chứng cớ mà nói quyết rằng người An Nam ngày nay là dòng dõi trực tiếp của người nước Việt bị diệt năm 333, và tiên tổ ngàn xưa, về thế kỷ thứ VI trước Gia tô, đã ở miền tỉnh Triết Giang nước Tàu ngày nay, vào khoảng lưu vực con sông cùng tên ấy"(1)

Áp dụng hai thuyết trên vào lĩnh vực ngôn ngữ học, nhà ngữ học hàng đầu của Viễn Đông Bác Cổ L. Maspéro cho rằng: *"Tiếng Việt vay mượn khoảng 70% từ tiếng Hán."*

Một trong những học giả danh tiếng thời đó là Georges Coedès, Giám đốc Viện Viễn Đông Bác Cổ từ thập niên 1920 đến 1950. Qua những văn bia chữ Phạn thấy ở các tháp Chăm tại Việt Nam, ông cho rằng Đông Nam Á chỉ là hậu thân của hai nền văn minh lớn Ấn Độ và Trung Quốc.

Từ thập niên 1920, Viện Viễn Đông Bác Cổ tiến hành nhiều khai quật khảo cổ học, phát hiện văn hóa đá mới Hòa Bình. Tới thập niên 1930 tìm thấy trống đồng Đông Sơn được đúc một cách tinh xảo. Nhìn nhận việc này, nhà nhân chủng học người Áo Robert Heine-Geldern cho rằng Đông Nam Á là vùng đã kinh qua nhiều "làn sóng văn hóa", và những cuộc di cư liên tục đem đến cho Đông Nam Á những kỹ thuật hiện đại.

Ông tin rằng, những cái rìu mang hình lưỡi vòm hay những người thợ làm ra chúng chắc chắn phải xuất phát từ miền Bắc Trung Quốc. Trống đồng Đông Sơn là thành quả của một làn sóng văn hóa khác, xuất phát từ người Đông Âu, những người di cư về phía Nam vào khoảng 1000 năm trước Công nguyên và đến Đông Nam Á vào khoảng 500 năm sau đó.

Trong khi học giả hàng đầu của Đông phương học Pháp tự khuôn mình trong định kiến hẹp như vậy thì bức tranh toàn cảnh của khoa học nhân văn thế giới đa dạng hơn.

Thời đó đã tồn tại hai giả thuyết về nguồn gốc con người. Giả thuyết Phi châu (Out of Africa hypothesis.) phát biểu rằng con người hiện đại chỉ xuất hiện từ Phi châu khoảng 100.000 đến 200.000 năm trước. Trái ngược với nó là Giả thuyết Nhiều vùng (Multiregional hypothesis) lý giải rằng con người hiện đại tiến hóa trong nhiều địa bàn trên thế giới từ Homo erectus khoảng 1 đến 2 triệu năm trước.

Tư tưởng của *Thuyết Nhiều vùng* kết hợp với cổ thư Trung Hoa đã chi phối các học giả Viễn Đông Bác Cổ, khiến họ có cái nhìn định kiến về Viễn Đông.

Tháng Giêng năm 1932, Hội nghị Khảo cổ học Quốc tế về Tiền sử Viễn Đông họp tại Hà Nội xác nhận: "*Văn hóa Hòa Bình là trung tâm phát minh nông nghiệp và sản xuất nông nghiệp cùng chăn nuôi gia súc đầu tiên trên thế giới. Trung tâm nông nghiệp Hòa Bình có trước vùng Lưỡng Hà 3000 năm.*" (Encyclopédia d'Archeologie). Tuy nhiên phát hiện này không được trường phái Viễn Đông Bác Cổ ủng hộ.

Sự bảo thủ như vậy không chỉ về khảo cổ mà còn trong nhiều lĩnh vực khác, đặc biệt là ngôn ngữ học. Cho tới năm 1905, Đại tá người Pháp Frey, H, (1847-1932) từng làm việc tại Tây Phi và Đông Dương đã công bố ba cuốn sách liên quan tới ngôn ngữ Việt Nam là: 1. L'Annamite, mère des langues; communauté d'origine des races celtiques, sémitiques, soudanaises et de l'Indo-Chine, Paris, 1892, 248p. (Tiếng Việt, mẹ của các ngữ; cộng đồng có nguồn gốc của các chủng tộc Celtic, Do Thái, Sudan và Đông Dương); 2. Annamites et extréme occidentaux, recherche sur l'origine des langues, Paris Hachette, 1894, 272 p. (An Nam và Viễn Tây, nghiên cứu về nguồn gốc của ngôn ngữ) và 3. Les Egyptiens préhistoriques identifiés avec les Annamites, d'aprés les inscriptions hiéroglyphiques Paris, Hachette, 1905, 106 p. (Người Ai Cập thời tiền sử liên hệ với An Nam qua chữ khắc tượng hình). Một vài tác giả khác cũng có cái nhìn gần gũi với Frey: tiếng Việt là mẹ các ngôn ngữ phương Đông. Tuy nhiên các học giả chủ chốt của Viễn Đông Bác Cổ phản bác đề xuất này. Đặc biệt, từ năm 1933 tới 1937, có cuộc tranh luận giữa nhà ngữ học Ba Lan Przilusky với viện sĩ Maspéro về nguồn gốc của ngôn ngữ Việt Nam. Trong khi Przilusky đồng ý với Frey là tiếng Việt sinh ra các ngôn ngữ phương Đông thì Maspéro cực lực phản đối, vẫn giữ quan điểm của mình: tiếng Việt vay mượn 70% từ tiếng Trung Hoa. Ở đây, kẻ chiến thắng không phải chân lý khoa học mà là vai vế của người tranh luận. Quan điểm của Przilusky bị bác bỏ. Các học giả tiên phong người Việt từ Trần Trọng Kim, Nguyễn Văn Tố tới

Đào Duy Anh học theo rồi truyền bá thành kiến thức chính thống trong cộng đồng người Việt.

Trong khi các yếu nhân của Viễn Đông Bác Cổ cứ theo định kiến của mình thì trên thực địa khoa học ngày càng xuất hiện nhiều tiếng nói trái chiều.

Năm 1952, tiếp nối tư tưởng của Hội nghị về Tiền sử Viễn Đông 20 năm trước, học giả Hoa Kỳ C. Sauer viết trong cuốn Cội nguồn nông nghiệp và sự phát tán (Agricultural Origins and Dispersals): "*Đúng là nông nghiệp đã tiến triển qua hai giai đoạn mà giai đoạn đầu là văn hóa Hòa Bình. Lúa nước đã được trồng cùng lúc với khoai sọ.*" "*Tôi đã chứng minh Đông Nam Á là cái nôi của nền nông nghiệp cổ nhất. Và tôi cũng chứng minh rằng văn hóa nông nghiệp có nguồn gốc gắn liền với đánh cá bằng lưới ở xứ này. Tôi cũng chứng minh rằng những động vật gia súc xưa nhất bắt nguồn từ Đông Nam Á, và đây là trung tâm quan trọng của thế giới về kỹ thuật trồng trọt và thuần dưỡng cây trồng bằng cách tái sinh sản thực vật.*"

Năm 1965, để cứu một di chỉ sắp chìm trong hồ thủy điện, nhóm nghiên cứu của Giáo sư Solheim II được phái đến Thái Lan. Qua hiện vật tìm được ở Động Linh hồn (Spirit Cave), Chester Gorman và các cộng sự ước đoán rằng Động Linh hồn đã được con người sử dụng khoảng 10.000 năm trước CN. Tại đây, ông phát hiện một cây rìu và dao có niên đại 7.000 năm trước CN (niên đại này còn cổ hơn các cây rìu tìm thấy ở Trung Quốc đến 2.000 năm. Trước đó, người ta vẫn cho rằng các công cụ như thế do Trung Quốc "xuất cảng" sang Đông Nam Á khoảng 3.000 năm trước Công nguyên).

Năm 1972 Chester Gorman trở lại Thái Lan. Ông tìm thấy hai động khác, và có thể kết luận rằng có một quá trình định cư của con người tại đây khoảng 10.000 năm trước Công nguyên đến 1.000 năm sau Công nguyên. Ông đặt tên nền kinh tế thịnh vượng này là nền kinh tế Hòa Bình (vì các công cụ dùng có cùng hình dạng với công cụ tìm thấy tại Hòa Bình trước đó). Năm 1966, một học trò khác của Solheim II là Donn Bayard tiến hành khai quật một nghĩa trang thời tiền sử có tên là Non Nok Tha (Thái Lan). Tại đây, dù chỉ đào xuống 1,5 mét, ông đã phát hiện 800 bình, lọ làm bằng gốm được chôn cất cùng với những chủ nhân của chúng. Qua phân tích, Bayard ước tính niên đại của các di chỉ này từ 3.500 đến 2.000 năm trước Công nguyên (thời gian này cũng là lúc các thành phố vùng Lưỡng Hà bắt đầu xuất hiện). Ngoài ra, Bayard còn khám phá một số công cụ như rìu, vòng đeo tay làm bằng đồng và thiếc. Những công cụ tìm thấy ở đây hoàn toàn không có dấu hiệu thô sơ chút nào; ngược lại, chúng cho thấy người sản xuất đã nấu chảy kim loại và đổ khuôn. Những phát hiện tại Động Linh Hồn và nghĩa trang Non Nok Tha là một thách thức nghiêm trọng đến những giả thuyết từng được lưu hành và chấp nhận trước đây.

Từ những khám phá trên, vào năm 1967, Giáo sư W.G. Solheim II đã viết:

"*Tôi cho rằng khi chúng ta nghiên cứu lại nhiều cứ liệu ở lục địa Đông Nam Á, chúng ta hoàn toàn có thể phát hiện ra rằng việc thuần dưỡng cây trồng đầu tiên trên thế giới đã được dân cư Hòa Bình (Việt Nam) thực hiện trong khoảng 10.000 năm TCN...*"

"Rằng văn hóa Hòa Bình là văn hóa bản địa không hề chịu ảnh hưởng của bên ngoài, đưa tới văn hóa Bắc Sơn."

"Rằng miền Bắc và miền Trung lục địa Đông Nam Á có những nền văn hóa tiến bộ mà trong đó đã có sự phát triển của dụng cụ đá mài nhẵn đầu tiên của châu Á, nếu không nói là đầu tiên của thế giới và gốm đã được phát minh..." "Rằng không chỉ là sự thuần hóa thực vật đầu tiên như ông Sauer đã gợi ý và chứng minh mà thôi, mà còn đi xa hơn, nơi đây đã cung cấp tư tưởng về nông nghiệp cho phương Tây. Và sau này một số cây đã được truyền đến Ấn Độ và châu Phi. Và Đông Nam Á còn tiếp tục là một khu vực tiên tiến ở Viễn Đông cho đến khi Trung Quốc thay thế xung lực này vào nửa đầu thiên niên kỷ thứ 2 TCN, tức khoảng 1500 năm TCN." (2)

Điều lạ lùng là những khám phá trên không hề gây tiếng vang nào trong giới khoa học Việt Nam.

Cũng thời gian này, dưới đạn bom, giới khảo cổ miền Bắc Việt Nam hồ hởi tìm kiếm thêm về nền văn hóa Đông Sơn với mục tiêu chính trị, chứng minh cho thời Hùng vương trong sử Việt.

Phát huy tư tưởng Maspéro của Viễn Đông Bác Cổ, dưới ánh đèn dầu trong lán trại sơ tán tại Đại Từ Thái Nguyên, vị giáo sư hàng đầu của ngôn ngữ học Việt Nam Nguyễn Tài Cẩn khởi thảo công trình ngữ học lớn: *Nguồn gốc và quá trình hình thành cách đọc Hán - Việt!* Một học giả khác, Cao Xuân Hạo, đơn thương độc mã tìm lại bản thể của ngữ pháp Việt mà theo ông đã bị các nhà Tây học xuyên tạc!

Trong bộ môn nhân chủng học, Giáo sư Nguyễn Đình Khoa hàng ngày rị mọ đo lại chỉ số của hơn 70 chiếc sọ trong sưu tập sọ cổ Việt Nam, thai nghén công trình *Nhân chủng học Đông Nam Á*.

Vào thập niên 1980, những công trình hoài thai trong khói lửa đã ra đời.

Áp dụng quan niệm duy vật lịch sử của chủ nghĩa Mác, khoa học lịch sử Việt Nam dân chủ cộng hòa kết tội Triệu Đà xâm lược và trục xuất thời đại nhà Triệu khỏi chính sử. Từ phát hiện về văn hóa Đông Sơn, các sử gia Việt Nam chối bỏ truyền thuyết nhà nước Xích Quỷ năm 2879 TCN để khẳng định, lịch sử Việt bắt đầu cách nay 2700 năm.

Cuốn sách *Nguồn gốc và quá trình hình thành cách đọc Hán Việt* ra đời. Vượt qua người thầy Tây của mình, Giáo sư Nguyễn khám phá ra trong tiếng Việt có *lớp từ Hán cổ* và *lớp từ Hán Việt Việt hóa,* mặc nhiên thừa nhận, tiếng Việt còn vay mượn nhiều hơn 70% từ ngôn ngữ Mẹ Hán! Được giới học thuật trong nước và quốc tế đánh giá cao, tác giả nhận Giải thưởng Hồ Chí Minh đợt I. Trong khi đó, bằng nhiều nghiên cứu, Cao Xuân Hạo từng bước tìm lại ngữ pháp nguyên thủy của tiếng Việt đã nhiều năm bị cải biến theo văn phạm Gôloa! Và cố nhiên, ông trở thành con người khó chịu, không được ưa chuộng!

Trong công trình *Nhân chủng học Đông Nam Á*, Giáo sư Nguyễn Đình Khoa kết luận:

"Thoạt kỳ thủy, trên lãnh thổ Việt Nam và Đông Nam Á xuất hiện hai đại chủng Mongoloid và Australoid, họ hỗn hòa với nhau cho ra bốn chủng Indonesien, Melanesien, Vedoid và Negritoid, thuộc nhóm loại hình Australoid. Vào thời Đá Mới, cư dân Đông Nam Á thuộc hai đại chủng Australoid và Mongoloid cùng với các loại hình hỗn chủng giữa chúng cộng cư với nhau, trong đó Indonesien và Melanésien là hai thành phần chủ yếu. Sang thời Đồng-Sắt, trên toàn Đông Nam Á diễn ra việc chuyển hóa mạnh từ loại hình Indonesien sang loại hình Nam Á (Mongoloid phương Nam). Thành phần Australoid thu hẹp đến tối đa trong khu vực, không hiểu là do di dân hay đồng hóa."

Từ hôm nay nhìn lại, qua lăng kính di truyền học, ta thấy rằng, đó là phát hiện cực kỳ chính xác, có thể nói, là thành tựu cao nhất mà nền nhân chủng học "đo sọ" có được. Tuy nhiên, do hạn chế của khoa học lúc đó, khám phá của vị giáo sư cũng như câu hỏi do ông đặt ra vẫn treo đó!

Và cho tới năm 2003, Giáo sư Trần Quốc Vượng, ở ngôi "tứ trụ" của sử học Việt Nam vẫn tuyên bố trên Đài BBC tiếng Việt: *"Việt Nam ủng hộ thuyết Nhiều vùng của tổ tiên loài người."*

Có thể nói, cho tới cuối thế kỷ trước, khoa học nhân văn Việt Nam, dù có những phát hiện thêm di chỉ khảo cổ học nhưng về mặt tư tưởng, về cơ bản chưa vượt qua những gì được hình thành từ thời Viễn Đông Bác Cổ, thậm chí còn có những thụt lùi.

*

* *

Dấu hiệu về sự khủng hoảng của một ngành khoa học xuất hiện khi nó bất lực không trả lời được những câu hỏi mà cuộc sống đặt ra.

Sự khủng hoảng của khoa học nhân văn Việt Nam là có thật nhưng nói cho cùng, nó cũng nằm trong khủng hoảng chung của khoa học nhân loại do chưa có sự bứt phá mới, giải quyết dứt điểm vấn đề cơ bản nhất là *nguồn gốc người hiện đại và quá trình hình thành các tộc người trên Trái đất.*

Và việc phải tới đã tới.

Đó là ngày 29 tháng 9 năm 1998, khi nhóm nghiên cứu do Giáo sư J.Y Chu đứng đầu công bố công trình nghiên cứu Quan hệ di truyền của dân cư Trung Quốc với nội dung sau:

1. Người hiện đại Homo sapiens được sinh ra từ Đông Phi khoảng 160.000 đến 200.000 năm trước.

2. Người tiền sử từ châu Phi băng qua Hồng Hải, men theo bờ biển Ấn Độ dương tới Việt Nam 60.000 đến 70.000 năm trước.

3. Tại Việt Nam, họ hòa huyết, tăng số lượng rồi 50.000 năm trước di cư ra các đảo ngoài khơi Đông Nam Á, tới Ấn Độ. 40.000 năm trước, khí hậu phía bắc được cải thiện, họ đi lên Trung Quốc và khoảng 30.000 năm cách nay vượt qua eo Bering sang chinh phục châu Mỹ.

Thông tin trên gây chấn động giới khoa học Mỹ

vì nó có ý nghĩa lật đổ với thuyết Nhiều vùng và mở ra viễn cảnh to lớn cho khoa học nhân văn thế giới.

Ở Australia, chúng tôi đón nhận thông tin này như niềm vui lớn và do chuyên môn của mình, bắt tay vào cuộc nghiên cứu. Từ năm 2001 chúng tôi đã có những bài viết đầu tiên về khám phá này và trong các năm 2003 – 2006 đăng trên tạp chí Tư tưởng.

Anh Hà Văn Thùy tiếp cận công trình của nhóm J.Y. Chu vào cuối năm 2004 và từ đó có trao đổi học thuật cùng chúng tôi. Ba cuốn sách anh Thùy có được, phần quyết định là nhờ tư tưởng của những phát hiện mới mẻ này.

*
* *

Với khoảng 355 trang in, *Viết lại lịch sử Trung Hoa* có thể giữ kỷ lục về số chữ ít mà hàm chứa lượng thông tin lớn:

1. Cho đến nay, dù tự hào có 24 cuốn quốc sử (nhị thập tứ sử), người Trung Hoa vẫn chưa xác định được tổ tiên mình là ai. Những học giả hàng đầu của Trung Quốc đang tranh nhau hai quan điểm: phái cổ điển cho rằng, tổ tiên họ là người Erectus Nguyên Mưu, Chu Khẩu Điếm. Phái cách tân lại nhận tổ tiên họ là người Arian từ phương Tây tới. Trong *Viết lại lịch sử Trung Hoa*, nhất quán với công bố từ trước, và với chứng cứ vững chắc hơn, tác giả khẳng định, *người Trung Quốc là những người từ Việt Nam đi lên, trong quá trình lịch sử có hòa huyết với người Mongoloid phương Bắc, cũng từ Việt Nam tới.*

2. Một vấn đề nhạy cảm trong lịch sử Trung Hoa là nguồn gốc của nhóm Hoa Hạ. Tác giả khám phá rằng: người Hoa Hạ xuất hiện khoảng 2700 năm TCN, sau cuộc xâm lược của người Mongoloid phương Bắc vào địa bàn của người Việt chủng Mongoloid phương Nam ở nam Hoàng Hà. Tại đây, lớp con lai Mông-Việt ra đời. Nhờ được kết hợp hai dòng máu và hai văn hóa, người Hoa Hạ trở thành lớp người ưu tú, nắm giữ vai trò lãnh đạo khối dân Việt đông đảo, làm nên thời kỳ rực rỡ của phương Đông từ Nghiêu, Thuấn tới Tây Chu. Do vinh quang của tộc Hoa Hạ nên sau này, khi giành được quyền bính, những thủ lĩnh người Việt như Tần Thủy Hoàng, Lưu Bang cùng bộ phận lớn người Việt cũng nhận là Hoa Hạ.

3. Trái ngược với niềm tin vững chãi trong giới ngữ học quốc tế theo giả thuyết của nhà ngữ học Thụy Điển Bernhard Karlgren, cho rằng tiếng Trung Hoa thuộc ngữ hệ Hán Tạng, rằng tiếng Việt vay mượn 60% từ ngôn ngữ Trung Hoa; với nhiều bằng chứng khó phản bác, tác giả chứng minh, *tiếng Trung Hoa là tiếng Việt cổ được nói theo cách nói Mông Cổ* (Mongol parlance) và không hề có cái gọi là ngôn ngữ nguyên Hán Tạng *(Proto Sino-Tibetan)*

4. Cho đến nay, ngoài huyền thoại Hoàng Đế sai Thương Hiệt chế chữ thì người Trung Hoa chưa chứng minh được ai sáng tạo chữ vuông tượng hình. Trong tác phẩm của mình, với nhiều bằng chứng khó tranh cãi, tác giả cho thấy, người Việt cổ ở phía nam Dương Tử sáng chế ra chữ tượng hình, từ những nét sơ khai tại bãi đá Sapa tới chữ Giả Hồ, Cảm Tang và cao nhất là Giáp cốt văn tại An Dương Hà Nam. Khi xâm

lăng Hà Nam, nhà Ân đã học chữ của người Việt rồi phát triển lên.

    5. Phát hiện thứ năm của tác giả là xác định hai nền văn hóa trên đất Trung Hoa. Trong thời gian dài sinh sống trên đất Trung Hoa, người Việt đã xây dựng ở đây nền văn hóa nông nghiệp phát triển. Với cuộc xâm lăng của Hiên Viên và sự xuất hiện nhóm Hoa Hạ, văn hóa trên đất Trung Hoa chuyển sang giai đoạn rực rỡ tới cuối đời Tây Chu. Sau đó, do nhiều biến động lịch sử, những tộc người du mục xâm nhập, đồng thời bản năng du mục trong khối Hoa Hạ trỗi dậy, đẩy Trung Hoa vào thời Chiến Quốc tàn bạo. Các đế chế Trung Hoa hình thành, ngày thêm khuếch trương bản năng du mục, tạo ra khuôn mặt của văn hóa Trung Hoa hiện đại.

    6. Trong một bài viết, tác giả yêu cầu "Trả lại công bằng cho lịch sử." Với những trước tác của mình, tác giả không những đã trả lại công bằng cho lịch sử mà hơn nữa, tìm ra bài học quý giá từ lịch sử.

    Chúng ta đều biết, khoảng 10.000 năm trước, khi Kỷ Băng hà cuối cùng chấm dứt, người phương Tây thuần hóa con cừu con dê đầu tiên, bước vào phương thức sống du mục. Nhưng từ 50-60000 năm trước đó, tại địa đàng phương Đông, người Việt đã có cuộc sống xã hội rồi sớm bước vào nông nghiệp. Chính nông nghiệp làm nên văn hóa rực rỡ của phương Đông. 300 năm trước, chủ nghĩa tư bản của văn minh du mục với thép, vi trùng và súng tiến vào hủy diệt văn hóa phương Đông và đến nay đang đe dọa hủy diệt nhân loại. Trí tuệ nhân loại đang bị khủng hoảng, chưa tìm ra lối thoát. Những bộ óc hàng đầu của phương Tây cho rằng vấn nạn của nhân loại ngày nay là do *nữ quyền bị chén ép*. Một sai lầm chết người! Không phải là nữ quyền mà vấn đề lớn hơn mang tầm vũ trụ: *sự phá vỡ cân bằng Âm Dương của thế giới!* Là con đẻ của văn minh du mục, chủ nghĩa tư bản đã đẩy thế giới vận hành theo chiều Dương cực thịnh, Âm cực suy, dẫn tới đổ vỡ. Làm sao đây cứu nguy nhân loại? Minh triết phương Đông chỉ ra: phải hướng thế giới trở lại vận hành hài hòa theo chiều *tham thiên lưỡng địa* của văn hóa nông nghiệp Việt tộc, tức dành cho Cha, cho Dương 3 phần, thì cũng dành 2 phần cho Âm, cho Mẹ!

Ở trên, tôi có nói tới cuộc khủng hoảng của khoa học nhân văn Việt Nam. Không có gì bất thường vì nó là một bộ phận của cuộc khủng hoảng chung của khoa học nhân văn thế giới, khi bằng tận lực của mọi công nghệ cùng phương pháp luận cũ, con người vẫn bất lực trong việc giải quyết vấn đề căn cơ nhất là nguồn gốc của nhân loại và sự hinh thành các dân tộc trên hành tinh. Mọi hành vi lịch sử, văn hóa đều là sản phẩm hoạt động xã hội của con người vì vậy chỉ có thể hiểu thấu đáo lịch sử văn hóa khi hiểu thấu đáo chính con người chủ nhân của lịch sử, văn hóa!

Trước ngưỡng cửa thế kỷ XXI, một công nghệ mới cùng với phương pháp luận mới đã mở ra cơ hội lớn của khoa học nhân văn. Con người tìm lại chính xác tổ tiên cội nguồn không còn qua hiện vật khảo cổ hay những mẩu xương hóa thạch mà là tìm ngay trong chính dòng máu linh thiêng của mình.

Là may mắn, nhưng có lẽ đúng hơn là do duyên nghiệp, nên tuy không phải bỏ ra đồng xèng nào cho những công trình di truyền học, người Việt Nam thụ đắc khối lượng lớn kết quả nghiên cứu của nhân loại. Kỳ diệu sao, tất cả những khám phá lẫy lừng thập niên đầu thế kỷ đều chứng minh rằng, con người tiền sử từ châu Phi tới Việt Nam rồi lan ra toàn châu Á; rằng, người Việt Nam có đa dạng di truyền cao nhất trong các sắc dân Đông Á... Một khi Việt Nam đã là cái nôi của các dân tộc châu Á, mặc nhiên cũng là nôi của văn minh châu Á!

Bằng công trình của mình, nhà nghiên cứu Hà Văn Thùy trên thực tế, đã đặt nền móng cho khoa học nhân văn Việt Nam hiện đại và đưa khoa học nhân văn Việt Nam đứng vào hàng tiên tiến của thế giới. Nhận thấy đây là công trình có giá trị, mặc dầu còn vài lý giải có thể chưa được sự đồng thuận của nhiều nhà nghiên cứu hiện nay ở trong và ngoài nước, tôi trân trọng giới thiệu công trình nghiên cứu công phu này của anh Hà Văn Thùy đến bạn đọc.

Sydney, ngày 15. 06. 2013
Ph.D. Nguyễn Đức Hiệp
Chuyên gia Khoa học khí quyển
Bộ Môi trường và Bảo tồn, New South Wales, Australia

Tài liệu tham khảo:

1. L. Aurousseau. Khảo về cỗi rễ dân An Nam. Bản dịch của Hồng Nhân Phạm Quỳnh. Nam Phong tạp chí số 84, tháng 6-1924, tr.480

2. W.G. Solheime II. New light on Forgotten Past. National Geographic, Vol. 139, No. 3, Mar. 1971.)

3. J.Y. Chu et al. Genetic Relationship of Population in

China. Proc. Natl. Acad. Sci.USA 1998 no. 95 pages. 11763-11768)

CHƯƠNG I

NHỮNG YẾU TỐ LÀM NÊN QUAN NIỆM VỀ NGUỒN GỐC DÂN TỘC TRUNG HOA

Một con người chưa hiểu biết về gốc gác của mình, chưa thể là con người trưởng thành. Cũng như vậy, một dân tộc chưa hiểu nguồn cội cũng chưa thể là dân tộc trưởng thành. Vì lẽ đó, từng con người, từng dân tộc luôn mong ước tìm biết cội nguồn. Là dân tộc có lịch sử lâu đời và số dân đông nhất thế giới, có lẽ hơn ai hết, người Trung Hoa càng khát khao tìm về nguồn cội.

Tuy nhiên, với thời tiền sử dài đằng đẵng, việc tìm biết cội nguồn là vô cùng khó khăn, không khác nào mò kim đáy bể. Vì vậy, cũng như nhiều dân tộc khác, người Trung Hoa trước hết tìm gốc gác của mình qua truyền thuyết. Truyền thuyết, như một ký ức mơ hồ của cộng đồng. Không phải là lịch sử nhưng là hồi quang của những sự kiện có ý nghĩa nhất xảy ra trong quá khứ. Do nổi trôi thời gian quá dài, bằng phương tiện vô cùng linh động là truyền miệng, nên nhiều sự kiện dù có thật xảy ra trong quá khứ cũng chịu nhiều biến đổi. Không tin vào huyền thoại sẽ bỏ mất nguồn tư liệu đặc biệt, gần như duy nhất mà quá khứ gửi lại. Nhưng tin hoàn toàn vào truyền thuyết lại là sự mù quáng dẫn tới những lầm lạc. Giải mã chính xác những sự kiện của quá khứ gửi lại qua truyền thuyết là thách thức nhưng cũng là phần thưởng vô giá cho những người nghiên cứu lịch sử.

Vì lẽ đó, ở đây chúng tôi xin bắt đầu bằng truyền

thuyết phổ biến nhất về cội nguồn dân tộc Trung Hoa.

I. Truyền thuyết và lịch sử

1. Truyền thuyết

Truyền thuyết Trung Hoa nói rằng: *"Hoàng Đế nguyên là một trong những thủ lĩnh của bộ lạc Viêm Đế, khi hùng mạnh đã đánh thắng Viêm Đế tại trận Phản Tuyền, trở thành thủ lĩnh của bộ lạc mới, sau đó lại nảy sinh xung đột với bộ lạc của Xi Vưu ở phía Đông Nam. Tại trận Trác Lộc, Hoàng Đế đã đánh bại đối thủ, thiết lập địa vị bá chủ. Sau đó con cháu ông là Chuyên Húc và Đế Khốc kế nghiệp, giữ vị trí thủ lãnh liên minh bộ lạc. Đế Khốc qua đời, Nghiêu được kế lập. Ông là vị vua hiền, sáng lập định chế truyền hiền, truyền ngôi cho Thuấn."*

Truyền thuyết cũng cho hay, "Hoàng Đế thuộc thị tộc Hiên Viên, sống ở đất Cơ nên mang họ Cơ. Viêm Đế thuộc thị tộc Thần Nông, sống ở đất Khương nên có họ Khương". Trác Lộc nằm ở bờ phía nam Hoàng Hà, ngày nay thuộc huyện Trác Lộc, tỉnh Hà Bắc, phía bắc Thủ đô Bắc Kinh. Trận Trác Lộc xảy ra năm 2697 TCN, đưa tới chiến thắng của Hoàng Đế, có vị trí quan trọng trong lịch sử Trung Hoa.

Tuy nhiên, Hoàng Đế không phải là ông vua đầu tiên của Trung Quốc. Trước đó còn có ba vị vua huyền thoại là:

- Toại Nhân, người làm ra lửa, xuất hiện khoảng 6000 năm TCN;

- Phục Hy làm ra Dịch cùng vợ là Nữ Oa (4.480- 4.369 TCN)

- Thần Nông sáng tạo nông nghiệp (3.320- 3.080 TCN).

Dù sao thì truyền thuyết cũng chỉ là truyền thuyết. Hơn 2000 năm qua, truyền thuyết không giúp được gì nhiều cho việc tìm nguồn gốc người Trung Quốc. Do không thỏa mãn với những gì truyền thuyết đem lại, con người khôn ngoan đã sáng tạo nhiều phương cách để tìm về quá khứ.

2. Tài liệu lịch sử

Suốt thế kỷ XX, các học giả cùng đa số người Trung Hoa mang hai niềm tin vững chắc:

a. Dân tộc Hán tiến hóa từ người cổ, sinh sống lâu đời trên đất Trung Hoa.

b. Vùng cao nguyên Hoàng Thổ trung du Hoàng Hà là nơi phát tích của Hán tộc. Từ đây tổ tiên người Trung Hoa lan tỏa về phía đông nam, mang theo văn hóa Hán.

Nhiều cuốn sử Trung Hoa thể hiện quan điểm này.

Sách *Trung Quốc dân tộc học* của Vương Đồng Linh viết:

"500.000 năm trước, sau bốn lần băng tuyết, những người sống sót trú trên rặng núi Thiên Sơn. Sau đó nhóm người tỏa ra phía tây làm dân da trắng, nhóm người tỏa ra phía đông làm dân da vàng. Nhóm người này chia làm hai ngả: Thiên Sơn Bắc lộ gồm Mãn, Mông, Hồi. Một theo Thiên Sơn Nam lộ gồm Miêu, Hoa, Tạng. Trong đó Tạng là Anhđonê, Mã Lai Á, Nam Dương, Cao Mên, Chàm. Hoa là Hán tộc sau này. Miêu là Tam Miêu, Bách Việt, trong đó có Âu Việt (Miên, Thái, Lào), Miêu Việt (Mèo, Mán), Lạc Việt (Việt Nam, Mường)." (1)

Sách *Trung Quốc thông sử* của Chu Cốc Thành viết:

"Viêm Việt vào Trung Hoa trước theo ngọn sông Dương Tử. Thoạt kỳ thủy chiếm bảy tỉnh Trường Giang rồi tỏa lên bắc chiếm sáu tỉnh Hoàng Hà, cũng như tỏa xuống nam chiếm năm tỉnh Việt Giang, vị chi là 18 tỉnh. Vì thế khi người Hoa vào thì Viêm Việt đã cư ngụ rải rác khắp Trung Hoa, vì Hoa tộc tuy cũng theo Thiên Sơn Nam lộ nhưng nấn ná ở lại vùng Tân Cương thuộc Thanh Hải lúc bấy giờ còn là phúc địa, mãi sau mới theo ngọn sông Hoàng Hà vào chiếm sáu tỉnh miền Bắc rồi dần dần lan tỏa xuống miền nam, đẩy lui Viêm Việt." (2)

sách *Cội nguồn văn hóa Trung Hoa* (3):

"Từ thời đại viễn cổ, hoạt động của con người Trung Quốc đã có sự phân tán rộng rãi, người vượn Nguyên Mưu cách đây khoảng 1.700.000 năm là loài người tồn tại sớm nhất trong lịch sử cổ đại Trung Quốc. Sau này người vượn Bắc Kinh nổi tiếng là đại biểu cho người cổ đại Thời đại đồ Đá Cũ. Tiền sử có nhiều thị tộc và bộ lạc có thể gọi là dân tộc nguyên thủy như tộc Cửu Lê, tộc Tam Miêu, tộc Viêm Đế và tộc Hoàng Đế, cư trú ở Trung Nguyên và các tộc ở khu vực gần đó. Ngoài ra còn có các tộc như Túc Thân, Sơn Nhung, Huân Chúc, Thị, Khương, Ba, Thục, Điểu Di, Hoài Di."

Những quan niệm như trên một phần quan trọng là kết quả của nhiều khám phá nhân chủng học trên đất Trung Hoa.

II. Những phát hiện khảo cổ học.

1. Người Bắc Kinh (4)

Ngày 22 tháng 10 năm 1926, Andersson đã công bố việc phát hiện ra hai chiếc răng của người đàn ông cổ từ Chu Khẩu Điếm. Điều này đã mang lại tiến bộ đột ngột cho các lý thuyết về nguồn gốc và sự tiến hóa của con người. Chủ nhân của hai chiếc răng được xếp vào giống mới và loài mới Sinanthropus pekinensis của Họ Người Hominidae. Tuy nhiên nó được biết đến nhiều dưới cái tên "người Bắc Kinh ". Ngày nay thống nhất gọi là Homo erectus pekinensis.

Trước khi khai quật, hang động được bảo quản hoàn hảo với lớp trầm tích sâu trên 50 mét. Toàn bộ trầm tích được chia thành 17 lớp từ trên xuống dưới. Tuổi tuyệt đối của lớp 13 là khoảng 730.000 năm. Lớp 14 đến 17 được hình thành trước thời Pleistocene giữa. Lớp thứ 10, lớp thấp nhất mang người Bắc Kinh hóa thạch, có tuổi khoảng 500.000 năm; trong khi lớp 3, lớp ở trên mang người hóa thạch, là từ 230.000 đến 250.000 năm trước. Như vậy, người Bắc Kinh đã sống trong hang động này khoảng 260.000 năm.

Năm 1973 tiến hành khai quật vị trí số 4 (Hang Mới). Tại đây phát hiện răng hàm số 1 hàm trên bên trái một Homo sapiens sớm, "một hình thức trung gian giữa Homo erectus vị trí 1 và Homo sapiens muộn" ở Hang Thượng (Upper Cave). Cùng với nó là số lượng nhỏ các công cụ bằng đá, lớp tro, đá bị cháy, xương bị đốt cháy, hạt cây sếu (Hackberry) và hơn 40 hóa thạch động vật có vú. Tuổi tuyệt đối của chúng khoảng 200.000 đến 100.000 năm cách nay, trong khi tuổi địa chất là Pleistocene muộn.

Trong hai năm 1933-1934, khai quật Hang Thượng (Upper Cave), tại vị trí số 4. Lớp dưới cùng của hang tiếp liền với lớp trên cùng của lớp trầm tích hang người Bắc Kinh. Ba hộp sọ (số 101, 102 và 103) được bảo quản tốt và nắp hộp sọ của người Hang Thượng được phát hiện từ buồng thấp hơn. Một số xương chậu và xương đùi được tìm thấy ở gần chỗ hộp sọ. Tất cả xương đại diện cho khoảng 10 cá thể. Các nhà nhân chủng học cho rằng người Hang Thượng thuộc Homo sapiens muộn. Tuổi tuyệt đối của họ khoảng 27 ngàn năm trước. Có 25 hiện vật được thu thập, một gạc hươu đánh bóng, một cây kim xương, 141 đồ trang sức bao gồm 125 đục lỗ răng động vật, ba vỏ đục, sỏi đục lỗ hình trứng, và bảy hạt đá đục. Ngoài ra với các hóa thạch cá và lưỡng cư, 47 hóa thạch động vật có vú được tìm thấy. Tuổi địa chất thuộc giai đoạn cuối của Hậu kỳ Pleistocene.

Qua nhiều tranh luận, tuổi di chỉ được mở rộng từ 10.175 ± 360 BP (ZK-136-0-4) cho phần trên của hang động và 33.200 ± 2000 BP (OXA-190) cho các lớp đáy.

Khi thảo luận về mối quan hệ chủng tộc, sọ 101 được coi là một Mongoloid nguyên thủy, sọ 102 là một Melanesian và sọ 103 là một Eskimo.

Thật không may, các mẫu vật gốc, cùng với tài liệu Homo erectus của vị trí 1, đã bị mất năm 1941, vào thời Thế chiến II (Shapiro 1976) và có thể bây giờ chỉ được nghiên cứu thông qua phôi đúc.

Chu Khẩu Điếm là phát hiện quan trọng mang tính toàn nhân loại. Đó là lần đầu tiên và duy nhất trên thế giới có một di chỉ phong phú đến vậy dấu vết con người trong thời gian dài. Việc xuất hiện từ người Homo sapiens giai đoạn sớm 100.000 – 200.000 năm trước tới người Homo sapiens thời kỳ muộn cùng một nơi với người Bắc Kinh Homo erectus peikinensis 600.000 năm tuổi dường như nói rằng, Chu Khẩu Điếm là sự thu gọn của lịch sử nhân loại. Phát hiện Chu Khẩu Điếm là một chứng cứ mạnh mẽ ủng hộ Thuyết nhiều vùng về nguồn gốc con người (Multiregional hypothesis). Và chính điều này dẫn tới quan niệm Trung Hoa là dân tộc lâu đời bậc nhất trên thế giới. Người Trung Hoa từ người cổ Bắc Kinh tiến hóa thành. Việc phát hiện người Nguyên Mưu có tuổi 1,7 triệu năm, tại thôn Thượng Na, huyện Nguyên Mưu tỉnh Vân Nam, vào tháng 5 năm 1965 càng củng cố quan niệm trên.

2. **Người Ngưỡng Thiều** (5)

Năm 1916, kỹ sư mỏ người Thụy Điển Andersson, trong khi tìm quặng đồng đã tình cờ phát hiện những cổ vật bằng đá. Sự tình cờ làm thay đổi cuộc đời chàng kỹ sư, biến anh thành nhà khảo cổ danh tiếng, khi vào năm 1921 phát hiện di chỉ Ngưỡng Thiều, thành phố Tam Môn Hiệp, tỉnh Hà Nam. Văn hóa Ngưỡng Thiều phân bố trên diện tích 3.000.000 m2, khắp các tỉnh Thiểm Tây, Sơn Tây, Cam Túc, Hà Nam, Hà Bắc, Nội Mông, Hồ Bắc, Thanh Hải, Ninh Hạ...Tồn tại từ 5.000 tới 3.000 năm TCN. Văn hóa đá mới Ngưỡng Thiều để lại những hiện vật sau:

- Số lượng lớn công cụ đá cuội mài gồm rìu, cuốc, thuổng, xẻng, dụng cụ gieo hạt.

- Nhiều đồ gốm men màu nâu, đỏ, đen được chế tác tinh xảo.

- Nhiều ngôi nhà nửa nổi nửa chìm, trong nhà có chum vại đựng số lớn vỏ hạt kê.

- Nhiều xương lợn, gà, chó nhà.

- Trong những nghĩa địa tìm thấy di cốt của người gần gũi với người Hán hiện nay.

Văn hóa Ngưỡng Thiều có tầm quan trọng lớn, bởi lẽ, với sự xuất hiện nền văn hóa bản địa trình độ cao trong chế tác công cụ đá mới, đồ gốm và nông nghiệp ngũ cốc, nó khẳng định vai trò của văn minh phương Đông, bác bỏ quan niệm cũ cho rằng, văn minh phương Tây lan tỏa sang phương Đông. Với người Trung Hoa, nó càng có ý nghĩa đặc biệt vì là lần đầu tiên tìm thấy di cốt "của tổ tiên người Trung Quốc", trong vai trò chủ nhân của nền văn hóa cao. Từ đây xuất hiện quan niệm "văn minh Trung Quốc được khai sinh ở Ngưỡng Thiều rồi tiến về phía đông nam."

3. Người Long Sơn (6)

Mùa xuân 1928, nhà khảo cổ Ngô Kim Đỉnh ở thị trấn Long Sơn thành phố Tế Nam, tỉnh Sơn Đông (nay là thành phố Chương Khâu tỉnh Sơn Đông), phát hiện di chỉ Thành Tự Nhai nổi tiếng thế giới, thuộc văn hóa Long Sơn, có niên đại từ khoảng 5000 – 3950 cách nay. Tại cái đài cao bằng đất sụp lở ở phía tây thành, ông tìm được những công cụ bằng đá, bằng xương cùng với đồ gốm mỏng màu đen bóng. Người dân ở đây chủ yếu làm nông nghiệp kết hợp với săn bắn, đánh cá, chăn nuôi. Họ có phong tục bói xương và có thể đã xuất hiện đồ đồng. Nguồn gốc của văn hóa Hạ, Thương và Chu, có thể liên quan đáng kể với văn hóa Long Sơn. Đặc điểm quan trọng nhất của nền văn hóa thời kỳ này là sự khám phá vị trí của các thành phố di chỉ. Chẳng hạn như ở tỉnh Sơn Đông, ngoài Long Sơn Thành Tử Nhai, còn có di chỉ Nghiêu Vương Thành (Yao Wang), di chỉ Thọ Quang cạnh Vương Thành, di chỉ Lâm Truy Điền Trang Thôn v.v… Tiếp đó phát hiện ở Hà Nam có di chỉ Bình Lương Hoài Dương, di chỉ Loan Đài Lộc Ấp, di chỉ Cương Thành thuộc Đăng Phong Vương Thành, di chỉ Diêm Thành Hác Gia Đài, di chỉ Huy Huyện Minh Trang Đài…

Tại văn hóa Sơn Tây Đào Tự (4500 cách nay), nghiên cứu ADN xương cổ đại có thể chắc chắn rằng các cư dân của văn hóa Long Sơn, nhiễm sắc thể Y SNP haplotypes là O3-M122, và chỉ chứa O3 và O3e subtype, không có loại khác. Người Long Sơn hoàn toàn nhất quán với bộ phận chủ thể của người Hán hiện đại. Nói cách khác, *"tổ tiên phần chủ thể của người Hán* hiện đại hoàn toàn từ người Trung Nguyên cổ, tức là người Long Sơn."

4. Người Hà Mẫu Độ (7)

Được tìm thấy lần đầu tiên năm 1973 tại Hà Mẫu Độ, Dư Diêu tỉnh Chiết Giang, văn hóa Hà Mẫu Độ thuộc Thời kỳ đồ Đá mới ở hạ du sông Dương Tử, phân bố chủ yếu ở bờ phía nam vịnh Hàng Châu, Ninh Ba, đồng bằng Thiệu Hưng và đảo Châu Sơn (Zhoushan), có tuổi 5000 - 3300 năm TCN. Theo chế độ mẫu hệ, người dân Hà Mẫu Độ đã sống hình thành làng xóm với các kích cỡ khác nhau. Trong làng có nhiều ngôi nhà được xây dựng. Nhưng vì mặt đất là các đầm lầy ven sông, nên hình thức kiến trúc và cấu trúc nhà nơi đây khác đáng kể với Trung Nguyên. Các cuộc khai quật khảo cổ học Hà Mẫu Độ không tìm thấy nghĩa trang gia tộc, chỉ tìm được 27 ngôi mộ nằm rải rác với 13 bộ xương hoàn chỉnh. Năm 1978, sau khi kết thúc đợt khai quật thứ hai, nhà nhân chủng học Hàn Khang Tín và Phan Kỳ Phong đã tới nơi khai quật, thẩm định tuổi, giới tính, thể hình, chủng tộc các di cốt. Trong số đó có 9 người chưa trưởng thành, 4 người lớn, hộp sọ số M23 và M17 được bảo quản hoàn chỉnh.

(1) Về tuổi - sọ M23 ở tầng văn hóa thứ ba, hộp sọ rất lớn, trán rộng, xương gò má rộng trong ra ngoài đột ngột, hàm dưới lớn, rõ ràng phái nam. Căn cứ xương sọ giống với người hiện đại và độ mòn của răng hàm, cho rằng chủ nhân khoảng 30 tuổi. Mẫu M17 trán hộp sọ sưng bất thường, thiếu chỗ lồi lên bên ngoài chẩm, hàm dưới vẹo, đặc trưng cho trẻ vị

thành niên nữ, độ tuổi khoảng 13 -15.

(2) Chiều cao - bộ xương vẫn giữ được chiều dài, mang đặc điểm chiều cao của người Trung Quốc hiện đại. M23 cao 169 đến 170 cm. M17 từ 152 đến 157 cm.

(3) Chủng tộc - M23, M17 gò má cao và rộng, răng cửa hình xẻng, giống như cư dân lưu vực sông Hoàng Hà thời kỳ đồ đá mới.

III. Nhận định

Suốt thế kỷ XX, khoa học nhân văn thế giới chịu ảnh hưởng của hai định đề:
1. Con người Đông Á hiện đại là từ Trung Đông di cư theo ngả Tây Tạng rồi di chuyển về phía đông.
2. Văn minh nhân loại khởi nguyên từ Lưỡng Hà, tới châu Âu rồi từ đó qua Trung Á thâm nhập Trung Hoa, cuối cùng xuống Đông Nam Á.

Những phát hiện khảo cổ trên đất Trung Hoa một phần tạo nên quan điểm trên và mặt khác cũng chịu sự chi phối bởi chính quan niệm sai lầm đó. Do từ rất sớm, vào đầu thập niên 1920, đã phát hiện nền văn hóa đá mới Ngưỡng Thiều có gốm đen được phân bố trên diện tích rộng và di cốt chủ nhân gần với người Hán hiện đại, nên không chỉ người Trung Hoa mà học giả thế giới cũng tin rằng, cả con người, cả văn hóa Trung Hoa phát tích từ phia Tây rồi tiến dần về phía đông. Thập niên 1930, khi văn hóa Long Sơn có niên đại muộn hơn được phát hiện mà chủ nhân cùng với những hiện vật tương tự Ngưỡng Thiều, người ta càng có lý do để khẳng định quan niệm này. Nhưng bất chấp định kiến của con người, sự thực khoa học cứ đi theo bước chân bướng bỉnh của nó. Không chỉ có Long Sơn, vào thập niên 1970, còn phát hiện văn hóa Giả Hồ rồi Hà Mẫu Độ, Động Người Tiên... đều ở phía nam, thuộc đồng bằng sông Dương Tử. Không chỉ phong phú hơn, tiến bộ hơn mà những nền văn hóa Đông Nam đều có tuổi sớm hơn Ngưỡng Thiều hàng nghìn năm.

Trước sự thật không thể phản bác, một số học giả Trung Quốc chạy chữa bằng phương thuốc "lưỡng nguyên", cho rằng, "đồng bằng sông Dương Tử là cái nôi thứ hai của văn minh Trung Quốc." "Văn minh sông Dương Tử là người mẹ thứ hai của văn minh Trung Quốc" (3) Đó là nhận định mâu thuẫn. Vì mâu thẫu nên khó thuyết phục. Không thể nào một dân tộc, một nền văn hóa mà lại có tới hai cội nguồn, hai nơi phát tích!

Sang thế kỷ mới, để sửa chữa quan điểm lỗi thời, bị thực tế bác bỏ, Zhou Jixu trong *"Cội nguồn văn minh ở Trung Quốc, sự khác nhau giữa tài liệu khảo cổ và cổ sử cùng sự lý giải - Tìm hiểu nguồn gốc văn minh ở lưu vực Hoàng Hà"* (8) đưa ra thuyết cho rằng, tổ tiên người Trung Hoa là những bộ lạc du mục Ấn-Âu từ phương Tây tới. Đây là tài liệu mới nhất, tiêu biểu cho nhận thức hiện đại của người Trung Quốc về cội rễ của dân tộc mình. Tác giả viết:

"Không giống như các dân cư Ngưỡng Thiều và Hà Mẫu Độ là những người đến từ miền Nam Trung Quốc, dân cư của Hoàng Đế đến từ phía Tây của Trung

Quốc, từ phần phía Tây của lục địa Âu-Á. Họ chinh phục người dân của lưu vực Hoàng Hà và Dương Tử, những người thủ đắc nền văn hóa nông nghiệp phát triển. Bằng cách kết hợp văn hóa riêng của họ với các yếu tố văn hóa của người bản địa, dân cư của Hoàng Đế từng bước phát triển một nền văn minh rực rỡ mới vào thời Hạ, Thương và Chu. Họ thay thế người dân bản địa nắm giữ vai trò lãnh đạo trên các giai đoạn lịch sử Trung Quốc. Cho rằng dân cư của Hoàng Đế là một chi nhánh của người Ấn – Âu cổ, là một trong những sự kiện đáng kể nhất nay được biết tới trong lịch sử nhân loại. Một số lượng lớn từ Ấn-Âu trong ngôn ngữ Trung Hoa cổ rõ ràng xác nhận thực tế này. Các di tích còn lại của thời Hoàng Đế có liên quan đến các văn hóa Long Sơn trong bằng chứng khảo cổ học và các nền văn minh của Hạ, Thương, Chu, Tần là các triều đại kế nghiệp của nó.

Bằng chứng cho tuyên bố này đến từ hai nguồn: đầu tiên sử dụng các bằng chứng về các tài liệu cổ xưa để chứng minh rằng người dân Chu, và là dân cư của Hoàng Đế, đã được khởi đầu từ người du mục, và thứ hai là đã có một số lớn từ Ấn-Âu trong ngôn ngữ thời Chu, dựa theo các bằng chứng ngôn ngữ học lịch sử. Thứ ba là sự tương đồng về tôn giáo giữa dân cư Hoàng Đế và người Tiền Ấn-Âu."

Và:

"Văn minh Trung Quốc đã trải qua những xung đột văn hóa trong thời cổ xưa. Những người châu Âu từ thảo nguyên phía tây Trung Á đã mang những thành phần văn hóa mới đến thung lũng Hoàng Hà khoảng 2300 năm TCN. Họ đã kết hợp kỹ thuật tiên tiến của mình, như luyện kim đồng đỏ, những công cụ kim loại, vũ khí, xe ngựa và thuần hóa ngựa, với văn hóa nông nghiệp phát triển bản địa trong lưu vực Hoàng Hà và Dương Tử. Sự phối hợp này tạo nên văn minh lộng lẫy của thời Hạ, Thương, Chu. Trái với quan điểm đại chúng cho rằng, "văn minh Hoàng Hà có lịch sử độc lập" nó thực sự là sự hòa hợp. Ý tưởng rằng nền văn minh Trung Hoa có một lịch sử độc lập đã rất phổ biến, do ảnh hưởng mạnh mẽ, đặc biệt của hệ thống chữ viết Trung Hoa, đã được sử dụng từ triều Thương (1600 năm TCN) cho tới hôm nay. Các ký tự Trung Quốc với tự dạng đặc biệt đã phủ tấm màn gây khó cho việc tìm ra mối quan hệ giữa tiếng Trung Hoa cổ và những ngôn ngữ cổ khác. Những ký tự vuông cổ xưa dễ khiến người ta có ảo tưởng lầm lẫn rằng ngôn ngữ cổ Trung Hoa ổn định và không thay đổi như là hình vuông. Nếu đúng như vậy, thì chúng ta làm thế nào có thể hiểu được thứ ngôn ngữ lạ lùng này theo phương pháp ngôn ngữ chung? Làm thế nào chúng ta có thể tìm thấy những mối quan hệ của ngôn ngữ Trung Hoa cổ và các ngôn ngữ khác? Thật ra, tiếng Trung Hoa cổ là một trong những ngôn ngữ bình thường của con người giống như những tiếng khác, nếu chúng ta lột bỏ cái áo choàng khoác cho ký tự khỏi ngôn ngữ."

"Có quan niệm thịnh hành xem lịch sử của Trung Quốc đã bắt đầu với Hoàng Đế (khoảng 2300 năm TCN), người đánh bại tất cả các kẻ địch của mình và thống trị khu vực Hoàng Hà. Nhưng không nhiều người biết rằng Hoàng Đế và người của ông di cư từ tây lục địa Âu-Á tới và rằng họ và con cháu của họ thực sự có vai trò dẫn đầu trong các giai đoạn lịch sử của thung lũng Hoàng Hà từ khoảng 2300 năm TCN. Lịch sử được ghi trong tài liệu truyền thống mà chỉ duy nhất tính đến việc người của Hoàng Đế đi vào trong thung lũng Hoàng Hà và phát triển văn minh ở đó. Những người đã sống trước đó và tạo dựng nền văn minh tiền sử huy hoàng của hai con sông (Hoàng Hà và Dương Tử) đã bị chìm sâu sau màn sương lịch sử. Họ đã bị loại trừ khỏi sử biên niên truyền thống, trong đó bao gồm hầu như tất cả các sách lịch sử Trung Quốc, từ Thượng Thư, kinh Thi đến Sử ký v.v... Đây là một lịch sử mang xu hướng đảo lộn vị trí giữa chủ và khách. Một trong những lý do cho tình trạng này là sự đàn áp và loại trừ do phe đảng mạnh của Hoàng Đế. Các lý do khác là, trong khi các dân khác đã không sáng chế ra hệ thống chữ viết của mình thì các quốc gia của Hoàng Đế đã làm được; một trong số đó đã được người dân Trung Quốc sử dụng cho đến nay. Những ký tự Trung Hoa cổ được ghi nhận chỉ hình thành và suy thoái trong dân tộc của Hoàng Đế thời cổ. Đó là lý do tại sao có sự chênh lệch lớn giữa các di chỉ khảo cổ khu vực Hoàng Hà, Dương Tử và các hồ sơ lịch sử truyền thống chỉ liên quan đến những ngày đầu của ngành nông nghiệp trong khu vực. Liên quan đến nền văn minh của "Hai sông Đông Á," được tạo ra bởi những người đến trước. Chúng tôi cũng có thể tìm thấy một số đáng kể thông tin từ những văn bản lịch sử mà có thể cùng xác nhận bởi những khám phá của khảo cổ và bằng chứng ngôn ngữ học lịch sử. Sự khác biệt trong lối sống, phong tục, ngôn ngữ giữa các cư dân bản địa và người dân của

Hoàng Đế cung cấp cho chúng tôi thêm bằng chứng rằng người dân của Hoàng Đế đã chiếm đoạt một nền văn hóa đang tồn tại."

Trong những quan niệm được trình bày ở trên, ý tưởng của tác giả Zhou Jixu là mới nhất và cũng có vẻ khoa học hơn cả, khi ông dựa vào chứng cứ của khảo cổ học và ngôn ngữ học lịch sử. Tuy nhiên, có sự thực là, khảo cổ học, dù có công rất lớn trong khám phá tiền sử loài người nhưng do tính ngẫu nhiên trong phát hiện di chỉ khảo cổ cũng như sự bất cập thường gặp trong việc giải mã các vật chứng khảo cổ nên không ít trường hợp đã dẫn tới sai lầm nghiêm trọng. Một thí dụ điển hình là thập niên 70 thế kỷ trước, khi phát hiện di cốt người Đứng thẳng Homo erectus tại Neanderthal rất giống với người châu Âu hiện đại, phần lớn các học giả cho rằng, đó chính là tổ tiên người châu Âu. Kết luận này dẫn tới thắng thế của Thuyết nhiều vùng, một giả thuyết sai lầm về nguồn gốc loài người, dẫn khoa học nhân văn lạc đường một cách tai hại. Không chỉ thế, ngôn ngữ học lịch sử, một phương pháp luận được nhiều người đề cao nhưng trên thực tế, nó chỉ có thể phát hiện sự gần gũi giữa hai ngữ mà không đủ thẩm quyền phán xử đâu là mẹ, đâu là con! *Nguồn gốc Mã Lai của dân tộc Việt Nam*, một công trình với nhiều mồ hôi và tâm huyết của nhà văn Bình Nguyên Lộc là thí dụ về sự sai hướng, biến con thành mẹ, gây không ít tác hại!

Do vậy, điều mà tác giả tự hào: "Cho rằng dân cư của Hoàng Đế là một chi nhánh của người Ấn – Âu cổ, là một trong những sự kiện đáng kể nhất nay được biết tới trong lịch sử nhân loại," lại là sai lầm nghiêm trọng. Ở phần sau, chúng tôi sẽ trao đổi cùng tác giả.

Tài liệu tham khảo.

1. Vương Đồng Linh. *Trung Quốc dân tộc học*. (Dẫn theo Kim Định - Việt lý tố nguyên. An Tiêm, Sài Gòn, 1970).
2. Chu Cốc Thành. *Trung Quốc thông sử*. (Dẫn theo Kim Định – Việt lý tố nguyên. An Tiêm, Sài Gòn, 1970)
3. Đường Đắc Dương chủ biên. *Cội nguồn văn hóa Trung Hoa* (nguyên tác: Sự hình thành và phát triển nền văn hóa Trung Hoa) Nhà xuất bản Nhân Dân Sơn Đông 1993. Người dịch Nguyễn Thị Thu Hiền. NXB Hội nhà văn, 2003.
4. *The Peking Man World Heritage Site at Zhoukoudian* http://www.unesco.org/ext/field/beijing/whc/pkm-site.htm   http://www-personal.une.edu.au/ ~ pbrown3/UpperCave.html
5. 仰韶文化   http://baike.baidu.com/view/9771.htm
6. 龙山文化   http://baike.baidu.com/view/22365.htm
7. 河姆渡文化   http://baike.baidu.com/view/1567.htm
8. Zhou Jixu. *The Rise of Agricultural Civilization in China: The Disparity between Archeological Discovery and the Documentary Record and Its Explanation.* SINO-PLATONIC PAPERS Number 175 December, 2006

CHƯƠNG II

CỘI NGUỒN DÂN TỘC TRUNG HOA THEO CÁCH NHÌN MỚI

Tìm nguồn gốc tộc người là công việc của khoa học tự nhiên, của sinh học mà cụ thể là nhân chủng học. Từ thế kỷ XIX, do phát hiện cốt sọ người trong các di chỉ khảo cổ, khoa nhân chủng học đã sáng tạo phương pháp khảo sát hình thái sọ, tức là đo những chỉ số chủ yếu của cốt sọ rồi qua toán thống kê, lấy chỉ số trung bình đại diện cho từng chủng người. Bằng phương cách này, nhân học đã có những thành công trong xác định nhiều chủng người trên thế giới. Tuy nhiên do áp dụng phương pháp đo đạc rồi thống kê, thành công của việc khảo sát được quyết định bởi số lượng tiêu bản có được. Với những trường hợp quá ít tiêu bản sọ, công cuộc khảo nghiệm không thể thực hiện. Nhận thức rằng lịch sử, văn hóa là sản phẩm hoạt động xã hội của cộng đồng người trong thời gian và không gian nên có thể đi từ khảo sát lịch sử, văn hóa để tìm chủ nhân của văn hóa. Phương cách này tỏ ra hữu ích, giúp giải quyết nhiều trường hợp mà sinh học bất lực. Tuy nhiên, đây là phương cách gián tiếp, không những độ tin cậy thấp mà nhiều khi gây sai lầm nghiêm trọng. Do hiện nay có đủ tư liệu về sinh học để xác định chủ nhân của đất nước và văn hóa Trung Hoa nên ở đây, chúng tôi đi theo hướng ngược lại: khảo sát sự hình thành của con người trên đất Trung Hoa để rồi từ đó tìm hiểu văn hóa Trung Hoa thông qua chủ nhân thực sự của nó. Muốn vậy, trước hết phải xác định được nguồn gốc loài người.

nay.

Ý tưởng của hai tác giả Vương Đồng Linh và Chu Cốc Thành cho rằng 500.000 năm trước, sau những lần băng giá, con người sống sót tụ tập ở phía nam dải Thiên Sơn rồi tỏa ra khắp châu Á là do Thuyết Nhiều vùng chi phối. Cũng như vậy, các tác giả sách Cội nguồn văn hóa Trung Hoa chủ trương, người Trung Quốc hôm nay là sản phẩm của sự tiến hóa liên tục từ người Nguyên Mưu…

Kết quả là, gần suốt thế kỷ XX, người ta khẳng định, con người xuất hiện ở cao nguyên Tây Tạng, xâm nhập Trung Quốc rồi lan tỏa xuống Đông Nam Á. Đông Nam Á là vùng nước đọng của lịch sử, chỉ có nhận mà không đóng góp gì cho văn minh nhân loại!

Tuy nhiên khi không giải thích nổi vì sao một số di chỉ khảo cổ ở phương nam có tuổi cao hơn phía bắc, một vài nền văn hóa phía nam cao hơn phía bắc khiến cho con đường thiên di từ tây bắc xuống đông nam bị nghi ngờ, Thuyết Nhiều vùng tỏ ra thiếu thuyết phục. Do vậy, khoa học nhân văn thế giới suốt thế kỷ trước rơi vào khủng hoảng, không làm được nhiệm vụ dẫn dắt tư tưởng nhân loại.

Rất mừng là, những năm cuối cùng của thế kỷ, một công nghệ mới và phương pháp luận mới được phát minh, trở thành cây đũa thần giải quyết rốt ráo những vấn đề hàng ngàn năm bức xúc của nhân loại. Đó là việc công nghệ di truyền được sử dụng để lập bản đồ gen người và cùng với nó là phương pháp dùng di truyền học tìm cội nguồn nhân loại.

Có thể nói, ngày 29 tháng 9 năm 1998 khi nhóm Giáo sư J.Y. Chu công bố kết quả nghiên cứu *Quan hệ di truyền của dân cư Trung Quốc (Genetic relationship of population in China.)* (1) đánh dấu mốc đặc biệt trong nhận thức của loài người về nguồn gốc của mình. Ba phát kiến lần đầu được công bố là:

1. Người Khôn ngoan Homo sapiens xuất hiện đầu tiên tại Đông Phi, 160.000 – 200.000 năm trước.
2. 70.000 năm trước, người tiền sử từ châu Phi theo bờ biển Nam Á tới Việt Nam.
3. Khoảng 50.000 năm trước, từ Việt Nam, con người di cư tới châu Úc, các đảo Đông Nam Á, Ấn Độ và 40.000 năm trước, khi khí hậu phía bắc được cải thiện, họ đi lên Trung Quốc và 30.000 cách nay, qua eo Beringa sang chiếm lĩnh châu Mỹ.

Những công bố trên tờ Los Angeles Times ngày 29 tháng 9 đó gây chấn động giới khoa học Mỹ. Tuy vui mừng, nhưng như bản chất cố hữu của khoa học chân chính là hoài nghi, lập tức nhiều trung tâm di truyền hàng đầu thế giới bắt tay kiểm định kết luận của nhóm nghiên cứu Texas. Vài ba năm sau, nhiều nghiên cứu di truyền học được công bố, trong đó có Đại học Oxford với *Rời khỏi địa đàng chiếm lĩnh thế giới (Out of Eden Peopling of the World)* (2) và *Cuộc du hành của loài người trên thế giới (Journey of Mankind the Peopling of the World)* (3) của Stephen Oppenheimer và *Cuộc hành trình của loài người: một Odyxê gen* (The Journey of Man: A Genetic Odyssey) (4) của Spencer Wells cùng các nghiên cứu của W. Ballinger (5)…

Không chỉ khẳng định khám phá của nhóm J.Y. Chu, các nghiên cứu trên còn làm rõ nhiều sự kiện quan trọng như việc người Mông Cổ sống trên đồng cỏ phía bắc cũng từ Đông Nam Á lên; người từ bờ biển phía đông Trung Hoa di cư xuống tạo nên dân Austronesian trên các đảo Nam Thái Bình Dương rồi gà, chó lợn cũng từ Việt Nam và Nam Trung Quốc được đưa xuống...

Như vậy là đã rõ, phát hiện mới của di truyền học đã thay đổi quan niệm của chúng ta không chỉ về nguồn gốc loài người mà cả về nguồn gốc các dân tộc Đông Á. Loài người chỉ có duy nhất một cội nguồn. Con người ngày nay chỉ là hậu duệ của tổ tiên duy nhất sinh ra ở châu Phi 160.000 năm trước. Người Đứng thẳng, cho dù là người sống gần chúng ta nhất về thời gian như Neanderthal cũng không hề là tổ tiên của loài chúng ta. Phát hiện này cũng chứng minh sự đúng đắn của trường phái Nguồn gốc châu Phi: Người Đứng thẳng Homo erectus xuất hiện ở châu Phi hai triệu năm trước, khoảng 1,8 triệu năm cách nay di cư tới châu Á mà đại diện của họ là người Nguyên Mưu, người Bắc Kinh ở Trung Quốc, người Java ở Indonesia cũng như người Núi Đọ Việt Nam... Tuy nhiên, 250.000 năm trước, không hiểu vì nguyên nhân gì, họ rời bỏ châu Á, sang châu Âu mà người Neanderthal là đại diện cuối cùng, tuyệt diệt khoảng 24.000 năm cách nay.

Hiển nhiên, phát hiện của di truyền học đã bác bỏ những niềm tin cũ của các tác giả cho rằng, dân cư Trung Hoa tiến hóa liên tục từ người Nguyên Mưu tới hôm nay. Nó cũng bác bỏ giả thuyết người tiền sử tập trung ở phía nam dải Thiên Sơn rồi lần lượt kéo vào Trung Quốc. Không những thế, công trình của W. Ballinger còn khẳng định, người Việt Nam có đa dạng di truyền cao nhất trong dân cư Đông Á. Có nghĩa là người Việt Nam cổ nhất Đông Á và Việt Nam chính là cái nôi của cư dân châu Á. Do lẽ đó, muốn tìm hiểu cội nguồn dân tộc Trung Hoa, trước hết phải nắm được quá trình hình thành dân cư Việt Nam.

II. Sự hình thành dân cư Việt Nam

Từ khảo sát ADN của cộng đồng dân cư Trung Hoa hôm nay, di truyền học phát hiện, họ chính là hậu duệ của con người từ Việt Nam đi lên khai phá đất Trung Hoa 40.000 năm trước. Như vậy, muốn tìm hiểu cội nguồn dân tộc Trung Hoa không thể không bắt đầu bằng tìm hiểu quá trình hình thành con người trên đất Việt Nam.

Kết hợp thông tin của di truyền học với những tri thức khảo cổ học, nhân chủng học, dân tộc học, văn hóa học... chúng tôi xin trình bày như sau:

Khoảng 70.000 năm trước, người tiền sử từ châu Phi theo ven biển Ấn Độ Dương tới Việt Nam. Đấy là phát hiện mang tính đột phá. Nhưng lúc này, đặt ra trước chúng ta câu hỏi: họ là ai, thuộc về chủng tộc nào? Chỉ khi giải đáp được câu hỏi này, ta mới có thể theo chân họ trên bước đường thiên di tiếp theo để hình thành dân cư khu vực. Do chưa có nghiên cứu di truyền nào về vấn đề này, chúng tôi tìm đáp án trong khảo cổ và cổ nhân học.

Thập niên 80 thế kỷ trước, từ khảo sát 70 sọ cổ từ Thời Đồ Đá tới Đồ Đồng, được phát hiện tại Việt Nam, trong công trình *Nhân chủng học Đông Nam Á*, Giáo sư Nguyễn Đình Khoa rút ra kết luận: *"Thoạt kỳ thủy, trên lãnh thổ Việt Nam và Đông Nam Á xuất hiện hai đại chủng Mongoloid và Australoid, họ hỗn hòa với nhau cho ra bốn chủng Indonesien, Melanesien, Vedoid và Negritoid, thuộc nhóm loại hình Australoid. Vào thời Đá Mới, cư dân Đông Nam Á thuộc hai đại chủng Australoid và Mongoloid cùng với các loại hình hỗn chủng giữa chúng cộng cư với nhau, trong đó Indonesien và Melanésien là hai thành phần chủ yếu. Sang thời Đồng-Sắt, trên toàn Đông Nam Á diễn ra việc chuyển hóa mạnh từ loại hình Indonesien sang loại hình Nam Á (Mongoloid phương Nam). Thành phần Australoid thu hẹp đến tối đa trong khu vực, không hiểu là do di dân hay đồng hóa."* (6)

Phát hiện của nhà nhân chủng học hàng đầu Việt Nam là cửa mở cho phép hình dung ra dân cư ban đầu trên đất Việt Nam như sau:

Người từ châu Phi tới Việt Nam gồm hai đại chủng Mongoloid và Australoid. Họ hòa huyết, sinh ra bốn chủng người Việt cổ: Indonesian, Melanesian, Vedoid và Negritoid. Theo lý thuyết di truyền học, người Indonesian phải mang tỷ lệ máu Mongoloid cao nhất và là chủng Mongoloid điển hình. Tuy nhiên, do người Australoid chiếm đa số nên qua quá trình hòa huyết tiếp theo ở con cháu họ, yếu tố Australoid trở nên lấn át, yếu tố Mongoloid bị lặn, dẫn tới kết quả là toàn bộ dân cư Việt cổ mang mã di truyền Australoid, sau này được xếp vào *nhóm loại hình Australoid.* Có điều cần nói thêm ở đây là, tuy bị lặn, không đạt tới chuẩn mực điển hình của chủng Mongoloid nhưng trong dân cư Việt cổ, chủng Indonesian (Lạc Việt) có tỷ lệ máu Mongoloid cao nhất. Do vậy, cũng dễ hiểu việc nhiều học giả, trong khi khảo sát so sánh hình thái sọ, đã xếp người Indonesian (cổ) vào chủng Mongoloid. Sự lầm lẫn này kéo dài gần suốt thế kỷ XX, gây khá nhiều phiền toái cho việc nghiên cứu dân cư Việt Nam. Chỉ tới thập niên 80, bằng tài năng lớn của mình, Nguyễn Đình Khoa khám phá bí mật trên.

Di truyền học cũng trả lời giúp ta câu hỏi mà Nguyễn Đình Khoa đặt ra: "Không hiểu vì sao người Mongoloid biến mất khỏi đất nước này?" Đúng là người Mongoloid biến mất khỏi địa bàn Đông Nam Á suốt thời đồ đá nhưng không phải là "bốc hơi" mà do nguồn gen quý giá của họ lặn dưới bộ gen Australoid.

Ta có thể hình dung hoàn cảnh ra đời của người Việt như sau:

Theo Stephen Oppenheimer (2), khoảng 135.000 năm trước, từ châu Phi, một nhóm người qua Cổng phía bắc (North Gate), tiến về Sahara xanh, tới sông Nile tại Cận Đông. Nhưng rồi khoảng 90.000 năm trước, khí hậu trở lạnh khốc liệt, cùng với dân vùng Bắc Phi, nhóm di dân này bị tiêu diệt tại Levant.

Khoảng 85.000 năm trước, cuộc ra khỏi châu Phi lần thứ hai được tiến hành. Một nhóm băng qua mũi của Biển Đỏ (the Gate of Grief) rồi men theo bờ nam bán đảo A Rập tới Ấn Độ. Nhóm di cư này làm nên hầu hết người sống ngoài châu Phi. Từ Sri Lanka, họ tiếp tục men bờ Ấn Độ Dương tới phía tây Indonesia và 70.000 năm trước, một nhóm người từ phía tây Borneo tới Việt Nam.

Lúc đó đang trong thời Băng Hà, phần lớn nước từ đại dương bốc hơi tạo thành băng phủ các lục địa. Vì vậy, mực nước biển thấp hơn hôm nay 130 mét. Nghiên cứu của J.Y. Chu cho rằng, người tiền sử tới Việt Nam nhưng thực ra là tới Biển Đông. Thái Bình Dương lúc đó rất cạn, Biển Đông là đồng bằng Hải Nam (Hainanland) và Sundaland. Do vị trí đặc biệt nên khí hậu Đông Nam Á khô và mát, có lẽ là khí hậu tốt nhất thời đó. Nhờ vậy, trên các đồng bằng thuộc Biển Đông, cây cối xanh tốt, nhiều củ và trái cây nên muông thú sinh sôi. Trên các sông hồ và bờ biển nông nhiều sò, ốc, tôm, cá.

Sau hành trình gian nan kéo dài tới 15.000 năm theo hướng mặt trời mọc, tới Việt Nam, con người đã gặp phúc địa, nói theo Kinh thánh thì là địa đàng. Những nhóm nhỏ người di cư riêng rẽ bỗng choáng ngợp trước đồng bằng mênh mông, thức ăn phong phú, khí hậu dễ chịu. Họ sớm định cư, người Australoid và người Mongoloid gặp gỡ nhau và sự hòa huyết diễn ra. Suốt thời gian di cư đằng đẵng, mặt trời như vì cứu tinh, vừa sưởi ấm vừa chỉ đường cho cuộc hành trình về phương Đông của họ. Có lẽ điều này giải thích vì sao Thần Mặt trời là vị thần đầu tiên và linh thiêng với các dân tộc phương Đông!

50.000 năm cách nay, khi nhân số trở nên đông đúc, bằng đôi chân cùng bè mảng vượt sông, hồ, người Việt di cư sang châu Úc, chiếm lĩnh các đảo Đông Nam

Á. Về phía tây, họ tới Ấn Độ, trở thành người bản địa, sau này được gọi là người Dravidian.

Để đọc câu chuyện nhiều tập này, xin bạn đọc lưu ý đến sự kiện, các nghiên cứu di truyền cho thấy, có lẽ do môi trường quá khó khăn, thức ăn hiếm hoi nên người cổ di cư một cách riêng lẻ, theo những nhóm nhỏ. Khi vạch ra lộ trình di cư của con người tới đông Á, Stephen Oppenheimer cho thấy, dù lúc đó trời rất lạnh nhưng cũng có những nhóm người theo bờ biển Đông tới vùng nay là cửa sông Dương tử và Sơn Đông Trung Quốc. Chúng tôi đoán là có những nhóm nhỏ Mongoloid tới sống biệt lập ở đây. Họ săn bắn, hái lượm, đánh cá và dành nguồn gen Mongoloid thuần để dùng về sau. Cũng đã có những nhóm nhỏ Mongoloid lên tới vùng Tây Bắc Việt Nam rồi do quá lạnh, không thể đi tiếp nên ở lại đó. Do không gặp dân cư khác để hòa huyết nên họ giữ nguồn gen Mongoloid thuần khiết của mình. Di cốt người Mongoloid Liujiang 68.000 năm tuổi tìm thấy ở Quảng Tây có thể làm chứng cho điều này.

Tới 40.000 năm cách nay, khí hậu phương bắc được cải thiện, người từ Việt Nam lần lượt đi lên đất Trung Hoa, chiếm lĩnh lưu vực Dương Tử sau đó lên tiếp lưu vực Hoàng Hà. Khảo sát 5.000 chiếc răng hóa thạch tìm được ở châu Âu, các nhà khoa học phát hiện, 40.000 năm trước, có một dòng người từ Đông Á qua Trung Á tới châu Âu. Tại đây, họ gặp người Europid vừa từ Trung Đông lên. Hai dòng người hòa huyết, sinh ra người Eurasian, tổ tiên người châu Âu hôm nay.(7)

Di truyền học cũng cho biết, khoảng 30.000 năm

trước, người Việt cổ từ Trung Quốc lên Siberia rồi vượt eo Beringa sang chiếm lĩnh châu Mỹ.

Trong dòng di cư như vậy, người Mongoloid đã từ Tây Bắc Việt Nam, theo hành lang phía tây lên Tây Bắc Trung Hoa và đất Mông Cổ. Tại đây họ duy trì nguồn gen Mongoloid thuần chủng, sau này được gọi là người Mông Cổ phương Bắc (North Mongoloid). Di cốt người Mongoloid 40.000 năm tuổi phát hiện trên đất Mông Cổ xác nhận điều này.

III. Sự hình thành dân cư trên đất Trung Hoa

Trước hết, để bàn về sự hình thành dân cư trên đất Trung Hoa một cách khoa học, hãy dũ bỏ những quan niệm xưa cũ liên qua tới người Homo erectus Nguyên Mưu hay Bắc Kinh mà chỉ nói về người hiện đại Homo sapiens.

Nhìn bản đồ cổ nhân học Đông Á, ta thấy, trước đây, người Hang Nia Indonesia tuổi 39.600 +/-1000 năm là một Homo sapiens sớm nhất được phát hiện. Sau đó là người Sơn Vi Việt Nam có tuổi 32.000 năm. Nhưng từ thập niên 1930 đã phát hiện tại Hang Thượng thuộc di chỉ Chu Khẩu Điếm sọ Homo sapiens 27.000 năm. Cùng với Chu Khẩu Điếm, Hang Thượng có vai trò rất quan trọng trong nghiên cứu nhân chủng Đông Á.

Đáng chú ý là nhận định của các chuyên gia khảo sát sọ Hang Thượng: *"Một thực tế đáng ngạc nhiên là trong ba hộp sọ được phát hiện với tình trạng tốt, một nam và hai nữ, lại là đại diện cho ba nhóm dân tộc ngày hôm nay nằm rải rác theo nghĩa đen từ các vùng cực đến xích đạo. Weiderich mô tả hộp sọ nam giới là "White" (nói chung như một số những CroMagnons lâu đời nhất của truyền thống Perigordian đương đại châu Âu) và hai hộp sọ nữ là "Melanesian" và "Eskimoid", tức là Mongoloid phương Bắc. Qua nhiều tranh luận, tuổi di chỉ được mở rộng từ 10.175 ± 360 BP (ZK-136-0-4) cho phần trên của hang động và 33.200 ± 2000 BP (OXA-190) cho các lớp đáy. Khi thảo luận về mối quan hệ chủng tộc, sọ 101 được coi là một Mongoloid nguyên thủy, 102 là một Melanesian và 103 là một Eskimo."*

Năm 1973 tiến hành khai quật vị trí số 4 (Hang Mới). Tại đây *phát hiện răng hàm số 1 của hàm trên bên trái một Homo sapiens sớm, "một hình thức trung gian giữa Homo erectus vị trí 1 và Homo sapiens muộn" ở Hang Thượng (Cave Upper). Cùng với nó là số lượng nhỏ các công cụ bằng đá, lớp tro, đá bị cháy, xương bị đốt cháy, hạt cây sếu (Hackberry) và hơn 40 hóa thạch động vật có vú. Tuổi tuyệt đối của chúng khoảng 200.000 đến 100.000 năm cách nay, trong khi tuổi địa chất là Pleistocene muộn.*

Do ba cái sọ Homo sapiens Hang Thượng phát hiện năm 1933 -1934 đã bị mất trong thế chiến II và răng hàm của người Hang Mới chưa được khảo sát ADN nên không thể kết luận chắc chắn về nhân chủng của những người này. Tuy nhiên, có thể tin rằng, cái hàm trên ở Hang Mới không phải của một Homo sapiens vì ở thời điểm 200.000 năm trước, người hiện đại chưa ra đời và 100.000 năm trước, họ chưa thể tới châu Á. Rất có thể, phán đoán trên cũng chung số phận của giả thuyết cho rằng, người Neanderthal là một dạng Europians cổ. Bộ xương có mặt sớm nhất của một người Mongoloid tại Lưu Giang, Quảng Tây cũng chỉ 68.000 tuổi.

Ý kiến cho rằng, sọ nam giới (số 101) ở Hang Thượng là một người da trắng Europid là đáng hoài nghi, vì cho đến nay, trong sưu tập sọ cổ ở phương Đông chưa hề có Europid. Nếu định loại của Weiderich là đúng thì đây là việc cần tìm hiểu kỹ hơn. Nếu sọ 101 là một Mongoloid nguyên thủy, 102 là một Melanesian và 103 là một Eskimoid thì tình hình sẽ được lý giải như sau:

Khảo cổ học thế giới cho rằng, từ khoảng 250.000 năm trước, người Đứng Thẳng rời khỏi châu Á sang sống tại châu Âu mà đại diện sau cùng là người Neanderthal. Điều này giải thích vì sao châu Á vắng bóng con người trong khoảng thời gian đó. Không thấy dấu vết người Homo erecrus ở Chu Khẩu Điếm cách nay 250.000 năm là bằng chứng của sự kiện này.

Tại Đông Á, người Hiện đại Homo sapiens chỉ xuất hiện từ 70.000 năm trước. 40.000 năm trước, từ Hainanland và Việt Nam, bốn chủng người Việt cổ là Indonesian, Melanesian, Vedoid và Negritoid đều thuộc nhóm loại hình Australoid đi lên Trung Quốc. Cũng thời gian này, có những nhóm Mongoloid riêng rẽ từ Tây Bắc Đông Dương, theo hành lang phía tây đi lên Tây Bắc Trung Hoa và đất Mông Cổ. Như ý kiến của Stephen Oppenheimer, cũng có những nhóm người từ Hainanland theo bờ biển đi lên đông bắc Trung Quốc (8). Người Mongoloid trong những nhóm này lên định cư ở ven biển Đông Trung Hoa, sau thành người Eskimo (sọ 103) (Trên thực tế, người Eskimo có quan hệ gần gũi với dân Mông Cổ Đông Á - In fact, the Eskimos are most closely related to the Mongolian peoples of eastern Asia. (http://www.factmonster.com/ipka/A0002155.html) và Mongoloid phương Bắc (sọ 101). Điều này giải thích cho việc người Mongoloid (sọ 101) có mặt tại Hang Thượng bên cạnh người Melanesian (thuộc loại hình Australoid, sọ 102). Như vậy, ba sọ Hang Thượng có tuổi 27.000 năm trước là dấu vết hiếm hoi của người tiền sử từ Việt Nam đi lên Trung Quốc.

Thử tìm xem người Việt cổ đã sống trên Hoa lục mênh mông như thế nào? Khảo cổ học và di truyền học cho thấy, cuộc di cư của người Việt lên Trung Hoa diễn ra làm nhiều đợt. Đầu tiên, vẫn với phương thức sống săn bắn, hái lượm truyền thống, họ mang theo dụng cụ đá cũ. Nhưng khoảng 20.000 năm trước, người Hòa Bình sớm sáng tạo đồ đá mới thì dụng cụ này cũng được đưa lên mà ta gặp ở Động Người Tiên. Khoảng 15.000 năm trước, khi người Hòa Bình ở Việt Nam sáng tạo ra cây kê, lúa nước, con gà, con chó, con lợn thì những cây trồng và vật nuôi này cũng được đưa lên Trung Hoa bằng nhiều con đường khác nhau. Theo hành lang phía tây lên Tây Bắc Trung Quốc, theo đồng bằng Hoa Nam lên lưu vực Dương Tử và theo bờ biển lên vùng phía đông Trung Hoa. Di chỉ Động Người Tiên với mảnh gốm 20.000 năm và hạt thóc trồng 12.400 tuổi là dấu tích sớm nhất của lúa nước được phát hiện trên đất Trung Hoa. Muộn hơn là văn hóa Giả Hồ 9.000 năm với nông nghiệp lúa nước trình độ cao hơn, cùng với đồ

I. Bắt đầu từ nguồn gốc loài người

Mỗi dân tộc không tự nhiên được sinh ra mà có mối liên quan mật thiết với cội nguồn nhân loại. Một khi chưa xác định được hay xác định không chính xác cội nguồn nhân loại, thì việc khẳng định nguồn cội bất cứ dân tộc nào cũng chưa đủ tin cậy. Dân tộc Trung Hoa không ngoài thông lệ này. Bởi vậy, trước hết chúng ta phải thống nhất với nhau về nguồn gốc loài người.

Thế kỷ XX tồn tại song hành hai thuyết trái ngược nhau về nguồn gốc nhân loại. Giả thuyết Phi châu (Out of Africa hypothesis) cho rằng, nhân loại xuất hiện ở châu Phi, cụ thể là Đông Phi rồi từ đó lan tỏa ra mọi miền thế giới. Giả thuyết Nhiều vùng (Multiregional hypothesis) tuyên bố, nhân loại được sinh ra từ nhiều trung tâm khác nhau: châu Phi cho ra người da đen, châu Âu sinh người da trắng, vùng cao nguyên Lưỡng Hà sinh ra người Summer, châu Á là nơi phát tích dân da vàng. Gần suốt thế kỷ, hai thuyết cạnh tranh không phân thắng bại, tạo thành hai trường phái đối nghịch. Nhưng tới thập niên 70, khi phát hiện di cốt người Neanderthal trên đất Israel rất giống với người châu Âu hiện đại, nhiều học giả cho rằng người Neanderthal là tổ tiên người châu Âu. Do vậy Thuyết Nhiều vùng thắng thế, trở thành độc tôn, đàn áp thuyết châu Phi, định hướng hầu hết các nghiên cứu trên thế giới.

Áp dụng Thuyết Nhiều vùng vào giải thích sự hình thành dân cư châu Á, người ta cho rằng, dân cư châu Á được phát triển liên tục, từ người Đứng thẳng Nguyên Mưu 1,7 triệu năm trước qua người Bắc Kinh 600.000 năm, tới người hiện đại Homo sapiens hôm gốm, chữ bói toán (phù tự) trên yếm rùa. Đạt trình độ phát triển cao nhất là văn hóa Hà Mẫu Độ 7.000 năm trước. Tại vùng hoàng thổ trung du Hoàng Hà có di chỉ Bán Pha 2 với 12.000 năm tuổi cùng đồ gốm và văn bản sớm nhất đến nay con người đọc được (9). Đó là dấu tích của người Việt cổ.

Suốt thời gian dài dằng dặc, trên đất Đông Á nói chung cũng như Trung Hoa nói riêng, hầu như chỉ có người Australoid sinh sống. Nhưng khoảng 7.000 năm trước, có hai sự kiện nhân chủng học được ghi nhận, đó là tại văn hóa trồng kê Ngưỡng Thiều lưu vực Hoàng Hà và văn hóa lúa nước Hà Mẫu Độ thuộc lưu vực Dương Tử, xuất hiện chủng người mới: Mongoloid phương Nam. Đây là sự kiện lớn của dân cư Đông Á. Vì chưa có công trình nào nghiên cứu hai hiện tượng này, chúng tôi xin đưa ra giả thuyết sau:

1. Về người Ngưỡng Thiều

Năm 1921, các nhà khảo cổ phát hiện văn hóa Ngưỡng Thiều (Yangshao) ở trung du sông Hoàng Hà, có tuổi 5.000-3000 năm TCN. Tại làng trồng kê Bán Pha (Bonfo) tỉnh Sơn Tây, di cốt người Mongoloid phương Nam, chủ nhân văn hóa Ngưỡng Thiều được phát hiện. Do người Bán Pha gần gũi về hình thái với người Trung Hoa hiện đại, nhiều ý kiến cho rằng, họ là tổ tiên người Hán và đây là nơi phát tích của dân tộc Hán và văn hóa Hán. Từ đây văn hóa Hán truyền tới Long Sơn (Lungsan) rồi xuống phía nam. Cho đến nay, phần lớn các học giả Trung Quốc vẫn theo chủ trương này.

Thiều: Chúng tôi xin lý giải như sau về người Ngưỡng

Như đã trình bày trước, người Mông Cổ từ Việt Nam di cư lên tây bắc Trung Quốc và đất Mông Cổ. Tại đây, thời gian dài họ sống bằng săn bắn hái lượm và duy trì mã di truyền Mongoloid thuần chủng, về sau được gọi là người Mongoloid phương Bắc (North Mongoloid). Khoảng 10.000 năm trước, Kỷ Băng Hà cuối cùng chấm dứt, hoang mạc mênh mông phía bắc Trung Quốc được giải phóng khỏi băng giá, trở thành đồng cỏ. Người Mông Cổ thuần dưỡng dê, cừu, chuyển sang lối sống du mục. Do du mục nên sông Hoàng Hà càng quan trọng với họ. Không chỉ đánh cá như trước đây mà còn là nguồn nước, dự trữ cỏ khô cho gia súc, trồng ngũ cốc... Vì vậy, Hoàng Hà là sự sống còn của các bộ lạc du mục.

Cũng từ rất lâu, người Việt săn bắn, đánh cá và sau này bắt đầu trồng kê bên Hoàng Hà. Sự tiếp xúc tự nhiên giữa người phía nam và phía bắc diễn ra, cố nhiên dẫn tới hòa huyết. Người lai Mông - Việt ra đời. Họ có thể là ai? Di truyền học cho thấy, trong cơ thể người Austrtaloid vẫn tiềm ẩn nguồn gen Mongoloid. Nay do hòa huyết với người Mongoloid khiến lượng máu Mongoloid trong con cái họ tăng lên (10). Nhưng dù tăng tới cách nào cũng không đủ để thành Mongoloid thuần chủng. Vì vậy, người lai Mông-Việt là chủng mới: Mongoloid phương Nam. Nói cách khác, người Mongoloid phương Nam là sản phẩm của sự hòa huyết giữa người Mongoloid và người Việt Australoid. Rất có thể, một thời gian dài, người hai bên bờ Hoàng Hà sống hòa thuận, những cuộc hôn nhân hỗn chủng diễn ra: người lai Mông-Việt ra đời. Nhưng rồi lối sống du mục tất yếu dẫn tới cướp bóc: người Mông Cổ vượt Hoàng Hà đánh dân nông nghiệp, cướp lương thực, gia súc, bắt nô lệ trai và gái. Cùng với cướp phá là hiếp tróc xảy ra. Phía bờ nam, do thường xuyên chịu những trận cướp phá, dân lai Mongoloid phương Nam ra đời ngày càng nhiều. Và như phản ứng dây chuyền, những người lai lại hòa huyết tiếp với đồng bào của mình, khiến cho số lượng người Mongoloid phương Nam tăng lên và khoảng 5.000-3000 năm TCN trở thành chủ thể trong dân cư văn hóa Ngưỡng Thiều.

Tác giả Zhou Jixu cho rằng, người Ngưỡng Thiều từ miền Nam Trung Quốc lên. Đây là một suy đoán có vẻ hợp lý nhưng thực tế không phải vậy. Người Mongoloid phương Nam xuất hiện sớm nhất ở phương nam tại văn hóa Hà Mẫu Độ, cũng khoảng 5.000 năm TCN, nên không thể di cư lên trở thành chủ nhân văn hóa Ngưỡng Thiều. Chỉ có thể là người Ngưỡng Thiều được sinh ra tại chỗ do hòa huyết Mông-Việt!

2. Về chủ nhân văn hóa Long Sơn (11)

Văn hóa Long Sơn là nền văn hóa lớn, có vai trò đặc biệt quan trọng trong lịch sử Trung Hoa. Hầu hết các di chỉ văn hóa Longshan nằm ở bán đảo Sơn Đông, Thiểm Tây, Sơn Tây, Hà Nam, Hà Bắc. Tại bán đảo Liêu Đông, Giang Tô, Hồ Bắc… cũng tìm thấy những di chỉ tương tự. Nền văn hóa này chứa loại gốm màu đen, mỏng, cứng, bóng, đặc biệt là gốm màu đen mỏng như vỏ trứng (ở Nhật Chiếu, Chương Khâu) vô cùng đặc sắc, do đó, được gọi là "văn hóa gốm đen"

Nghiên cứu ADN xương chủ nhân văn hóa Sơn Tây Đào Tự (4500 năm cách nay) có thể chắc chắn rằng các cư dân của văn hóa Longshan mang nhiễm sắc thể Y SNP haplotypes là O3-M122, chỉ chứa O3 và O3e subtype. Từ đó, các tác giả kết luận: "Mã di truyền này nhất quán với bộ phận chủ thể của người Hán hiện đại. Nói cách khác, *tổ tiên phần chủ thể của người Hán hiện đại hoàn toàn từ người Trung Nguyên cổ, tức là người Long Sơn."*

Và *"Chúng tôi có thể chắc chắn, ngày hôm nay tộc Hán các nơi của Trung Quốc, từ Đông Bắc tới Quảng Đông, từ Khách Gia Đông Nam tới Lan Châu Tây Bắc, chủ thể là người cổ đại từ Trung Nguyên 5000 năm trước, Hán tộc ngày nay là hậu duệ trực tiếp của người Trung Nguyên cổ, trong phụ hệ Hán tộc, nhiễm sắc thể O3 giữ vị trí thống lĩnh tuyệt đối suốt 5.000 năm, không thay đổi."*

3. Về người Hà Mẫu Độ

Từ di cốt người Mongoloid phương Bắc (sọ 101 và 102) phát hiện ở Hang Thượng, ta có thể giả định rằng từ xa xưa, có những nhóm nhỏ Mongoloid tới vùng cửa sông Dương Tử, bán đảo Sơn Đông sinh sống. Họ săn bắn, hái lượm và đánh cá. Khoảng 5.000 – 6.000 năm TCN, biển rút dần, người Việt làm nông nghiệp từ bên trong lục địa tiến ra phía biển. Tại vùng cửa sông Chiết Giang diễn ra gặp gỡ giữa người trồng lúa và người đánh cá, dẫn tới việc hòa huyết giữa người

Australoid và người Mongoloid. Lớp người lai Mongloid phương Nam được sinh ra. Cho tới 5.000 năm TCN, họ trở thành chủ thể của văn hóa lúa nước Hà Mẫu Độ. Cũng như người Ngưỡng Thiều phía bắc, người Hà Mẫu Độ tăng nhân số nhanh, trở thành đa số trong dân cư phía đông Trung Quốc. Sau 5000 năm TCN, họ tới Đài Loan, đi xuống Đông Dương rồi vượt biển xuống Malaysia, đem nguồn gen Mongoloid phương Nam xuống phía nam, làm cuộc *cách mạng dân cư Đông Nam Á* mà sau này được gọi là quá trình mongoloid hóa dân cư Đông Nam Á.

4. Sự hình thành người trung Hoa

Trình bày ở trên cho thấy, từ khoảng 5.000 năm TCN, trên đất Trung Quốc có hai trung tâm nảy sinh người Mongolid phương Nam là Ngưỡng Thiều và Hà Mẫu Độ. Người Mongoloid phương Nam tăng nhanh số lượng, trở thành đa số trong dân cư trên đất Trung Quốc. Theo tính toán của nhà địa lý kiêm toán học người Anh Buckminster Fuller (12) thì trên duyên hải Đông Á vào thiên niên kỷ IV- III TCN, người Việt chiếm 54% nhân số thế giới. Nếu tính gộp cả phần lục địa, con số đó không dưới 65%. Trên đất Đông Á, người Việt xây dựng nền văn hóa nông nghiệp lúa nước phát triển sớm và rực rỡ nhất thế giới.

Năm 2.697 TCN xảy ra sự kiện lớn làm thay đổi lịch sử Đông Á. Đó là việc liên minh các bộ lạc du mục do thị tộc Hiên Viên lãnh đạo, mở cuộc tấn công lớn tại Trác Lộc, đánh bại quân Việt, vào chiếm vùng hoàng thổ nam Hoàng Hà, lập vương triều Hoàng Đế. Nhiều tài liệu căn cứ vào truyền thuyết cho rằng Viêm Đế và

Hoàng Đế là anh em, trong cùng liên minh bộ lạc. Đó chỉ là khúc xạ của sự kiện xảy ra trong quá khứ mà người ta muốn che giấu thực chất của một cuộc xâm lăng. Một trận đánh lớn, dữ dội, tàn khốc như vậy thời cổ không thể là cuộc chiến giữa người trong bộ lạc mà phải là cuộc đối đầu một mất một còn giữa hai nền văn minh. Cố nhiên, văn minh du mục đã thắng.

Tới đây một vấn đề quan trọng cần minh định: người chiếm đất Việt là ai? Hầu hết sử sách Trung Hoa cho rằng, đó là người Hán: *Từ trận Trác Lộc, người Hán tràn vào nam Hoàng Hà, đuổi người Việt chạy có cờ qua sông Dương Tử*. Nhưng thực tế không phải vậy. Thời điểm đó, chỉ phía nam Hoàng Hà, trên đất của người Việt mới có người Mongoloid phương Nam. Còn phía bờ bắc, nếu có thì số lượng người Mongoloid phương Nam không đáng kể và đang là nô lệ trong các gia đình Mông Cổ (phụ nữ bị bắt làm nô tỳ, con cái họ cùng với cha ông họ là nô lệ) chứ không thể sống thành bộ lạc tự do!

Học giả Zhou Jixu cho rằng, đó là người Ấn - Âu từ phía tây tới. Nhưng sự thực không như vậy. Nếu người Ấn - Âu chiếm vùng cao nguyên Hoàng Thổ lúc đó thì đến nay, Trung Quốc phải có bộ mặt khác. Thời điểm đó, nếu người phương Tây đủ sức chiếm nam Hoàng Hà, chỉ có thể là các bộ lạc Arian vùng Ba Tư, những người sau này đã chiếm Ấn Độ. Kịch bản diễn ra sẽ là, người bản địa bị tiêu diệt tàn khốc, bị bắt làm nô lệ, bị dồn xuống phía nam. Bắc Trung Hoa sẽ là lãnh địa của người Arian với đạo Bàlamôn, chữ Sankrit cùng tình trạng phân chia đẳng cấp nghiệt ngã giống như Ấn

Độ. Kết quả tất yếu sẽ là cuộc chiến tranh sắc tộc tàn khốc liên miên chứ không phải là thời Hoàng Kim Nghiêu, Thuấn. Và điều quan trọng nhất, đại bộ phận dân cư Trung Hoa hôm nay có mã di truyền Ấn – Âu chứ không phải Mongoloid phương Nam như ông Zhou cũng thừa nhận. Trong bối cảnh khu vực thời đó, xâm lăng đất Việt chỉ có thể là người Mông Cổ du mục. Trận quyết chiến diễn ra ở Trác Lộc, trên bờ nam Hoàng Hà tỉnh Hà Bắc, phía bắc của Bắc Kinh. Như vậy, trận đánh diễn ra ở phía bắc của trung du Hoàng Hà chứ không phải phía tây Trung Quốc, nên đó là đất Mông Cổ. Chứng cứ vững chắc nhất là dân cư Trung Quốc hiện nay mang gen Mongoloid phương Nam, là gen của người Mông Cổ mà không phải gen Eurasian của người Ấn-Âu. Cũng không hề có chuyện người Mông Cổ đuổi người Việt chạy có cờ qua sông Dương Tử rồi trở về chế ra chữ Việt bộ Tẩu (越) để cười nhạo kẻ thua trận như người ta hoang tưởng. Thực tế cho thấy, khi người du mục lập vương quốc Hoàng Đế thì trên đất Trung Hoa vẫn tồn tại những quốc gia mạnh của người Việt: Ba, Thục phía tây nam; nước của Đế Lai ở phía đông và Văn Lang của các vua Hùng phía nam Dương Tử. Trên thực tế, đất mà Hoàng Đế chiếm được quá nhỏ so với các quốc gia Việt còn độc lập. Phương tiện ưu thế của quân Mông Cổ là ngựa chiến chỉ có thể phát huy tại cao nguyên Hoàng Thổ. Ra ngoài vùng này, gặp đồng bằng lầy lội, quân xâm lăng không còn lợi thế đó. Cuộc kháng chiến dai dẳng của người Việt còn được ghi trong sách Kỳ môn độn giáp đại toàn thư: *Ngày trước Hoàng Đế đánh Si Vưu, trận Trác Lộc tới nay chưa chấm dứt* (Tích nhật Hoàng Đế chiến Si Vưu, Trác Lộc kinh kim vị nhược hưu). Không chỉ vậy, Thượng thư còn ghi, mãi thời Nghiêu, Thuấn còn phải lo đối phó với rợ Tam Miêu. Một thực tế khác là, dù chiếm được cao nguyên Hoàng Thổ thì do nạn lụt hàng năm uy hiếp và sự kháng chiến ngoan cường của người Việt mà Hoàng Đế và nhiều triều vua sau ông vẫn phải đóng đô ở phía bắc Hoàng Hà. Sử Ký ghi rằng, chỉ tới thời Tần, tức hơn 2000 năm sau, người Tần mới vượt qua sông Dương Tử.

Dựa vào số lượng đáng kể từ vựng phương Tây trong ngôn ngữ phía bắc Trung Quốc vào thời Chu để cho rằng người chiếm nam Hoàng Hà thời đó là người phương Tây là giả thuyết khó thuyết phục! Nhiều khảo cứu di truyền học cho biết, khoảng 15.000 năm trước, có một đợt người từ châu Âu qua Trung Á tới phía tây Trung Quốc. Họ chính là người Á - Âu, con cháu những người Việt sang châu Âu 40.000 năm trước. Mang máu Việt trong huyết quản, cố nhiên họ cũng mang từ vựng Việt trong ngôn ngữ. Ở phía tây Trung Quốc, họ sống thành những tộc du mục. Do chung đụng thời gian dài, nhiều người di cư vào Trung Nguyên đã đem theo từ vựng phương Tây. Một số từ phương Tây trong ngôn ngữ Trung Hoa không phải là kết quả duy nhất do một cuộc xâm lăng mà có!

Vào nam Hoàng Hà, dân cư của Hoàng Đế gặp vùng đất mênh mông, kinh tế trù phú và cuộc kháng chiến bền bỉ của người Việt đông đúc. Khác với người Arian khi chiếm Ấn Độ đã tiêu diệt hoặc bắt người bản địa làm nô lệ, người Mông Cổ thấy không thể bình định bằng sức mạnh quân sự, đã thực thi chính sách chung sống khôn ngoan. Họ để cho phần lớn người Việt cấy cày yên ổn trên đất đai của mình với điều kiện nộp thuế và làm lao dịch. Mặt khác, họ bỏ du mục lại đồng cỏ, học trồng cấy, học tiếng nói, phong tục tập quán của người Việt để thuận lợi cho việc cai trị. Và cố nhiên, do sống gần gũi, đã diễn ra sự hòa huyết giữa hai tộc người. Do nhân số ít, nên chỉ vài ba đời sau, người Mông Cổ thuần chủng không còn, lớp con lai Mông – Việt tự xưng Hoa Hạ, thay thế cha ông Mông Cổ, trở thành lãnh đạo xã hội.

Tài liệu đã dẫn của baike.baidu.com dựa trên di truyền học là chính xác: "Tổ tiên phần chủ thể của người Hán hiện đại hoàn toàn từ người Trung Nguyên cổ, tức là người Longshan"; "Hán tộc ngày nay là hậu duệ trực tiếp của người Trung Nguyên cổ, trong phụ hệ Hán tộc, nhiễm sắc thể O3 giữ vị trí thống lĩnh tuyệt đối suốt 5.000 năm, không thay đổi" và "Văn hóa Longshan, được coi là tổ tiên văn hóa người Hán của bộ tộc Hoa Hạ, di tích Đào Tự xác nhận, ủng hộ quan điểm này."

Như vậy, phát hiện của di truyền học phù hợp với quan niệm đã định hình trong lịch sử Trung Hoa rằng người Hoa Hạ là hậu duệ của Hoàng Đế, tức của những bộ lạc du mục xâm chiếm đồng bằng Trong Nguồn 4.700 năm trước.

Sự kiện này được lý giải ra sao?

Rõ ràng, người Long Sơn không từ trời rơi xuống. Khảo cổ học và di truyền học xác nhận họ là hậu duệ của dân cư văn hóa Ngưỡng Thiều thuộc chủng Mongoloid phương Nam, xuất hiện khoảng 5000 năm TCN. Lịch sử xác nhận 2697 năm TCN xảy ra cuộc xâm lăng của bộ tộc Hoàng Đế và người Hoa Hạ là hậu duệ của Hoàng Đế. Điều này chứng tỏ rằng, người của Hoàng Đế đã hòa huyết với người Long Sơn để sinh ra người Hoa Hạ Long Sơn. *Sự kiện như vậy chỉ xảy ra khi mã di truyền bộ lạc Hoàng Đế vốn đã có sẵn trong máu của người Long Sơn nên không phát sinh chủng người mới.* Từ đây, ta có thể dám chắc rằng, *người của Hoàng Đế là chủng Mongoloid phương Bắc.* Trong khi đó, người bản địa Trung Nguyên, người của văn hóa Long Sơn, như đã được xác định, mang gen Mongoloid phương Nam. Vì vậy, khi số người ít oi của Hoàng Đế hòa huyết với khối người Long Sơn quá đông, đã sản sinh ra người Hoa Hạ Long Sơn mang mã di truyền Mongoloid phương Nam. Sự kiện tương tự cũng từng xảy ra khi người tiền sử đặt chân tới Việt Nam: người Mongoloid hòa huyết với người Australoid. Nhưng do người Australoid quá đông, dẫn đến kết quả, tất cả người sinh ra ở Đông Nam Á suốt thời đồ đá là người Australoid!

Ở đây có điều cần làm rõ sự thật lịch sử là: *Người Hoa Hạ là hậu duệ của Hoàng Đế nhưng phần lớn người Long Sơn cũng như những tộc Việt khác sống khắp đất Trung Hoa cổ, kể cả đồng bằng Trong Nguồn (sau đổi thành Trung Nguyên) không có liên hệ máu huyết gì với Hoàng Đế!* Tuy nhiên, do lịch sử hình thành nên họ cũng mang bộ gen Mongoloid phương Nam, đồng chủng với người Hoa Hạ. Vì vậy khi nhà Thương, Chu rồi Tần, Hán sáp nhập đất đai, dân cư các nước Việt khác vào đế quốc của mình thì phần lớn dân cư nơi đó được gọi là người Hoa Hạ, sau này là người Hán. Trong khi cũng những tộc người Việt ấy nhưng ở ngoài đế quốc Trung Hoa, bị gọi là Man, Di, Rợ. Những tộc người Mông Cổ anh em của Hoàng Đế vẫn sống trên đất Mông Cổ bị gọi là Địch!

Một lần nữa, điều này được chứng thực khi khảo cứu phả hệ Hoàng Đế. Hoàng Đế, Chuyên Húc và Thiếu Hạo là những vị vua có tên theo cách đặt tên của người Mông Cổ. Nhưng sau đó là những vị vua mang tên Việt: Đế Khốc, Đế Chí, Đế Du Võng, Đế Nghiêu, Đế Thuấn, Đế Vũ, Đế Ất (Thành Thang)... Điều đó khiến ta ngờ rằng, các vị đế này là người Việt? Nhiều người tin là vậy tuy chưa ai chứng minh được!

Khi đi sâu tìm hiểu về nguồn gốc nhà Thương, chúng tôi phát hiện ra sự thật. Trong Thương Bản kỷ của Sử ký, Tư Mã Thiên cho biết: Truyền thuyết nói rằng, tộc Thương là hậu duệ của thị tộc Cao Tân, từ lịch sử xa xưa sống ở hạ du Hoàng Hà. Thời vua Thuấn, tộc Thương xuất hiện vị thủ lĩnh quân sự kiệt xuất là ông Tiết. Sau này người Thương gọi là "Vua Đen" và lấy làm thủy tổ. Chương Huyền điểu, Thương tụng trong kinh Thi viết: "Thiên mệnh huyền điểu, giáng nhi sinh Thương, trạch Ân thổ mang mang, đích tụng ca lai tán mỹ tha." ("Thi kinh, Thương tụng, Huyền điểu")

传说商族是高辛氏的后裔，居黄河下游，有着悠久的历史。
舜时，商族出了一位杰出的军事首领契。后来商人把他称作"玄王"，作为始祖，并编出了"天命玄鸟，降而生商，宅殷土茫茫"的颂歌来赞美他《诗经·商颂·玄鸟》。

Như vậy, tổ nhà Thương là Đế Cao Tân, còn gọi là Đế Khốc hay Cốc. Khốc phát âm tiếng Việt cổ là Cốc

- tên của chim Cốc, con chim có màu đen tuyền, ứng với câu "thiên mệnh huyền điểu" trong kinh Thi. Ông vua cuối cùng nhà Thương có thụy hiệu – tên đặt sau khi chết - là Trụ. Đó là chữ Đụ của tiếng Việt khi chuyển sang Đường âm. Việc này cũng giống như tên vua Kiệt là Cặc hay Muội Hỷ chính là biến âm của Mụ Đĩ tiếng Việt.

- Tổ là Đế Khốc, mang tên con chim Cốc của người Việt.

- Vua cuối cùng có tên Việt: Đụ (Trụ).

- Hình biểu tô tem là chim (huyền điểu) và trên đỉnh của nhà Thương khắc nhiều hình chim, biểu trưng của tộc Việt.

- Một điểm đặc trưng về di truyền là vua Thành Thang có nước da đen. Thang là do *than* đọc trại.

Di truyền học cho thấy, người Mông Cổ du mục từ đồng cỏ phía bắc xuống, thuộc chủng Mongoloid phương Bắc (North Mongoloid), có nước da sáng. Nước da đen than của Thành Thang là đặc điểm di truyền của người Việt loại hình Australoid từ Việt Nam lên. Dù có trộn máu Mông cổ nhưng do tỷ lệ máu Australoid chiếm ưu thế nên da của Thành Thang vẫn đen. Điều này thêm một bằng chứng quan trọng xác nhận Thành Thang là người Việt. Như vậy, truy từ tổ xuống hay từ con cháu lên đều chứng tỏ nhà Thương là người Việt.

Vấn đề khó khăn hơn với nhà Chu. Diệt triều Thương Ân của người Việt, nhà Chu nhận thủy tổ là ông Tắc, hậu duệ của Hoàng Đế, xác lập vương thống của người Hoa Hạ sau những triều đại người Việt như Hạ, Thương. Nhưng khi đọc Chu bản kỷ, thấy Tư Mã Thiên viết:

"Chu Hậu Tắc, tên Khí. Mẹ người thị tộc Thai, tên là Khương Nguyên. Khương Nguyên là nguyên phi của Đế Khốc."

(周后稷，名弃。其母有邰氏女，曰姜原。姜原为帝喾元妃。)

Hậu Tắc là con một người nữ thuộc thị tộc Thai. Thai là phát âm trại đi của chữ Thái, tên của bộ tộc người Việt. Trong khi đó, Đế Khốc, như phân tích trên, là vị vua người Việt. Ông Tắc có cha Việt, mẹ Việt nên phải là người Việt. Sử ký còn cho thấy, tổ nhà Thương và tổ nhà Chu là hai dòng con cháu của ông vua người Việt Đế Khốc (Cốc). Tham khảo nhiều tài liệu, Giáo sư Kim Định thấy rằng, tổ nhà Tần là bộ lạc người Việt ở cực tây Trung Quốc, sống bằng du mục nên dũng mãnh (Việt lý tố nguyên). Sau khi diệt lục quốc, Tần Thủy hoàng lập nhà Tần. Như vậy, nhà Tần là vương quốc của người Việt. Lưu vực sông Nguồn là nơi cư trú từ xưa của người Dương Việt hay Di Việt, thời Ân và Tây Chu rất thịnh, sau này thuộc về nước Sở. Thời Chu, Thái Bá và Trọng Ung men theo sông Nguồn xuống miền nam, lấy đất của Dương Việt. Vì người Hoa Hạ không nói được phụ âm "ng" nên tên sông bị phát âm trại thành "Hon, Hòn, Hớn." Sông Hon, hay sông Hòn thành tên gọi chính thức trong xã hội Hoa Hạ. Trong cuộc nổi dậy chống nhà Tần, Lưu Bang có công lớn. Theo tập quán, Hạng Võ lấy tên đất quê Lưu Bang bên sông Hòn để phong tước cho ông. Lưu Bang chấp nhận tước Hòn vương hay Hớn vương. Tới đời Đường, do ngôn ngữ Trung Hoa chuyển hóa thành Đường âm nên sông Hon, Hòn, Hớn được gọi là sông Hán hay Hán Thủy. Cũng từ đấy Hòn vương chuyển thành Hán vương. Theo đà biến chuyển của lịch sử, vương triều Hán chuyển thành nước Hán, người Hán! Lịch sử còn ghi, Võ Tắc Thiên, nữ vương duy nhất của Trung Quốc cũng là người Việt. Khi còn là cô gái trong gia đình thì bà có tên là Mị Nương, một tên thường dùng cho phụ nữ quý tộc người Việt. Khi làm vua, trong nhiều danh xưng bà có hai tôn hiệu là *Việt Cổ*:

Việt Cổ Kim Luân Thánh Thần hoàng đế (越古金轮圣神皇帝) và

Từ Thị *Việt Cổ* Kim Luân Thánh Thần hoàng đế (慈氏越古金轮圣神皇帝). Ngay trong danh xưng này cũng thể hiện tính cách Việt: bà dùng *Việt Cổ* theo lối nói Việt chứ không phải *cổ Việt* theo cách nói Hoa Hạ.

Tần Thủy hoàng rồi sau đó Lưu Bang sáp nhập đất đai, dân cư cùng văn hóa các quốc gia Việt là Triệu, Tề, Yên, Sở, Ngô, Việt, Ba, Thục... và một phần Văn Lang thành nước Hán. Một kết luận được rút ra: *nước Hán trên thực tế là quốc gia của người Việt với con người, đất đai và văn hóa Việt*. Từ phân tích trên, có thể suy ra cây phả hệ người Trung Hoa như sau:

Hiên Viên là thủ lĩnh những bộ lạc người Mongoloid phương Bắc (North Mongoloid) chiến thắng người Việt bản địa, vào chiếm vùng hoàng thổ phía nam Hoàng Hà, lập ra vương triều Hoàng Đế. Hoàng Đế kết hôn với phụ nữ Mông Cổ sinh ra người con trai mang gen Mông Cổ là Chuyên Húc. Chuyên Húc có vợ là người Mông Cổ sinh con trai là Thiếu Hạo. Do số lượng người Mông Cổ vào nam Hoàng Hà ít và sinh suất thấp nên rất có thể, tới lúc này ở trong vùng không còn người Mông Cổ thuần chủng. Vì lẽ đó, Thiếu Hạo không tìm được phụ nữ Mông Cổ thuần chủng để kết hôn, buộc phải lấy vợ người bản địa (cũng không loại trừ khả năng, do phát hiện ưu thế nào đó của phụ nữ bản thổ nên trai Mông Cổ đua nhau lấy vợ Việt?) Thiếu Hạo lấy vợ Việt, sinh ra Đế Khốc mang mã di truyền Mongoloid phương Nam, da đen, được đặt tên theo totem Việt là chim Cốc. Đế Cốc lấy bà Khương Nguyên, một phụ nữ Việt tộc Thái. Hậu duệ của bà Khương Nguyên là ông Tắc, tổ nhà Chu. Một dòng con cháu khác của Đế Khốc sinh ra tổ nhà Thương là ông Tiết hay Khiết, chính là chim Két của âm Việt. Một vị thủy tổ Mông Cổ nhưng rồi con cháu 4 - 5 đời sau lại là Việt! Tương tự, những dòng con cháu của Đế Chí, Đế Du Võng, Đế Nghiêu... sinh ra các dòng Việt khác sống khắp Trung Nguyên. Tới đây, có lẽ cũng cần làm rõ nghĩa gốc của địa danh Trung Nguyên. Đất này vốn là lưu vực của sông Nguồn, con sông nằm ở tả ngạn Dương Tử với chiều dài khoảng 1.532 km, diện tích lưu vực 174.300 km². Sông bắt nguồn từ miền tây nam tỉnh Thiểm Tây, tại khu vực Bàn Trủng Sơn thuộc huyện Ninh Cường, sau đó chảy tới tỉnh Hồ Bắc. Nó tiếp nhận nước của các sông Tư Thủy Hà, Đổ Hà, Đan Giang, Đường Bạch Hà rồi đổ vào sông Dương Tử tại Vũ Hán, thủ phủ tỉnh Hồ Bắc. Trong khi những con sông khác nhận nước từ tuyết tan của các dãy núi thì sông Nguồn nhận nước mạch từ lòng đất của dãy Tần Lĩnh chảy theo nhiều con suối tạo thành. Trong các chi lưu làm nên sông Nguồn có dòng

Đan Giang dài 800 km, nước xanh đen nên ngày xưa tiếng Việt gọi là sông Đen, sau này người Hoa gọi trại đi thành Đan Giang. Nhưng sau khi đổ vào sông Nguồn thì nước trở nên trong suốt. Người Việt gọi là sông Nguồn, ngọn Nguồn hay Trong Nguồn (Nghĩa me như nước Trong Nguồn chảy ra). Đây là đất Dương Việt vào thời Chu. Sau này được coi là đất phát tích của người Hoa Hạ. Đồng thời đổi cách đọc: *Trong Nguồn* thành *Trung Nguyên*. Do đổi tên mà suốt 2000 năm, người Việt không nhận ra đất cũ của mình và không hiểu nghĩa câu ca *Nghĩa Mẹ như nước Trong Nguồn chảy ra*.

Như vậy, người Hoa Hạ chắc chắn là người Việt nhưng không chỉ là con cháu của Hoàng Đế mà còn là hậu duệ của những dòng Mông Cổ khác trong cuộc xâm lăng năm 2.697 TCN.

Khoảng 5.000 năm TCN, trên đất Trung Hoa có hai trung tâm phát sinh người Việt chủng Mongoloid phương Nam là Ngưỡng Thiều và Hà Mẫu Độ. Từ cuộc xâm lăng của Hiên Viên, tại vùng hoàng thổ phía nam Hoàng Hà xuất hiện trung tâm phát sinh người Mongoloid phương Nam mới do hòa huyết giữa người Mông Cổ và người Việt bản địa, tự nhận là Hoa Hạ. Cho tới 2.000 năm TCN, ba dòng người Mongoloid phương Nam trở thành chủ thể trên đất Trung Hoa.

Từ phân tích trên, có thể kết luận: người Hoa Hạ là dòng Việt sinh ra từ cuộc xâm lăng của người Mông Cổ do tộc Hiên Viên dẫn đầu. Người Trung Hoa (người Hán) là hỗn hòa của ba dòng người Việt sinh ra do sự hòa huyết giữa người Việt cổ (Australoid) và người Mongoloid ở những thời kỳ lịch sử khác nhau. Hoa Hạ là danh xưng "cao quý" của chủng người Mogoloid phương Nam sinh ra trong vương quốc của Hoàng Đế. Trên thực tế, người Hoa Hạ chỉ tồn tại trong thời gian ngắn rồi hòa tan trong cộng đồng Việt đông đúc. Tuy người Hoa Hạ không còn nhưng tên Hoa Hạ được dùng chung cho người Hán và được các vương triều tiếm dụng. Một lầm lẫn lịch sử được mặc nhiên thừa nhận rộng rãi: chỉ là tổ tiên của một bộ phận người Hoa Hạ nhưng sau này Hoàng Đế được suy tôn là tổ chung của cả dân tộc Trung Hoa!

Từ phân tích trên cho thấy, có một phần như học giả Zhou Jixu nhận xét, về danh nghĩa người bản địa bị chìm lấp đi, bị loại khỏi lịch sử và văn hóa bị chiếm đoạt. Nhưng trên thực tế, kẻ bị xâm lăng đã đồng hóa kẻ xâm lăng, trở thành chủ thể của đất nước Trung Hoa. Cái được gọi là Hoa Hạ chỉ tồn tại trên danh nghĩa. Trên thực tế, Tần Hán là quốc gia của người Việt. Văn hóa Trung Hoa cũng là văn hóa của người Việt!

Do khám phá bí mật này, chúng ta mới hiểu vì sao từ xa xưa người Việt Nam luôn hướng về Núi Thái, Sông Nguồn; mới hiểu ý nghĩa của truyền ngôn: *Hoa Việt đồng văn đồng chủng!* Cũng vậy, ta mới hiểu vì sao người Trung Hoa không chỉ nhận là con cháu của Viêm Đế, Hoàng Đế mà còn nhận các vị Toại Nhân, Phục Hy, Nữ Oa làm tổ của mình.

Tài liệu tham khảo:

1. J.Y. Chu & đồng nghiệp: *Genetic relationship of population in China.* Proc. Natl. Acad. Sci.USA 1998 số 95 tr. 11763-11768.

2. Stephen Oppenheime. *Rời khỏi địa đàng chiếm lĩnh thế giới (Out of Eden Peopling of the World)* (http://www.bradshawfoundation.com)
3. Stephen Oppenheime. *Cuộc du hành của loài người trên Trái đất (Journey of Mankind the Peopling of the World)* (http://www.bradshawfoundation.com/journey/).
4. Spencer Wells. *Cuộc hành trình của loài người: một Odyxê gen (The Journey of Man: A Genetic Odyssey.* National Geographic, 21 tháng 1 năm 2003.
5. S.W. Ballinger& đồng nghiệp: *Southeast Asian mitochondrial DNA Analysis reveals genetic continuity of ancient Mongoloid migration.* Genetic 1992 số 130 Tr.139-45
6. Nguyễn Đình Khoa. *Nhân chủng học Đông Nam Á.* NXB Đại học và Trung học chuyên nghiệp. H, 1983
7. Tổ tiên người châu Âu là ai? *(http://www.radio-canada.ca/nouvelles/Science-Sante/2007/08/07/004-europe-colonisation-asie.shtml?ref=rss*
8. Hà Văn Thùy. *Hành trình tìm lại cội nguồn.* NXB Văn học. 2008.
9. Hà Văn Thùy. *Hành trình tìm lại cội nguồn.* NXB Văn học. 2008.
10. Hà Văn Thùy. *Tìm cội nguồn qua di truyền học.* NXB Văn học. 2011
11. http://baike.baidu.com/view/22365.htm
12. Dẫn theo Vũ Hữu San. *Vịnh Bắc Việt.* Tái bản 2004. Tripod.com.

CHƯƠNG III

BÁCH VIỆT

Như trình bày ở trên, cuối thế kỷ III TCN, nhà Tần sáp nhập đất đai, con người và văn hóa các quốc gia Việt vào đế quốc Tần. Do hoàn cảnh lịch sử để lại, người Hoa Hạ trở thành tầng lớp ưu tú lãnh đạo đế quốc. Kế tục nhà Tần, nhà Hán củng cố, mở rộng cương thổ và thực thi chính sách trường kỳ, kiên định đồng hóa các sắc dân Việt trong lãnh thổ về huyết thống và văn hóa với chiến lược xây dựng một đế quốc Trung Hoa thống nhất mà dân tộc Hán là chủ đạo. Tuy nhiên, sau hơn 2000 năm, trên đất Trung Hoa, dù bị đồng hóa một cách khốc liệt, người Việt, dưới danh xưng Bách Việt vẫn duy trì diện mạo riêng, không chỉ về di truyền mà càng rõ nét hơn về văn hóa.

Theo quan niệm phổ cập hiện nay, Bách Việt là danh xưng để chỉ những sắc dân hay nước Việt từng tồn tại từ thời Tần Hán trở về trước ở phía nam sông Dương Tử. Thuật ngữ Bách Việt xuất hiện lần đầu tiên trong sách Lã Thị Xuân Thu, thiên Thị Quân: "Phía nam Dương Hán, *trong khoảng Bách Việt*, những đất Tệ Kha, Chư Phu, Dư My, các nước Phộc Lâu, Dương Xuất, Hoan Đâu, phần nhiều không có vua." (1) Âu Đại Nhậm trong Bách Việt tiên hiền chí viết: "Cháu sáu đời của Câu Tiễn là Vô Cương cất quân đánh Sở, bị vua Sở Hùng Thích đánh bại. Vô Cương bỏ Lang Gia, đi đến ở Đông Vũ. Nước Việt tan. Các con của Vô Cương định cư ở duyên hải Giang Nam, chia nhau kẻ làm quận trưởng, người làm vương, tất cả đều thần phục Sở, gọi là Bách Việt. Châu Dương từ đấy bị phân chia. Cối Kê lấy các sao phương Nam là sao Thuần, sao Vỹ để định cương giới, đất Cối Kê thuộc vào Nam Hải. Khi Tần diệt Sở, vương Tiễn cai trị Dương Việt, chia cắt thành ba quận Nam Hải, Quế Lâm và Tượng. Con cháu Úy Đà thần phục nhà Hán. Họ Triệu cai trị cả ba quận ấy, lại kiêm thêm các quận Hợp Phố, Thương Ngô, Uất Lâm, Giao Chỉ, Cửu Chân, Châu Nhai, tổng cộng là chín quận. Nay vùng Nam Việt, bắc giáp Cô Tư đến tận Cối Kê là đất của Việt vậy. Phía đông, Vô Chư đóng đô ở Đông Trị đến Chương Tuyền là Mân Việt. Đông Hải vương là Diêu, đóng đô ở Vĩnh Gia là Âu Việt. Lãnh thổ xưa của Dịch Hu Tống, chạy dài từ sông Tương, sông Ly về phía nam là Tây Việt. Các đất Tang Ca, Tây Hạ, Ung, Dung, Tùy, Kiến là Lạc Việt vậy." (2)

Người Bách Việt từng xuất hiện trên đất Trung Hoa là sự thật lịch sử. Việc di duệ người Bách Việt hiện tồn tại ở phia nam Trung Hoa với phong tục tập quán, tiếng nói riêng cũng là một thực tế không ai phủ nhận. Tuy nhiên, do nhiều nguyên nhân, Bách Việt chưa được khảo cứu kỹ, dẫn tới những hiểu biết chưa chính xác về con người, lịch sử và văn hóa Bách Việt. Hơn nửa thế kỷ trước, học giả La Hương Lâm ở Đài Loan xuất bản cuốn Bách Việt nguyên lưu dữ văn hóa (1), khảo cứu về nguồn gốc, địa vực cùng văn hóa các nước Bách Việt. Đây là một trong những công trình hiếm hoi và có giá trị về Bách Việt. May mắn được người bạn tặng bản dịch viết tay của cụ Vọng Chi Nguyễn Chí Viễn, chúng tôi xin dựa vào tư liệu của tác giả để trình bày về những vấn đề liên quan tới Bách Việt. Nhân đây, chúng tôi xin tỏ lời biết ơn nhiều tới cụ Vọng Chi và gia đình.

Trong Bách Việt nguyên lưu dữ văn hóa, học giả La Hương Lâm viết: "Y theo tình huống địa lý ngày nay mà nói, Bách Việt là ở vòng mấy tỉnh miền Tây Nam Trung Quốc, như Xuyên, Điền, Kiềm, Quế v.v... Phía nam suốt đến An Nam và một bộ phận ở Tiêm La, Miến Điện. Phía đông ven theo biển như các tỉnh Quảng Đông, Phúc Kiến, Chiết Giang... mà còn ở cả miền giao giới Hoãn, Cống, Ngạc nữa."

Nhìn tổng quan, có thể thấy rằng, các tên Việt trên là mảnh vỡ của những quốc gia Việt cổ đại như Ba, Thục, Ngô, Việt, Sở, Văn Lang... sau cuộc xâm lăng của Tần Hán. Tùy theo thịnh suy, yếu mạnh của triều đình trung ương, các đầu lĩnh người Việt lãnh đạo dân chúng nổi dậy, lập những nước Việt độc lập.

Dưới đây xin trình bày những nét chính yếu của các nước thuộc cộng đồng Bách Việt trong lịch sử.

I. Những nước Việt trong lịch sử

1. Ư Việt:

Nước Ư Việt, còn gọi là Vu Việt. Khi nhà Thương Ân đang thịnh, Ư Việt bị kiềm chế, không hoạt động nhiều. Nhà Chu lên, chưa củng cố được lãnh thổ, Ư Việt nhân đó quật khởi. Sử ký Việt vương Câu Tiễn thế gia viết: "Dư địa chí nói, Việt hầu truyền nước hơn 30 đời, trải nhà Ân đến nhà Chu. Thời vua Kính vương, có Việt hầu là Phu Hỗn, con là Doãn Thường, mở rộng đất đai, xưng vương. Thời Xuân Thu biếm xuống làm tước tử, hiệu là Ư Việt." Sách kim bản Trúc thư kỷ niên ghi: "Chu Thành vương năm thứ 24, nước Ư Việt lai tân." Điều này cho thấy, thời đầu nhà Chu, nước Việt đã hoạt động. Hoài Nam Tử trong sách Tề tục huấn viết: "Vua nước Việt là Câu Tiễn cắt tóc vẽ mình, không trang phục bì, biền, tấn, hốt (đội mũ biên da, đeo hốt), dung nghi nghiêm trang ấp tốn." Người Ư Việt lấy Cối Kê làm căn cứ, thời Xuân Thu xưng vương rất hiển hách, duy trì cường thịnh được 200 năm.

Sang đời Hán, tuy bị sáp nhập Hán quốc, nhưng người Ư Việt vẫn nổi lên đòi độc lập. Hán thư quyển 64, Nghiêm Trợ truyện chép: "Người Việt muốn gây biến tất ở trong địa giới Tiên Điền, Dư Can". Dư Can là Nhiêu Châu tỉnh Giang Tây ngày nay. Như vậy, đầu thời Tây Hán, vùng đông bắc tỉnh Cống vẫn là sở cư của Việt tộc. Không những thế, người Mân Việt, do Ư Việt phân rã, vào gây hấn ở Tầm Dương của Cửu Giang. Điều này cho thấy, người Việt cư trú từ đông bắc tỉnh Cống cho tới đông nam Cửu Giang. Đầu nhà Hán, cảnh vực nước Ư Việt vẫn rộng đến thế thì thời Xuân Thu còn bao quát lớn hơn nhiều. Nói tóm lại, cương vực nước Ư Việt gồm bảy phủ Thanh, Thiệu Hưng, Ninh Ba, Kim Hoa, Cù, Ôn, Đài. Còn ba phủ Hoàng, Gia, Hồ thì phân giới với nước Ngô. Sách Quốc ngữ Việt ngữ thượng nói: "Đất của Câu Tiễn, nam đến Cù Vô, phía tây đến Cô Miệt, rộng liền 100 dặm."

2. Âu Việt

Một chi của Ư Việt về sau đổi thành Âu Việt, cũng gọi là Đông Việt, lấy đất Âu Giang phía nam Chiết Giang ngày nay làm trung tâm, bao gồm ba phủ Thanh,

Ôn, Đài cùng các đảo ở ven biển. Thời nhà Tần không theo Tần. Vua Mân Việt là Vô Chư, vua Việt Đông là Dao, trước đều là con cháu Việt vương Câu Tiễn. Khi chư hầu phản nhà Tần, Vô Chư và Dao xuất lĩnh Việt tộc đánh Tần. Thủ lĩnh Âu Việt thời Hán Huệ đế từng được phong vương, sau đó giao chiến với Mân Việt, thua trận rồi đưa 40.000 dân xin di chuyển vào Trung Quốc, ở khoảng Giang, Hoài.

3. Mân Việt

Mân Việt cũng là một chi của Ư Việt. Tần Thủy hoàng lấy đất cũ của Mân Việt, tức Phúc Kiến ngày nay, đặt làm Mân Trung quận, phế thủ lĩnh Mân Việt làm quận trưởng. Sau Vô Chư giúp nhà Hán có công, được phong làm Mân Việt vương, đóng đô ở Đông Dã, tức Phúc Châu ngày nay. Hán thư Vương Trợ truyện chép: "Hoài Nam vương An dâng thư lên Hán Vũ đế: "Việt (Mân Việt) là nước phương ngoại, dân cắt tóc vẽ mình, không thể dùng quốc pháp quan đới xử lý vậy... Ở trọng hang suối, rừng núi, tập luyện thủy chiến, tiện dùng về thuyền, đất thâm u, sông nước hiểm, lấy địa đồ, xét về sông núi, ách yếu, gần nhau gang tấc mà tưởng chừng gián cách trăm ngàn dặm, hiểm trở rừng rậm, không thể thấy rõ. Muốn vào Trung Quốc phải xuống Lãnh Thủy. Sông Lãnh Thủy núi cao chót vót, dưới sông có đá ngầm, thuyền đụng phải là vỡ, không thể dùng thuyền lớn để chở lương thực vậy... Vả người Việt tài kém sức yếu, lại không có xe ngựa cung tên, không quen lục chiến, nhưng không vào được là nhờ có địa điểm để cố thủ, mà người Trung Quốc lại không phục thủy thổ vậy. Thần nghe nước Việt giáp binh không dưới 200.000 cho nên muốn vào nước Việt, số quân phải gấp năm lần mới được." Như vậy, có thể thấy, thời đầu nhà Hán, nước Mân Việt khá cường thịnh. Nước Mân Việt thời đầu Tần Hán, phía đông tới đảo Đài Loan, Bành Hồ, Lưu Cầu; phía tây vươn tới đông bắc tỉnh Cống. Cũng Nghiêm Trợ truyện viết: "Mân Việt muốn gây biến, tất trước phải do

trong giới Dư, Can mà thủ lãnh từng âm mưu đi đốt lâu thuyền nhà Hán ở Tầm Dương, đấy đều là ở đông bộ hoặc bắc bộ tỉnh Cống." Hoài Nam tử nhân gian huấn chép: "Tần Thủy hoàng phát quân 500.000 chia làm năm quân đoàn cùng Việt giao chiến. Một quân đoàn đóng ở sông Dư Can, đông bắc tỉnh Cống." Nhà Tần đối với việc thú bị Mân Việt không ở đất Mân mà ở đông bắc tỉnh Cống, thế thì bấy giờ đông bắc tỉnh Cống vẫn còn là biên giới của Mân Việt.

Hán thư Lưỡng Việt truyện chép: "Nguyên Đỉnh năm thứ 5, Nam Việt phản, Dư Thiện giữ nước đôi ngầm thông Nam Việt, kịp khi Hán phá Phiên Ngung, Lâu thuyền tướng quân Dương Bộc dâng thư xin đem quân đánh Đông Việt, thiên tử lấy quân sĩ mệt mỏi, không cho đánh, bãi binh, sai tướng hiệu lưu đồn ở Dự Chương, Mai Lĩnh đợi lệnh... Dư Thiện liền phát binh chặn Hán đạo, cùng bọn Lưu Lực Làn thôn Hải tướng quân, vào Bạch Sa, Vũ Lâm, Mai Lĩnh giết ba quan hiệu úy nhà Hán. Nhà Hán sai Hoành Hải tướng quân Hàn Thuyết xuất quân Cú Chương, vượt biển đi phương Đông. Lâu thuyền tướng quân Dương Bộc xuất quân Vũ Lâm, Trung úy Vương Ôn Thư xuất quân Mai Lĩnh, Việt hầu làm qua thuyền Hạ Lại tướng quân, xuất quân Như

Tà, Bạch Sa. Nguyên Phong năm đầu mùa đông, đều vào Đông Việt. Đông Việt phát binh cứ hiểm, sai Tuân Bắc tướng quân giữ Vũ Lâm, đánh bại mấy quan hiệu úy lâu thuyền, giết trưởng lại. Dao vương là Cư Cổ mưu giết Dư Thiện, đem quân hàng Hoành Hải, phong Cư Cổ làm Đông thành hầu... Thiên tử chiếu rằng: "Đông Việt hẹp, hiểm trở. Mân Việt hay phản phúc. Chiếu cho quân lại, di hết dân đến miền Giang Hoài." Tới đây, cả Mân Việt cả Đông Việt đều nhập Trung Quốc.

4. Đông Đề

Đông Đề bao gồm các hòn đảo Đài Loan, Bành Hồ, Lưu Cầu ngày nay, là một bộ phận của Mân Việt. Trong khi Mân Việt đã nhập Trung Quốc thì do biển khơi cách trở nên Đông Đề vẫn giữ độc lập, trở thành một chi phái của tộc Việt. Hậu Hán thư Đông Di liệt truyện chép: "Ngoài biển Cối Kê có người Đông Đề, chia làm hơn 20 nước." Lâm Huê Tường trong cuốn Đài Loan phiên tộc nguyên thủy văn hóa cũng nói: "Người Đông Đề là thổ dân ở các nơi Đài Loan, Lưu Cầu ngày xưa. Chữ Đề trong Đông Đề và chữ Đài trong Đài Loan là cùng một từ mà dịch khác nhau. Tùy thư Đông Di truyện nói: "Nước Lưu Cầu ở giữa hải đảo, phía đông quận Kiến An, đi biển năm ngày thì đến. Nhiều sơn động. Vua nước đó họ Hoan Tư, tên là Khát Thích Đâu. Chẳng hay nước ấy có từ thời đại nào. Thổ dân gọi là Khả Lão Dương, vợ gọi là Bạt Trà, ở ba la Đàn động, ba trùng hào nước chảy chung quanh. Trồng cây gai làm hàng rào. Nhà của vua ở rộng 16 gian, chung quanh khắc chạm cầm thú, có cây đấu lũ, tựa cây quất mà rậm lá, những cành nhỏ rủ xuống như tóc. Nước có 4-5 tướng súy thống lĩnh các động, mỗi động có một tiểu vương. Thường có thôn như Ô Liếu, Súy... đều tự chọn người thiện chiến đứng đầu xử lý mọi việc trong thôn... Vua cưỡi con thú bằng gỗ, sai lính hầu khiêng đi, dẫn đạo và tùy tùng không quá 10 người. Người Lưu Cầu mắt sâu mũi dài, tựa như người Hồ. Đàn bà thường trổ hình rắn trên tay. Trai gái quen biết yêu nhau rồi thành đôi lứa. Khi yến hội, người cầm ly rượu, song đợi hô tên rồi mới uống. Dâng rượu vua cũng xưng hô vua, đụng ly cùng uống... Người chết gần tắt thở được đưa ra sân, thân bằng đến khóc điếu, rồi tắm xác chết, lấy vải lụa quấn kín, lấy cỏ lau bọc ngoài, đào đất chôn, không dùng quan tài, phía trên không đắp phần mộ... Ruộng đất phì nhiêu, trước hết đốt cỏ rồi dẫn nước vào ruộng, cầm cái búa cán dài bằng tre hay bằng gỗ, lưỡi bằng đá rộng hai tấc (20 cm), để xới đất, trồng lúa. Người thổ dân Đài Loan ngày nay là di duệ của Đông Đề.

5. Dương Việt

Dương Việt hay Di Việt cư trú ở vùng Hán Thủy, thời Ân và Tây Chu rất thịnh. Sau thời Xuân Thu, Sử ký Sở thế gia chép: "Hùng Cừ (vua Sở) rất được lòng dân miền Giang Hán, bèn đem quân đánh các nước Dung, Dương Việt. Đến Ngạc, Hùng Cừ nói: "Ta là man di vậy, không cùng hiệu thụy Trung Quốc, bèn lập con trưởng là Khang làm Câu Đản vương, con thứ Hồng làm Ngạc vương, con út là Chấp Tỳ làm Việt Chương vương, đều ở đất Sở man giang thượng." Nước Ngạc ở Vũ Xương ngày nay. Nước Dung là huyện Trúc Sơn tỉnh Hồ Bắc. Như vậy Dương Việt ở vào khoảng trung du Hán Thủy. Sở Hùng Cừ thôn tính ba nước Dung, Ngạc, Dương Việt vào thời vua Di vương nhà Chu. Điều này cho thấy, vào năm cuối thời Tây Chu, người Dương Việt còn tụ cư ở trung du Hán Thủy. Lưu vực Hán Thủy từ Xuân Thu về sau hoàn toàn thuộc về Kinh Sở.

Nhà Chu từ vua Thái vương thiên đô tới đất Kỳ Sơn thượng du Vị Thủy, nam giáp Bao Tà, là thượng du Hán Thủy. Hai ông Thái Bá và Trọng Ung nhà Chu men theo Hán Thủy xuống miền nam, lấy đất của Dương Việt, nhưng theo tục của người Việt. Về sau con cháu theo sông Giang Hán sang miền Đông tới đất Ngô, được vua Vũ vương phong là bá nên truy xưng là Ngô Thái Bá. Sử ký Ngô Thái Bá thế gia ghi: " Ông Thái Bá chạy đến Kinh Man tự hiệu là Câu Ngô, người Kinh Man khâm phục ông nghĩa khí, theo đến hơn ngàn nhà… Chu Vũ vương đánh được nhà Thương, tìm con cháu của Thái Bá và Trọng Ung, tìm được Chu Chương đang làm vua nước Ngô. Vua Vũ vương nhân đấy phong luôn." Như vậy, ông Thái Bá ở đất Kinh Việt đã cắt tóc vẽ mình theo thổ tục người Việt.

Sử ký Sở thế gia chép: "Thành vương Uẩn năm đầu, mới lên ngôi, sai sứ hiến lên thiên tử. Thiên tử ban thịt tộ mà nói: Mi trấn giữ miền nam, đừng để Di Việt tác loạn, xâm nhập Trung Quốc. Do đấy đất Sở ngàn dặm." Gọi Di Việt do chữ Di và chữ Dương thời cổ cùng âm.

Dương Việt tuy lấy lưu vực Hán Thủy làm trung tâm nhưng có lúc địa vực còn mở rộng hơn. Sau khi bị Hùng Cừ nước Sở thôn tính, một phần đồng hóa theo Sở, một bộ phận dời xuống miền nam ở lẫn với các chi Việt khác tại giao giới các tỉnh Nhật Tương, Kiềm, Hoãn, Cống, Quế, Việt. Việt tộc ở các miền đều tự giữ đất xưng hùng.

6. Sơn Việt

Ư Việt, Mân Việt cùng Dương Việt sau khi bị Sở, Tần, Hán thôn tính, tuy đại thể đã thuộc Hán nhưng di duệ vẫn còn một bộ phận gọi là Sơn Việt. Trong khoảng từ Tam Quốc đến Đường xuất hiện ở miền giao giới các tỉnh Mân, Chiết, Hoãn, Cống. Tuy chưa tới mức cắt đất xưng hùng nhưng bất thần quật khởi như thế cục thời Tam Quốc, không thể xem thường. Tam Quốc chí Ngô chí Tôn Phụ truyện: "Thuật (Viên) rất oán Sách, bèn ngầm sai đem ấn thụ cho bọn Đan Dương tôn súy, Lăng Dương, Tổ Lạng, khiến khích động Sơn Việt, mưu đồ giáp công Sách. Sách tự làm tướng, đánh cho Lạng bại." Điều này cho thấy Sơn Việt có sức khiên chế Tôn Ngô. Lại Lục Tốn truyện: "Đan Dương tặc là Phí Sạn, nhận ấn thụ của Tào công, phiến động Sơn Việt làm nội ứng. Quyền sai Tốn đánh Sạn, tức thời phá địch, đem bộ ngũ ba quận miền Đông, được tinh binh mấy vạn người." Đương thời Sơn Việt được hào kiệt Trung Nguyên trọng thị, chứng tỏ Sơn Việt thế lực không nhỏ, là mối lo tâm phúc cho Đông Ngô. Tuy nhiên Đông Ngô, Tào Tháo cùng Lưu Bị cũng chỉ dùng chính sách mềm dẻo để liên hòa mà không dám khinh suất dùng binh. Sơn Việt lấy quận Đan Dương làm trung tâm. Tam quốc chí Ngô chí Gia Cát Khắc truyện: "Khắc cho là núi Đan Dương hiểm trở, dân nhiều dũng cảm, tuy trước có phát binh, chỉ lấy được bình dân ở ngoài huyện mà thôi, còn những nơi sâu xa không thể lấy được. Chúng nghị đều cho là Đan Dương địa thế hiểm trở, cùng với bốn quận: Ngô quận, Cối Kê, Tân quận, Bà Dương tiếp liền nhau, chung quanh mấy ngàn dặm sơn cốc vạn trùng... Núi sản xuất đồng sắt, tự đúc binh khí, tục hiếu võ tập luyện chiến đấu, khí lực cao thượng. Họ trèo núi vượt hiểm, xung đột bụi rậm gai góc, như cá ngoi nước, như vượn trèo cây vậy; rình lúc sơ hở, đột xuất ăn cướp. Quan binh tới đều tìm nơi hang hốc ẩn tàng, khi đánh nhau thì xúm lại như ong, bại thời lủi như chim, từ xưa đến giờ chưa kiềm chế được." Sau đó Tư Mã Khắc thu phục được.

7. Nam Việt

Nam Việt là một bộ phận của Dương Việt, lấy đất ở phía nam Dương Việt nên gọi là Nam Việt. Trong khoảng Tần Hán, Nam Việt đã từng lập thành đại quốc. Trước khi bị Tần chiếm, Nam Việt vẫn quan hệ qua lại với Ư Việt. Người Sở trong khi kiêm tính Bách Việt vẫn chưa đổi hết tổ chức nội hệ của người Việt.

Nhà Tần sai úy Đồ Thư xuất quân 500.000, chia làm 5 đạo: một đạo đóng ở núi Đàm Thành (tây nam Vũ Lâm, tiếp với Uất Nam), một đạo giữ ở biên ải Cửu Nghi (Linh Lăng), một đạo đóng ở Phiên Ngung, một đạo giữ biên giới Nam Dã (thuộc Dự Chương), một đạo giữ ở Dư Can (Dự Chương). Tam quân không lúc nào cởi giáp buông cung. Giám Lộc không vận lương được, phải đem quân đào cừ thông sông Tương với sông Ly để thông đường vận lương đánh Việt. Giết vua Tây Âu là Dịch Hu Tống. Người Việt đều chạy vào trong rừng sâu, cùng ở với cầm thú, không để cho người Tần bắt. Đặt Kiệt Tuất làm tướng. Ban đêm tập công, phá tan quân Tần, giết úy Đồ Thư và mấy vạn người thây chất thành núi, máu chảy thành sông rồi lập đồn thú để phòng bị."

Hán thư Nghiêm Trợ truyện chép: "Hoài Nam vương dâng thư vua Vũ đế luận về người Tần dùng quân sự với nước Nam Việt: "Thần nghe trưởng lão nói, Tần từng sai úy Đồ Thư đánh Việt rồi phát binh đồn thú để phòng bị. Lúc bấy giờ trong ngoài chấn động, trăm họ nôn nao, người đi không trở về, cùng nhau lẩn trốn, tập làm giặc cướp, do đấy mà khởi lên nạn Sơn Đôi vậy."

Sử ký Nam Việt úy Đà truyện: "Vua Nam Việt là Đà, người Chân Định, họ Triệu. Nhà Tần đã kiêm tính thiên hạ, lược định Dương Việt, đặt Quế Lâm, Nam Hải và Tượng Quận để di dân cùng ở lẫn với người Việt. Thời Tần, Đà được dùng làm Nam Hải Long Xuyên lệnh. Đến thời Nhị Thế, Nam Hải úy là Nhâm Ngao, bị bệnh kịch, trước khi chết, triệu Long Xuyên lệnh Triệu Đà mà bảo rằng: Đất Phiên Ngung tựa núi hiểm trở. Nam Hải đông tây mấy ngàn dặm, lại có người Trung Quốc phò trợ, đấy cũng là một châu vậy, có thể lập quốc. Còn trưởng lại trong quận thời không đáng nói, nên tôi nói để ông rõ." Đoạn làm lệnh giả cho Đà thay mình làm Nam Hải úy. Nhâm Ngao chết, Đà truyền hịch thông cáo các quận Hoành Phố, Sơn Dương, Hoàng Khê rằng, giặc sắp đến, gấp chặn đường đóng quân tự thủ. Rồi kiếm cớ giết hết các trưởng lại nhà Tần bổ dụng, đem thuộc hạ thay thế. Nhà Tần bị diệt, Đà đánh lấy Quế Lâm, Tượng Quận, tự lập làm Nam Việt võ vương."

Triệu Đà và cháu ông là Văn vương, xưng đế, nghiêng ngửa với nhà Hán. Lúc cường thịnh cương vực Nam Việt phía đông bao bọc Mân Việt, bắc suất tới Hành Do, Tây kiêm Quảng Tây, Việt Nam ngày nay, nam tới đảo Hải Nam, lấy quận Nam Hải, tức Quảng Đông làm căn bản. Nhà Triệu truyền 5 đời, 93 năm.

8. Tây Âu

Tâu Âu là một chi trong Bách Việt, nay bao gồm Liễu Giang tỉnh Quảng Tây trở về đông; tây nam Hành Dương tỉnh Hồ Nam, xuống đến Thương Ngô Phong Xuyên; bắc suất tới Âu cùng Lạc hoặc Lạc Việt. Địa lý chí Ung Châu Nghi Hòa huyện nói: "Hoan Thủy ở phía bắc huyện, vốn là sông Tang Kha, tục gọi là sông Uất Trạng, tức sông Lạc Việt, cũng gọi là Ôn Thủy vậy." Ôn Thủy, Lạc Việt thủy hoặc Tang Kha hà, cứ theo địa vọng mà xét, tức là Nam Bàn giang trong địa vực Điền, Kiềm vậy. Hạ du sông này gọi là Hồng Thủy hà, qua các huyện Thiên Giang, Lai Tân đến Tượng huyện, Thạch Long trấn, cùng hợp với Liễu Giang, hợp lưu tới Quế Bình, cùng tương hội với Tầm Giang. Tây Âu cuối nhà Tần rất hoạt động nhưng vì Triệu Đà xưng vương, thế lực quá mạnh nên quy phục Triệu Đà. Khi Hán diệt Nam Việt, chiếm luôn Tây Âu, đặt làm quận huyện. Người Chàng ở Quảng Tây nay là di duệ của Tây Âu hoặc Lạc Việt. Chữ Chàng do từ chữ Tang của Tang Ca chuyển thành, tuy từ thời Hán về sau chuyên dùng làm tên sông. Ngày nay từ sông Nam Bàn Giang, Hồng Thủy Hà cho đến Liễu Giang, Tây Giang đều gọi là sông Tang Ca, khởi thủy chính từ con người mà có tên. Người Chàng còn tự xưng là Chàng Cổ, Chàng Cổ Lão cũng là do chữ Tang Ca mà ra.

9. Lạc Việt

Là một chi của Bách Việt, đất Lạc Việt phía đông từ Tây Nam quận Nam Ninh tỉnh Quảng Tây, xuống đến bán đảo Lôi Châu và đảo Hải Nam tỉnh Quảng Đông và Bắc Bộ, Trung Bộ Việt Nam. Thoạt kỳ thủy, khi người tiền sử từ châu Phi tới Việt Nam thì hai đại chủng người châu Phi Mongoloid và Australoid hòa huyết sinh ra bốn chủng người Việt cổ là Indonesian, Melanesian, Vedoid và Negritod, sau này được nhân chủng học xếp vào *nhóm loại hình Australoid*. Trong đó, người Indonesian nói ngôn ngữ Môn-Khmer là đa số và lãnh đạo người Việt về xã hội và ngôn ngữ. Người Lạc Việt thuộc chủng Indonesian và phân bố rộng khắp Trung Hoa. Khoảng 5000 năm TCN, cũng như các nhóm Việt khác, người Lạc Việt hòa huyết với người Mongoloid phương Nam của văn hóa Ngưỡng Thiều và Hà Mẫu Độ để trở thành người Việt hiện đại với mã di truyền Mongoloid phương Nam. Người Lạc Việt là chủ nhân các nền văn hóa thời đồ đá mới, đồ đồng và sáng tạo trống đồng Lạc Việt cùng chữ tượng hình như chữ trên xẻng đá Cảm Tang và chữ của bộ tộc Thủy. Nhà Tần rồi nhà Hán sáp nhập đất đai, dân cư cùng văn hóa các tộc Việt vào đế quốc Trung Hoa. Tronng khi hầu hết các sắc dân Bách Việt trên đất Trung Hoa bị đồng hóa thì người Lạc Việt trên đất Việt Nam giữ được cương thổ, giống nòi và văn hóa của mình, trở thành đại diện cuối cùng của Bách Việt độc lập.

10. Việt Thường

Việt Thường là một chi của Việt tộc, đất sinh sống là quận Cửu Chân thời Hán, gồm Thanh Hóa, Nghệ An tới Thuận Hóa ngày nay. Trúc thư kỷ niên đời Chu Thành vương năm thứ 10 ghi: "Việt Thường thị lai triều," là văn bản sớm nhất nói tới Việt Thường thị. Đất của Việt Thường tuy lấy quận Cửu Chân thời Hán làm trung tâm nhưng phía nam tới quận Nhật Nam, tức là đất Lâm Ấp. Sách Thông điển của Đỗ Hữu Biên phong Lâm Ấp điều chép: "Nước Lâm Ấp thời Tần là đất huyện Lâm Ấp thuộc Tượng quận. Thời Hán là quận Tượng Lâm, thuộc quận Nhật Nam, là địa giới Việt Thường ngày xưa vậy." Thuật Dị Ký của sách Thông-chí (2AL, Q II, Ngũ Đế Kỷ Đệ Nhị, Chí #35, tr. 224) của sử gia Trịnh Tiều (1104-1162) chép:

"*Đào Đường chi thế, Việt Thường quốc hiến thiên tuế thần quy, bối thượng hữu văn, giai khoa đầu thư, ký khai tịch dĩ lai, Đế mệnh lục chi, vi chi Quy-lịch.*

Dịch: "*Đời Đào Đường, nước Việt Thường dâng thần quy ngàn tuổi, trên lưng có văn, đều là chữ khoa-đẩu [chữ nòng nọc], chép việc từ thuở khai thiên tịch-địa đến bấy giờ, Đế sai chép và gọi là Lịch Rùa.*"

Sự kiện này rất ý nghĩa, không chỉ nói lên quan hệ rất sớm giữa Việt Thường với Trung Nguyên mà còn cho thấy thời đó người Việt đã có lịch và chữ viết Khoa đẩu.

11. Đàn quốc

Một chi của tộc Việt, từng ở một dải đất Miến Điện ngày nay, dựng nên Đàn quốc. Di duệ của Đàn quốc phân bố ở Việt Nam, Lào, Thái Lan và Miến Điện ngày nay. Hậu Hán thư ghi: "Chương đế Vĩnh Nguyên năm thứ 9 (97) Đàn quốc sai sứ vào cống." Đó là tư liệu sớm nhất về Đàn quốc. Hậu Hán thư Nam Man Tây Nam di truyện: "Vĩnh Nguyên năm thứ 6 (94) quận Khiếu ngoại Nhẫn Đôn Ất vương là Mộ Duyên mộ nghĩa, sai sứ dâng tê ngưu, voi lớn. Năm thứ 9 Khiếu Ngoại man và Đàn quốc vương là Ung Do Điều sai trùng dịch dâng trân bảo. Vĩnh Ninh năm đầu (120) vua Đàn quốc là Ung Do Điều sai sứ giả vào triều hạ, dâng nhạc và trò ảo thuật, có thể biến hóa, miệng phun ra lửa, tự cắt chân tay rời ra, rồi dính liền lại, đổi đầu trâu ra đầu ngựa... Họ tự nói là người Hải Tây, tức Đại Tần..." Gọi là quận Khiếu Ngoại là chỉ khu vực biên địa tiếp liền với Tây bộ tỉnh Vân Nam, cũng là ở trong cảnh vực Miến Điện ngày nay.

Thời Lục Triều, Đàn quốc tự như đã thay đổi hệ thống chính trị nên đổi tên là Phiếu quốc. Cựu Đường thư Nam man truyện Phiếu quốc điều chép: "Phiếu quốc ở phía nam cố quận Vĩnh Xương hơn 2000 dặm, cách thượng đô 14.000 dặm, mà cảnh vực nước đông tây 3000 dặm, nam bắc 3500 dặm. Phía đông gần nước Chân Lạp (tức dải đất Giản Phố trại của Việt Nam), tây tiếp nước Đông Thiên Trúc, nam giáp Minh Hải, bắc thông Ta Lạc thành nước Nam Chiếu." Xét đời xưa, Việt tộc lấy vẽ hình rồng vào mình làm đặc trưng, mà người Đàn quốc cũng có tục vẽ mình. Người ở Việt Nam, Lào đến bây giờ vẫn còn giữ tục đó."

Theo cổ thư như trên, có thể xác định Đàn quốc ngày xưa, nay là xứ Karen của Miến Điện. Đó cũng là nơi sinh sống của người Việt từ 40 – 50.000 năm trước, cùng với người Dravidian bản địa Ấn Độ. Tại đây phát hiện nhiều trống đồng, gọi là trống đồng Karen, mặt trống có hình ngôi sao nhiều cành, ngoài rìa có hình ếch nhái, tương tự trống đồng Lạc Việt (3)

Một trống cóc karen

12. Đằng Việt

Đằng Việt nay là tên một huyện ở phía tây tỉnh Vân Nam. Nhưng dải đất này tiếp liền với Ai Lao di thuộc quận Vĩnh Xương thời Hán. Ai Lao di là một chi của Việt tộc nên Đằng quốc cũng liên hệ Việt tộc. Hậu Hán thư Nam man Tây Nam di truyện dẫn Phong tục thông nói: "Người Ai Lao di ngày xưa có người đàn bà tên là Sa Nhất, ở núi Lao Sơn, thường bắt cá dưới sông. Một hôm đụng vào cây trầm, bỗng rùng mình, nhân thế có thai, đủ 10 tháng sinh ra 10 người con trai. Sau cây trầm hóa thành con rồng ngoi lên mặt nước. Sa Nhất chợt nghe rồng nói: "Nàng vì ta sinh con, nay con ở đâu?" Chín đứa con thấy rồng liền chạy, đứa con nhỏ không chạy được, ngồi trên lưng rồng. Rồng âu yếm liếm khắp mình con. Người mẹ gọi lưng là cửu, rồng là long, nhân đó đặt tên đứa bé là Cửu Long. Đến tuổi trưởng thành, các anh thấy Cửu Long được cha liếm khắp mình nên thông tuệ, bèn cùng suy tôn lên làm vua. Về sau, ở chân núi Lao Sơn, có một cặp vợ chồng lại sinh được 10 người con gái. Anh em Cửu Long đều lấy làm vợ. Sau dần dần phồn thịnh. Giống người này đều trổ vẽ hình rồng lên mình.

Năm Kiến Vũ thứ 27 (51) quốc vương là Hiền Lật đem 2770 hộ, 17.659 nhân khẩu đến Việt Tủy đầu hàng thái thú Trịnh Hồng, xin nội thuộc. Vua Quang Vũ phong Hiền Lật làm quận trưởng.

Thời Đường, một dải đất Đại Lý trở về phía tây quật khởi lập nước Nam Chiếu. Sau khi Bì Lai Các được phong làm Vân Nam vương, quốc thế Nam Chiếu càng mạnh, truyền ngôi cho con là Các La Phương rồi hợp lực với Thổ Phồn, gây hấn với nhà Đường. Tới cháu là Di Mậu Tần quy hàng nhà Đường. Đến Phong Hữu nhắm thời vua Mục Tông lại phản nhà Đường, đánh nước Thục. Đến thời vua Tuyên tông (847- 859) đánh An Nam đô hộ phủ. Truyền ngôi cho con là Thản Xước Tù Long, tự xưng đế, lấy quốc hiệu Đại Lễ, bèn công hãm Bá Châu (nay là huyện Tuân Nghĩa Quý Châu), phía nam đánh Ung Quản (nay là Nam Ninh Quảng Tây)... Nam Chiếu còn truyền nhiều đời cho tới thời Nguyên bị Hốt Tất Liệt diệt.

13. Điền Việt

Điền Việt xuất hiện đầu tiên trong Hán thư Trương Khiên truyện: "...Nghe bên tây có nước cưỡi voi gọi là Điền Việt, mà lái buôn ở đất Thục gián hoặc có đem hàng hóa đến bán, thế rồi nhà Hán tìm được đường đại hạ, mới thông được với Điền quốc. Điền Việt tức là biệt xưng của Điền quốc. Điền quốc từ thời Chiến

Quốc có quan hệ mật thiết với nước Sở." Sử ký Tây Nam di liệt truyện: "Tây Nam di quận trưởng kể hàng chục. Dạ Lang lớn nhất, phía tây lệ thuộc Mỹ Mạc, kể hàng chục. Điền là nước lớn nhất... Ngày trước, Sở Uy vương sai tướng quân là Trang Kiểu đem quân theo dòng sông lược định Ba Thục, Kiềm Trung trở về tây. Trang Kiểu là dòng giống Sở Trang vương. Kiểu đến Điền Trì đất vuông 300 dặm, bên bình địa phì nhiêu mấy ngàn dặm, đem quan lược định trở về Sở báo tin, gặp lúc Tần đánh, nghẽn đường, không đi được, bèn trở lại làm vua Điền quốc, đổi trang phục theo tục địa phương." Sau đó Điền bị Tần diệt rồi sáp nhập Hán thời Vũ đế, trở thành quận Ích Châu của Trung Quốc.

14. Tủy Việt

Nay là một huyện ở Tây Nam Tứ Xuyên nhưng Tủy Việt thời Tây Hán là một quận rất rộng trong khoảng Xuyên, Điền. Nam giáp Điền quốc, bắc liền Thục quận, quản lãnh 15 huyện. Quận Việt Tủy thời Hán chính ở chỗ tương hội sông Nha Lung với sông Mân Giang, Kim Sa Giang, vốn có tên là Bộc Thủy. Đầu nhà Đường lấy đất đó đặt Tây Bộc La My châu, quản lĩnh bốn huyện. Chính vì là đất ở của Bộc tộc ngày trước mà có tên.

15. Bặc quốc

Trương Thủ Tiết chính nghĩa viết: "Nay phía nam Ích Châu, phía bắc Nhung Châu, tới sông Đại Giang, là Bặc quốc đời xưa." Nơi Bặc nhân kiến quốc tức là lấy các huyện Nghi Tân, Nam Khê, Bình Sơn làm trung tâm. Vũ Đức năm thứ 2 (619) cắt Du Châu đặt quận, quản lãnh 6 huyện, lại đổi làm Bặc châu. Châu có tên là Bặc hẳn chỗ đó là đất của người Bặc. Rõ ràng, ngày xưa người Bặc cư trú rất rộng. Người Bặc là một chi của Bộc tộc, một biệt danh của Việt tộc. Bài thơ của Trần Vũ đời Đường chép trong Tào thị Thục trung Quảng ký:

Thành hạ văn di ca thi

Kiện Vi thành hạ Tang ca lộ

Không tung than tây cổ khách châu

Thử dạ khả lân giang thượng nguyệt

Di ca đồng cổ bất thắng sầu

Dưới thành nghe người di hát

Dưới chân thành Kiện đất Tang Kha

Lác đác thuyền buôn đậu bến xa

Vằng vặc trăng thanh in đáy nước

Trống đồng buồn vắng giọng di ca.

Di ca và trống đồng là đặc trưng của văn hóa Việt. Trên đất Kiện Vi phát hiện nhiều trống đồng.

16. Dạ Lang

Sử ký Tây Nam di liệt truyện chép: "Nước Dạ Lang bên Tang Kha giang, sông rộng hơn trăm bộ, đủ để đi thuyền. Nam Việt dùng tài vật để mua chuộc Dạ Lang, nhưng chỉ có thể bảo họ tương trợ, chứ không thể coi họ là thần hạ được... Dạ Lang có tinh binh hơn 10 vạn, nhiều thuyền trên sông Tang Kha, xuất phát bất thần, đấy là một kỳ sách chống chế người Việt vậy. Nhà Hán bèn cho Đường Mông làm Lang trung tướng quân, đem theo ngàn người cùng nhiều lương thực, theo đường Ba Thục Tịch quan đi tới, gặp Dạ Lang hầu Đa Đồng. Đường Mông ban thưởng cho rất hậu và dùng uy đức phủ dụ, hẹn sẽ đặt quan lại và cho con y làm quận lệnh. Các ấp nhỏ của Dạ Lang đều tham vóc lụa của nhà Hán bèn nghe theo lời Đường Mông hẹn ước. Mông về báo, bèn lấy đất làm quận Kiện Vi, phát quân Ba Thục sửa đường, từ Bặc đạo cho đến Tang Khê giang." Nước Dạ Lang lấy lưu vực sông Tang Kha làm trung tâm, phía nam cùng Nam Việt có quan hệ dịch thuộc, phía bắc tiếp cận Bộc đạo. Sông Tang Kha là sông Bàn Giang chảy qua Quý Châu tỉnh Vân Nam. Cựu Đường thư địa lý Ung Châu: "Sông Hoan Thủy ở bắc huyện vốn là sông Tang Kha, tục gọi là sông Uất Trạng, tức sông Lạc Việt, cũng gọi là sông Ôn Thủy, xưa là đất Lạc Việt." Sử ký Tây Nam di liệt truyện: "Nam Việt phản. Vua (Vũ đế) sai Trì Nghĩa hầu thúc Kiện Vi phát Nam di binh. Vua Thả Lan sợ đi xa, nước bên cướp những người già yếu, bèn cùng làm phản, giết sứ giả và thái thú Kiện Vi. Hán từng đem tội nhân ở Ba Thục đánh Nam Việt, tám hiệu úy hợp lại phá rối. Sau phá Nam Việt rồi mà tám hiệu úy chưa hạ, bèn rút quân về, giết Đầu Lan... Sau đó bình hết man di, đặt làm quận Tang Kha." (Đầu Lan tức Thả Lan).

17. Quỳ Việt

Quỳ Việt cũng là một chi nhánh của Việt tộc. Đất của Quỳ Việt là một dải Tỷ Quy thuộc Hồ Bắc và Phụng

Tiết thuộc Tứ Xuyên ngày nay, còn được gọi là Quy di hoặc Bộc. Chu Tuyên vương năm đầu (827 TCN), con vua Sở là Thúc Kham tị nạn ở Bộc. Đến Chu Bỉnh vương năm đầu (770 TCN), Sở Vũ vương là Hùng Thông mới mở mang đất Bộc. Quỳ Việt bị bức bách. Chu Tương vương năm 19 (633 TCN) Sở Thành vương đem quân diệt Quỳ. Tuy nhiên, thời Nam Bắc triều di duệ của người Quỳ Việt được gọi là Nam Đản hoặc Liêu, vẫn còn ẩn hiện ở giao giới Xuyên, Ngạc, tức là huyện Vu Sơn ở khoảng Tỷ Quy, Phục Tiết ngày nay.

18. Người Lê đảo Hải Nam

Hán Vũ đế xâm chiếm Nam Việt, đặt làm chín quận. Hai quận Đạm Nhĩ và Châu Nhai trong đảo Hải Nam. Dân cư trên đảo là người Điêu Đề và người Lý Nhĩ cũng vẽ mặt hình vẩy cá, xăm mình. Chu Khứ Phi trong sách Lĩnh ngoại đại đáp viết: "Sử khen Lạc Việt nhiều đồng, bạc. Giao châu ký nói: Người Việt đúc đồng làm thuyền. Quảng châu ký nói: Lý Lão đúc trống đồng." Lý Lão là tiền bối của người Lê. Đạo quang Quảng Đông thông chí dư địa lược: "Trống Lê kim hình tựa trống đồng mà dẹp nhỏ, trên có ba cái tai. Người Lê đánh trống đó để làm hiệu." Khuất Đại Quân trong Quảng Đông Tân ngữ: "Trong niên hiệu Vĩnh Lạc (1403-1424), thổ quan Vạn châu là Hoàng Huệ, được một trống đồng trong khe Đa Huy, dải 3 xích, mặt rộng 1 xích 5 thốn, gồ lên hơn 2 thốn. Ở chung quanh riềm đều khoa đẩu, thắt eo rộng phía dưới. Văn Xương Vạn châu cũng có Đồng Cổ lĩnh (núi trống đồng), do đào được trống đồng mà đặt tên." Sách Quỳnh châu phủ dư địa chí chép: "Tiếng người Lê thời hư trên mà thực dưới, như gà thịt họ nói thịt gà; huyện trước nói là trước huyện." Điều này cho thấy người Lê cũng như một bộ phận người Quảng Đông, Triều Châu vẫn giữ cách nói "chính trước phụ sau: danh từ, động từ đứng trước, tính ngữ, trạng ngữ đi sau" của người Việt cổ.

19. Nước Nam Chiếu

Biên giới Tây Nam Trung Quốc, từ Lý Đường đến cuối Tống, có một thuộc quốc chiếm đất khá rộng, lấy Vân Nam, Đại Lý ngày nay làm thủ đô, Côn Minh làm bồi đô. Có lúc nhận phong hiệu của Trung Hạ, có lúc phản bội Trung Hạ mà xưng chế. Tuy là tổ chức cùng văn hóa rất bị ảnh hưởng Trung Hạ mà Trung Hạ cũng từng bị binh họa của họ. Đấy là nước Nam Chiếu.

Thủ lĩnh nước Nam Chiếu tự xưng là Mông thị nổi lên tại huyện Mông Hóa tỉnh Vân Nam, thuộc lưu vực Lan Thương Giang và Nô Giang. Thời Huyền tông (712-755), thủ lĩnh là Bì Tấn Các lập Thái Hòa thành tức huyện thành Đại Lý tỉnh Vân Nam ngày nay. Năm Khai Nguyên thứ 26 (738) nhà Đường phong làm Vân Nam vương. Thời vua Văn Tôn (827-840), Nam Chiếu đem quân cướp nước Thục, hãm Thành Đô, hãm luôn An Nam đô hộ phủ. Vua xưng đế gọi là Đại Lý. Vua Lý Tôn (860-873) dùng Cao Biền mới dẹp yên. Chính Nam Chiếu góp phần làm nhà Đường sụp đổ. Cựu Dường thư Nam man truyện: "Nhà Đường mất vì Hoàng Sào mà họa cơ ở Quế Lâm!" Từ Mông Thị, nước Nam Chiếu truyền được 22 đời, đến Nguyên Hiến Tôn năm thứ 3 bị Hốt Tất Liệt diệt.

*

Trước hết xin được làm rõ về nguồn gốc của Bách Việt. Xuyên suốt cuốn sách, ông La Hương Lâm cố công thuyết phục người đọc rằng Bách Việt có nguồn gốc từ tộc Hoa Hạ của Hạ Vũ. Khi nhà Hạ mất, bộ tộc của Hạ Vũ di cư đi nhiều nơi và tạo thành các tộc người thuộc Bách Việt. Đọc sách, chúng tôi có cảm tưởng rằng, có lẽ trong thâm tâm, tác giả không thật tin vào điều mình nói. Vì không thật vững tin và sợ người đọc hoài nghi nên buộc phải quá nhiều lần nhắc lại, khẳng định ý tưởng của mình! Tác giả không tin cũng phải vì điều ông nêu ra mang màu sắc dân tộc chủ nghĩa và chính trị chứ không trên cơ sở khoa học.

Cho đến nay, chưa có nghiên cứu nào xác định nguồn gốc của tộc Hạ Vũ. Nói chung, người ta cho rằng, tộc Hạ Vụ là một nhánh trong Hoa Hạ. Tuy nhiên thực tế không đơn giản như vậy. Theo khảo cứu của chúng tôi, dân cư vùng cao nguyên Hoàng Thổ thời Hoàng Đế gồm hai nguồn: đa số là người Việt bản địa, chủ nhân văn hóa Ngưỡng Thiều, Long Sơn, thuộc chủng Mongoloid phương Nam. Số ít hơn là người lai Mông – Việt, tự gọi là Hoa Hạ, sinh ra từ sau cuộc xâm lăng của Hoàng Đế năm 2697 TCN, do hòa huyết giữa người Mông Cổ phương Bắc (North Mongoloid) và người Việt mang gen Mongoloid phương Nam, nên cũng thuộc chủng Môngoloid phương Nam. Theo suy đoán của chúng tôi, dựa vào phả hệ Hoàng Đế thì Đế Khốc là con cháu của Hoàng Đế. Con Đế Khốc là ông Tiết và ông Tắc cho ra tổ nhà Thương và nhà Chu. Đế Nghiêu là con Đế Khốc, di duệ của Hoàng Đế. Đế Thuấn rồi Đế Vũ không phải con cháu trực hệ của

Hoàng Đế. Có thể các vị là Hoa Hạ, là con cháu những thủ lĩnh Mông Cổ cùng vào Trung Nguyên với thị tộc Hiên Viên. Cũng có thể các vị là dòng dõi có thế lực của dân Việt bản địa, do uy tín của mình đã nắm được vương vị sau Đế Nghiêu. Đấy là những giả định, nhưng điều chắc chắn, *các vị là người Việt*. Theo văn bản, Hạ Vũ làm vua năm 2200 TCN. Do đó, ông không thể là tổ của các chi nhánh Bách Việt. Ở trên đã trình bày, đến khoảng 4000 năm TCN, người Việt là chủ nhân của toàn bộ đất Trung Hoa. Vậy, tổ tiên của Bách Việt đã sống ở Trung Quốc từ rất lâu và làm nên văn hóa Giả Hồ, Hà Mẫu Độ, Gò Ba Sao... Tại di chỉ Cẩm Tang thành phố Bách Quả tỉnh Quảng Tây, tìm thấy chữ tượng hình khắc trên xẻng đá của người Lạc Việt từ 6000 tới 4000 năm trước... Những dân cư cố cựu như vậy không thể là con cháu của thị tộc ra đời sau mình nhiều nghìn năm.

Điều thứ hai cần nói rõ là, tác giả [La Hương Lâm] không biết rằng người Ngô, người Sở cũng là những chi khác nhau của tộc Việt.

Do lẽ đó, việc Việt diệt Ngô rồi Sở diệt Việt là những tranh chấp trong nội bộ tộc Việt quá lớn và phân bố rộng khắp Trung Hoa. Và tác giả [LHL] cũng không thể ngờ rằng, nhà Tần cũng là một chi nhánh Việt còn nhà Hán thì càng Việt hơn vì sống trong địa bàn Hán Thủy lâu đời của người Việt. Ở trên, phần Dương Việt có viết: "Dương Việt ở vào khoảng trung du Hán Thủy. Sở Hùng Cừ thôn tính ba nước Dung, Ngạc, Dương Việt vào thời vua Di vương nhà Chu. Điều này cho thấy, vào năm cuối thời Tây Chu, người Dương Việt còn tụ cư ở trung du Hán Thủy. Lưu vực Hán Thủy từ Xuân Thu về sau hoàn toàn thuộc về Kinh Sở." Như vậy là cho tới cuối thời Chu, người Việt đồng bào của Lưu Bang ở vùng Hán Thủy vẫn độc lập.

II. Tục xăm mình của người Việt

Việt Nam là cái nôi của các tộc người Đông Á. Tổ tiên mọi tộc người Đông Á đều được sinh ra và cư trú từ 20.000 tới 30.000 năm trên đất Việt Nam trong cộng đồng người Việt cổ. Do sống định cư và tập trung nên nhiều yếu tố của văn hóa Đông Á được hình thành từ đây. Trước hết là tiếng nói. Trong ngôn ngữ phong phú của châu Á thì tiếng Mon-Khmer của chủng Indonesian là đa số, góp phần gắn kết đại bộ phận dân cư Đông Á cổ. Tiếp theo là những thói quen sinh hoạt tạo thành tập quán như một dấu ấn văn hóa được hình thành từ rất sớm rồi theo chân người di cư tới mọi miền Đông Á. Một trong phong tục tiêu biểu của người Việt là tục xăm mình. Nhiều nghiên cứu cho thấy, đó là phong tục phổ biến không chỉ ở Việt Nam mà còn ở một dải phía nam Trung Hoa rồi Malaysia, Indonesia, các hải đảo xa xăm trên Thái Bình Dương như một dấu hiệu nhận biết người Việt.

Học giả La Hương Lâm trong sách Bách Việt nguyên lưu dữ văn hóa chép: Việt tộc đời xưa lấy cắt tóc vẽ mình làm đặc trưng duy nhất. Hàn thị ngoại truyện chép: "Việt vương Câu Tiễn sai sứ giả Liêm Khê hiến dâng cho Sở vương. Sứ giả ra thấy Liêm Khê liền nói: Đội mũ thời được tiếp kiến theo nghi lễ. Liêm Khê đáp: "Nước Việt cũng được nhà Chu phong vậy. Không được ở vào nước lớn, mà ở miền sông biển, cùng hàng ngũ với cá, giải, ba ba, vẽ mình cắt tóc, mà ở đấy vậy. Nay đến thượng quốc, bảo phải đội mũ mới được tiếp kiến, như thế thượng quốc thông sứ đến nước Việt cũng phải cắt tóc vẽ mình mới được tiếp kiến theo nghi lễ, như thế có được không?" Hoài Nam tử Tề tục huấn: "Việt vương Câu Tiễn cắt tóc vẽ mình, không trang phục đội mũ cầm hốt, không nghi dung kính cẩn khiêm tốn." Nguyên Đạo Huấn: "Ở nước Việt sinh sản sẵn dây (vỏ dây sắn, ngâm lấy sợi dệt vải) ở phía nam Cửu Nghi, làm việc trên lục địa thì ít, làm việc ở dưới nước thì nhiều, vì thế người dân cắt tóc vẽ mình để giống với loài có vảy." Bị phát tức là cắt tóc ngắn, chân tóc còn xanh xanh trên đầu để thay cho mũ mà không phải búi tóc đội mũ. Sách Tề tục Huấn: "Người Hồ gõ xương, người Việt trổ khắc cánh tay, Trung Quốc tháp huyết, nguyên do đều khác mà niềm tin thì một vậy. Châm cánh tay, trổ da, vẽ mình phải qua nhiều sự đau đớn, mà Việt tộc ngày xưa lấy làm vinh dư, đấy tất có liên quan tới truyền thống của họ. Nói cách khác, ý thức vật tổ di lưu lại vậy." Việt tộc ngày xưa có tập tục vẽ mình theo hình rồng, cho nên các chi phái của di duệ họ cũng có ngấn tích vẽ mình, mà văn dạng trổ vẽ, cũng tựa có liên quan đến một loại thủy tộc rồng rắn, như người Đông Đề tức thổ tộc Đài Loan, từ xưa cũng lấy vẽ mình hình rồng nổi tiếng. Tùy thư Đông Di Lưu Cầu quốc điều: "Nước Lưu Cầu ở trong hải đảo, đàn bà trổ tay tô mực lên, làm hình con rắn, gọi là nước Lưu Cầu, tức Đài Loan ngày nay. Giống người họ đến nay vẫn còn tập tục vẽ mình." Truyền thuyết của người Lê: "Thời thượng cổ trời nghiêng đất sụp, thế giới sinh vật đều bị ngập vùi, nhân loại cũng gặp tai ách này, chỉ còn sót lại một chị một em tựa nhau mà sinh sống. Song chị em tình thâm như tay chân không thể hôn thú được. Thế là chị đi tìm chồng, em đi tìm vợ, kẻ đông người tây mỗi người một ngả. Đi hoài không tìm được ai, rút cục chị em lại gặp nhau, như thế đến hai ba lần. Thiên lôi biết chuyện, xuống trần bảo người em rằng: "Nay ta ở đây, hai người mi có thể kết làm vợ chồng." Người em nói: "Chị em không thể kết hôn, kết hôn sẽ bị Thiên lôi đánh chết." Thiên lôi nói: "Ta là Thiên lôi, quyết không đánh mi." Người em vẫn kiên quyết không nghe, lại đi tìm vợ. Thế là Thiên lôi đem mặt người chị vẽ cho đen đi. Được ít lâu, người em lại gặp chị, không nhận ra chị liền cầu hôn. Chị em kết hôn, sinh sôi phồn diễn mà có người Lê ngày nay." Người Lê quy định: "Nữ 12-13 tuổi trổ vẽ vùng mặt. 16-17 tuổi, đã xuất gia thì vẽ vùng ngực. 20 tuổi được chồng yêu chiều thì trổ vẽ chỗ kín. Vẽ tay chân chỉ là tùy phụ, không quan trọng." Trong khi đó, người Bặc chỉ có nam giới vẽ mình, còn phụ nữ không có. Họ vẽ mình để biểu thị, ta đây là trang nam tử đã đến tuổi thành niên. Nếu tới tuổi đó mà không vẽ mình, sẽ bị chê cười vì không xứng đáng là người con trai và cũng không được phụ nữ yêu.

Vẽ mình là một nghệ thuật và cũng thể hiện dấu ấn đẳng cấp xã hội. Nhà quyền quý vẽ hình nhiều và phức tạp hơn, người bình dân vẽ hình đơn giản hơn. Ngoài ra hình xăm trên người cũng là chỉ dấu của từng sắc tộc. Sau này do bị cấm ngặt nên tập tục vẽ mình mai một dần.

III. Người hiền Bách Việt

Sống lâu dài trên đất Trung Hoa mênh mông, người Việt đóng góp những công trạng lớn khai phá và xây dựng Trung Hoa. Nhưng do bị mất đất, từ đó mất quyền độc lập nên người Việt cũng mất luôn lịch sử của mình. Cũng may là vào thời Minh, ông Âu Đại Nhậm, một người gốc Việt, viết cuốn Bách Việt tiên hiền chí ghi công tích của những người hiền Bách Việt.

Bách Việt tiên hiền chí là pho sách lớn, gồm bốn quyển kể về 120 vị tiên hiền người Bách Việt, được tác giả Âu Đại Nhậm, một nhân sĩ người Việt, viết vào năm Gia Tĩnh thứ 33 triều Minh (1554). Sách được sử quán coi là tài liệu lịch sử chính xác, cho khắc in và đóng chung vào mục *Văn nghệ chí*, cất giữ ở Tứ khố toàn thư. Năm 1772 vua Càn Long nhà Thanh cho mở Tứ khố toàn thư thì Bách Việt tiên hiền chí được tìm thấy không còn trọn vẹn, nhiều đoạn, nhiều chữ bị hư nát. Năm 1831, nhà sách Văn Tự Hoan Ngu Thất khắc in nguyên văn còn sót lại gồm 103 vị tiên hiền. Năm Trung Hoa Dân quốc thứ 26 (1936) Thương Vụ Ấn Thư Quán Thượng Hải in lại bản của Văn Tự Hoan Ngu Thất. Năm 2006, Giáo sư Trần Lam Giang dịch sang tiếng Việt và được Trung tâm nghiên cứu văn hóa Việt Nam xuất bản tại California, Hoa Kỳ. Sách dầy 610 trang, khổ 13x20,5 cm.

Theo quan niệm truyền thống, được định hình trong Từ Hải thì: "Bách Việt (越), tên của chủng tộc, cũng viết là (粵). Theo sách Thông khảo dư địa khảo cổ Nam Việt: từ Ngũ Lĩnh về phía Nam, cùng thời với Đường, Ngu, Tam Đại, là nước của Man Di, ấy là đất của Bách Việt."

Nhưng ngày nay, với những khám phá mới về

nhân học, lịch sử, ta biết rằng, từ hàng vạn năm, trước khi người Hoa Hạ ra đời, toàn bộ đất Trung Hoa là giang sơn của tộc Việt. Người Việt từ Việt Nam lên đã xây dựng ở đây nền văn minh nông nghiệp sớm và phát triển nhất hành tinh. Khoảng 2700 năm TCN, người Mông Cổ từ Tây Bắc vượt Hoàng Hà, xâm lăng đất của người Việt. Tại Trung Nguyên, người Mông Cổ hòa huyết với người Việt sinh ra người Hoa Hạ. Với thời gian, người Hoa Hạ dựa trên nhân tài vật lực và văn hóa của tộc Việt, xây dựng các quốc gia Trung Hoa. Cho tới thế kỷ III TCN, xung quanh vương triều Chu của Trung Quốc vẫn là những quốc gia hùng mạnh của tộc Việt: Ba, Thục phía Tây; Ngô, Sở phía Đông; Văn Lang phía Nam. Khi tiêu diệt Ba, Thục và Sở, nhà Tần đã sáp nhập đất đai, con người và văn hóa các quốc gia Việt vào đế quốc Tần. Nổi lên chống nhà Tần là Hạng Võ và Lưu Bang đều là người Việt. Khi chiến thắng, Lưu Bang lấy tên tộc Hán của mình đặt tên cho vương triều. Nói cho cùng, *lịch sử của một quốc gia chính là lịch sử của những cộng đồng dân cư chủ đạo tạo nên quốc gia đó*. Như vậy, lịch sử Trung Hoa chính là lịch sử của tộc Việt đã và đang sống trên đất Trung Hoa.

Với cái nhìn như thế về lịch sử, ta tiếp cận Bách Việt tiên hiền chí trong ánh sáng mới. Không chỉ 103 vị có tên trong sách mà nhìn xa hơn, từ Phục Hy, Nữ Oa, Thần Nông, tới Nghiêu, Thuấn, Vũ, Chu công, Khổng Tử... chính là những tiên hiền người Việt! Tiếp đó là những anh hùng hào kiệt như Phù Sai, Câu Tiễn... Nếu được công bố sớm hơn, sách này sẽ có giá trị của ngọn đuốc xua bớt sự u minh lịch sử, giúp người Việt tìm về nguồn cội. Nay, dù hơn bao giờ hết, lịch sử được khám phá trở nên minh bạch thì với tư cách một tác phẩm lịch sử chân thực, giầu chất văn học, Bách Việt tiên hiền chí vẫn còn nguyên giá trị. Có thể bạn đọc sẽ thắc mắc, vì sao những tên tuổi lẫy lừng như Phù Sai, Câu Tiễn, Hạng Võ, Lưu Bang, Tiêu Hà, Hàn Tín, Tào Tham, Anh Bố, Văn Ông, Thiệu Bình... không có trong sách? Nhưng đọc xong rồi, ta hiểu thâm ý của tác giả. Đây không phải công trình thống kê danh nhân mà là tấm bia vinh danh người hiền có cơ bị khuất lấp. Có ba dạng người hiền được tôn vinh:

Đó là những bậc kinh bang tế thế như Văn Chủng, Kế Nghê, Phạm Lãi phò Việt vương Câu Tiễn. Như Công Sư Ngung giúp vua Việt chấn hưng miền Giao Quảng, Nghiêm Trợ giúp Hán Vũ đế...

Dạng thứ hai là những người có những sáng tạo kiệt xuất như Âu Dã Tử rèn kiếm, Trần Âm đưa nghề bắn cung trở thành điêu luyện, Thái Luân chế giấy, triết gia Vương Sung làm sách Luận Hành hơn hai mươi vạn chữ, được thức giả đời sau theo học. Sử Lộc đào kênh cho thuyền lương xuống phía nam. Tại những đoạn sông quá dốc, ông cho đắp đập để nước dâng lên giúp thuyền đi lại dễ dàng, vừa giúp cho thủy lợi.

Dạng hiền thứ ba có lẽ đông đảo hơn, là những người trung hiếu tiết nghĩa như Nghiêm Quang bạn thời nhỏ của Quang Vũ. Khi Quang Vũ lên ngôi thì thay tên đổi họ, đi ở ẩn. Hà Đan từ thiện, hiếu đễ yêu dân như con. Trầm Phong làm thái thú, thượng tôn pháp luật, thận trong khi dụng hình. Cố Phụng và Công Tôn Tùng biết trọng dụng người hiền, nức tiếng hiền tài văn học.

Như Trần Hiêu, láng giềng lấn đất, không tranh chấp đòi lại. Khi láng giềng hổ thẹn, trả lại đất, Hiêu không nhận, dùng đất ấy làm đường làng. Trịnh Hoành khi thầy học bị án oan, chết, vợ con bị giam cầm tra tấn. Học trò và người thân xa lánh. Hoành gọt đầu như kẻ tử tội, mang theo đao của người chịu chết chém đến cửa khuyết kêu oan cho thầy. Nỗi oan sáng tỏ, Hoành tự để tang thầy rồi đưa gia quyến thầy về quê nhà phụng dưỡng...

Rõ ràng là, cùng với tôn vinh những anh hùng hào kiệt làm nên lịch sử, tác giả dành nhiều tâm huyết biểu dương những người hiền giữ đạo trung, hiếu, nhân, nghĩa, lễ, trí, tín. Nét nhân bản tiêu biểu của văn hóa tộc Việt.

Về nghệ thuật, Bách Việt tiên hiền chí được viết dưới dạng sử truyện, gần gũi phong cách của Sử ký, dưới mỗi truyện đều ghi rõ nguồn tham khảo, đảm bảo sự xác tín. Với số lượng câu chữ ít nhất, tác giả tài tình khắc họa những nét tiêu biểu nhất khiến nhân vật của ông in đậm dấu ấn trong tâm trí người đọc. Nét đặc sắc nữa là tác giả dựng được nhiều câu đối thoại sắc sảo không chỉ thể hiện được tính cách nhân vật mà còn làm giầu thêm chất triết lý, khiến cho sách có được sức sống lâu bền. Sách còn có những đoạn mô tả phải nói là tuyệt bút như đoạn Phong Hồ Tử nhận xét về kiếm: *"Nhìn vào lưỡi kiếm Long Uyên, cảm như đến bờ vực thẳm, lên đỉnh núi cao. Nhìn vào lưỡi kiếm Thái A, lấp loáng rờn rợn, như sóng gợn nước trôi. Nhìn vào văn kiếm Công Bố, từ mũi đến cán, đẹp như ngọc báu mà không thể đeo, miên man như nước biếc, sóng lớp lăn* *tăn, triền miên bất tuyệt."*

Giáo sư Trần Lam Giang hẳn phải bỏ ra nhiều tâm huyết và công sức để có được bản dịch tín, đạt, nhã với thứ tiếng Việt chân phương, sáng rõ. Không chỉ vậy, bản dịch còn sáng giá thêm nhờ sự chú giải công phu, không những giúp người đọc hiểu rõ từng truyện mà còn có dịp học biết sâu thêm lịch sử văn hóa của dòng Bách Việt.

Gấp sách lại, ấn tượng còn mang mang trong ta là lòng biết ơn các tiên hiền và cảm thức tự hào về nguồn cội vẻ vang. Dù có buồn có tủi do những gì không toại ý hôm nay, nhìn vào sách này, ta thấy ấm áp niềm tin với những tia hy vọng, như châu về Hợp Phố, có ngày những giá trị tốt đẹp xưa lại trở về với dân Việt!

Tài liệu tham khảo:
1. La Hương Lâm. *Bách Việt nguyên lưu dữ văn hóa.* Trung Hoa tùng thư. Đài Loan thư điếm, 1955. Bản dịch chép tay của Vọng Chi Nguyễn Chí Viễn.
2. Âu Đại Nhậm. *Tựa Bách Việt tiên hiền chí.* Thư viện Việt Nam, California, Hoa Kỳ, 2006.
3. Sylvia Fraser-Lu. *Frog Drums and There Importance in Karen Culture.* Arts of Asia September/October 1983 issue http://www.drumpublications.org/karendrum.php

CHƯƠNG IV

TRUNG QUỐC THỜI ĐẠI ĐỒ ĐÁ MỚI

Cũng như lịch sử, văn hóa là kết quả hoạt động xã hội của một cộng đồng dân cư diễn ra trong thời gian và không gian nhất định. Do mối tương quan như vậy nên người ta có thể lần theo bản sắc văn hóa để truy tìm chủ nhân của văn hóa đó, một khi vì nguyên nhân nào đó, chủ nhân của nó bị khuất lấp trong lịch sử. Ngược lại, khi biết chủ nhân, ta có thể lần theo vết chân của họ để nhận diện nền văn hóa mà họ đã sáng tạo. Để làm việc này, chúng tôi theo dấu những di chỉ văn hóa vô cùng phong phú được khám phá trên đất Trung Hoa, trước hết là thời đại đồ đá mới.

Theo quan niệm truyền thống, xuất phát từ các trường phái khoa học phương Tây, **Thời đại đồ đá mới** là một giai đoạn trong lịch sử phát triển công nghệ của loài người, bắt đầu từ khoảng 10.200 năm TCN theo niên đại học ASPRO ở một vài nơi thuộc Trung Đông, và muộn hơn ở những nơi khác của thế giới. Theo cách hiểu thông thường, đây là giai đoạn cuối của thời kỳ đồ đá. Thời kỳ đồ đá mới là giai đoạn tiếp theo của *Epipaleolithic* trong Holocene, bắt đầu bằng sự tăng cường chăn nuôi và trồng trọt, tạo ra cuộc "cách mạng thời kỳ đồ đá mới". Thời kỳ này kết thúc giữa 4.500 và 2.000 năm TCN khi các công cụ kim loại trở nên phổ biến trong thời đại đồ đồng-đá, hoặc thời đại đồ đồng hoặc phát triển trực tiếp lên thời kỳ đồ sắt, tùy theo các vùng địa lý. Thời kỳ đồ đá mới là một bước tiến về văn hóa và ứng xử. như việc thuần hóa các loại cây trồng và động vật hoang dã (1).

Đó là nhận định mang tính kinh điển do học giả phương Tây đề xuất theo những phát hiện khảo cổ học rất sớm ở Trung Đông. Tuy nhiên, một quy định như vậy hình như không phù hợp với phương Đông, nơi mà dụng cụ đá mài cùng việc thuần dưỡng cây trồng, vật nuôi xuất hiện sớm hơn nhiều. Tại Hội nghị Khảo cổ học quốc tế họp ở Hà Nội năm 1994, tuổi văn hóa đá mới Hòa Bình được xác định là 18.000 năm TCN (2). Không những thế, tại văn hóa Động Tiên Nhân, phát hiện công cụ đá mới và gốm có tuổi C14 là 20.000 năm, đồng thời lúa trồng O. sativa cũng xuất hiện từ 12.000 năm TCN. Rồi sẽ đến lúc, từ quan miệm mới về sự hình thành con người cùng văn hóa phương Đông, những khuôn vàng thước ngọc chuẩn mực trước đây phải thay đổi.

Một số nền văn hóa trình bày dưới đây phần nào minh chứng cho nhận định này.

Tài liệu chính thức của nhà nước Trung Quốc cho biết, tới năm 2007, trên đất Trung Hoa đã xác nhận 16 di tích hóa thạch đồ đá cũ và 216 di tích văn hóa đá mới với hơn 3.000 địa điểm khai quật. Không thể và cũng không cần trưng hết khối di tích khổng lồ đó, chúng tôi xin trình bày những gì tiêu biểu nhất.

I. Những nền văn hóa đá mới tiêu biểu

1. Động Người Tiên (3)

Động Người Tiên (Xianrendong) nằm ở chân núi Tiểu Hà (小河 Xiaohe), huyện Vạn Niên, phía đông bắc tỉnh Giang Tây Trung Quốc, cách bờ nam sông Dương Tử 100 km. Theo nghiên cứu mới nhất, được công bố vào năm 2012, Động Người Tiên chứa các đồ gốm có thể lâu đời nhất trên thế giới: chậu gốm, lọ gốm cách nay 20.000 năm. Cách Động Người Tiên khoảng 800 m là hang Diaotonghuan cũng chứa các tầng văn hóa giống như Động Người Tiên mà một số nhà khảo cổ học tin là một khu dân cư.

Bốn tầng văn hóa đã được xác định tại Động Người Tiên bao gồm cả một quá trình dài chuyển đổi từ thời kỳ đồ đá cũ muộn sang giai đoạn đầu thời kỳ đồ đá mới. Hiện diện chủ yếu của con người là đánh cá, săn bắn và hái lượm, mặc dù một số bằng chứng của việc thuần hóa lúa sớm đã được ghi nhận trong thời kỳ đầu đồ đá mới. Ít nhất một số tầng văn hóa đã bị đảo lộn dẫn đến tuổi của địa tầng bị xáo trộn. Tuy nhiên, báo cáo trên tạp chí Science vào năm 2012 (Wu et al. 2012), chứng minh một thời điểm là 20.000 năm cách nay.

• thời kỳ đồ đá mới 3 (9.600 - 8.825 RCYBP)

• thời kỳ đồ đá mới 2 (11.900 -9.700 RCYBP)

• thời kỳ đồ đá mới 1 (14,000 -11,900 RCYBP) xuất hiện của O. sativa

• thời kỳ đồ đá cũ muộn (25,000-15,200 RCYBP) chỉ có Oryza hoang dã.

Bằng chứng khảo cổ cho thấy, giai đoạn chuyển từ đồ đá cũ sang đồ đá mới (19,780-10,870 RCYBP) chủ nhân sống bằng săn bắn, đánh cá và hái lượm, với ưu thế của hươu nai và lúa hoang (phytoliths của Oryza nivara). Ở đầu thời kỳ đồ đá mới (12.430 RCYBP), gốm có thành phần đất sét đa dạng hơn và nhiều mảnh gốm được trang trí với thiết kế hình học. Lúa trồng thể hiện rõ ràng, với phytoliths của cả hai chủng O. nivara và sativa. Công cụ bằng đá mài bóng nhiều hơn, với công nghệ chủ yếu là chế tác sỏi bao gồm một đĩa sỏi đục lỗ, bôn và vài viên sỏi mài phẳng. Tuy nhiên, chỉ với một mảnh gốm nhỏ mới được phát hiện, các cuộc điều tra cho thấy, hai niên đại giữa 12.400 và 29.300 cal BP được xác nhận. Các mảnh gốm chịu mức nhiệt thấp nhất, 2B-2B1, đã phải chịu 10 AMS Carbon phóng xạ, cho niên đại khác nhau, từ 19,200-20,900 cal BP, làm cho gốm Động Người Tiên được xác định là *gốm được chế tác đầu tiên trên thế giới.*

2. Hang Dốc Đứng (Yuchanyan) (4)

Khai quật Hang Dốc Đứng (玉蟾岩) bắt đầu được thực hiện vào những năm 1980. Các cuộc điều tra sâu rộng giữa 1993-1995 và một lần nữa giữa các năm 2004 và 2005. Yuchanyan là một vùng hang động đá vôi ở phía nam lưu vực sông Dương Tử, tại huyện Dao (道县) tỉnh Hồ Nam. Đây là một trong những hang động được bảo quản rất tốt và được biết hoặc nghi ngờ có người săn bắn hái lượm cư trú từ thời kỳ đồ đá cũ tới đầu thời kỳ đồ đá mới, trong thời gian cuối Kỷ Pleistocene và đầu Holocene, cùng với những di chỉ khác là Xianrendong, Diaotonghuan tỉnh Giang Tây và Miaoyan ở tỉnh Quảng Tây. Lớp trầm tích của Hang Dốc Đứng chứa vết tích của ít nhất hai chậu gốm có tuổi carbon phóng xạ từ 18,300-15,430 cal BP. Cho đến khi định lại tuổi gần đây của Động Người Tiên, những mảnh gốm này đại diện cho gốm xưa nhất từng được phát hiện. Sàn hang động Yuchanyan rộng 100 mét vuông, khoảng 12-15 mét trên trục đông-tây và 6-8 mét theo hướng bắc nam. Các lớp trầm tích chứa mảnh vỡ còn lại dao động trong khoảng 1,2 -1,8 m chiều sâu, thuộc về thời đá cũ muộn, giữa 21.000 và 13.800 năm cách nay. Vào thời điểm cư trú sớm nhất, khí hậu trong khu vực ấm áp, ẩm ướt. Đất màu mỡ, với rất nhiều tre và cây rụng lá. Theo thời gian cư trú, khí hậu ấm dần lên, cây gỗ được thay thế bằng cỏ. Ở giai đoạn cuối, vào thời Khô hạn trẻ (Younger Dryas, khoảng 13,000-11,500 cal BP), mùa vụ đã tăng lên.

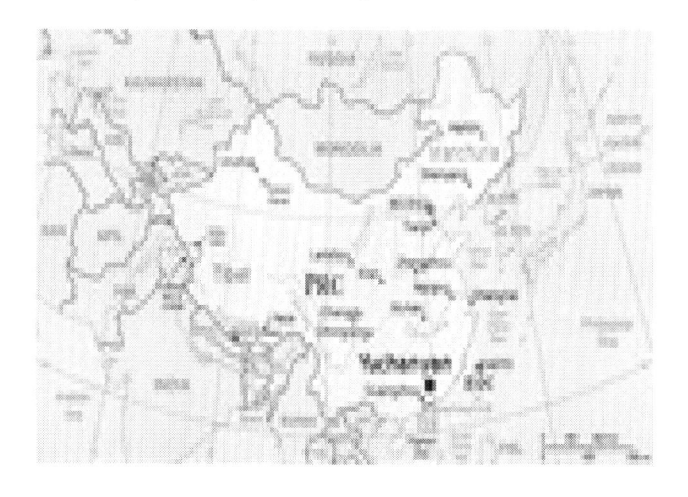

Hang Dốc Đứng trên bản đồ Trung Quốc

Hang Dốc Đứng là một tổ hợp khảo cổ học phong phú các công cụ xương, đá và vỏ nhuyễn thể cũng như một loạt các tàn tích hữu cơ, bao gồm cả xương động vật và di tích thực vật. Thực vật thu hồi từ trầm tích của hang bao gồm nho dại và mận. Phytoliths của lúa và trấu đã được xác định. Một số học giả gợi ý rằng có một số hạt minh chứng cho giai đoạn phôi thai của việc thuần hóa lúa. Động vật gồm gấu, heo rừng, nai, rùa. Chim gồm 27 loại khác nhau như ngỗng, vịt, ngan và thiên nga; năm loại cá. Các mảnh vỡ từ Hang Dốc Đứng là một số trong những ví dụ sớm nhất của đồ gốm được tìm thấy. Tất cả có màu nâu sẫm, thô, là thứ gốm kết hợp lỏng lẻo sét với cát. Chậu được nặn bằng tay và độ nung thấp (khoảng 400-500 độ C), cao lanh là thành phần chính của sản phẩm. Độ dày không đồng đều, khoảng 2 cm. Cả vách trong và ngoài được trang trí bằng văn dây. Những mảnh vỡ đã được thu hồi để tái tạo lại một chậu rộng miệng (vòng mở đường kính 31 cm, chiều cao 29 cm) có đáy nhọn. Phong cách đồ gốm này còn xuất hiện rất lâu sau trong các vạc của Trung Quốc. Công cụ bằng đá thu hồi từ Hang Dốc Đứng bao gồm dụng cụ cắt, dụng cụ nhọn và bàn nạo. Dùi xương được đánh bóng và xẻng, vỏ sò đục lỗ dùng trang sức với răng - hình chữ V trang trí cũng đã được tìm thấy lẻ tẻ.

3. Văn hóa Hà Mẫu Độ (5)

Được tìm thấy lần đầu tiên năm 1973 tại Hà Mẫu Độ, Dư Diêu tỉnh Chiết Giang, hạ du sông Dương Tử, phân bố chủ yếu ở bờ phía nam vịnh Hàng Châu, Ninh Ba, đồng bằng Thiệu Hưng và đảo Châu Sơn

(Zhoushan), có tuổi 5000 - 3300 năm TCN, văn hóa Hà Mẫu Độ thuộc thời kỳ đồ đá mới, phản ánh xã hội theo chế độ mẫu hệ. Người dân Hà Mẫu Độ đã sống hình thành làng xóm với các kích cỡ khác nhau. Trong làng có nhiều ngôi nhà được xây dựng. Nhưng vì mặt đất là các đầm lầy ven sông, nên hình thức kiến trúc và cấu trúc nhà nơi đây khác đáng kể với Trung Nguyên.

Điều kiện tự nhiên

Các di chỉ Hà Mẫu Độ nằm ở hạ du sông Dương Tử, đất phù sa màu mỡ, cung cấp các điều kiện tốt cho sản xuất nông nghiệp. Lượng mưa nhiều, nhiệt độ cao nên rừng lá rộng cận nhiệt đới thường xanh, nhiều nai, heo rừng, gia súc và các động vật khác. Tại đây khai quật được số lượng lớn xương động vật hoang dã. Tiêu biểu nhất cho sản xuất nông nghiệp là "cái cày xương" được làm bằng xương bả vai của hươu và trâu. Đầm lầy là môi trường sống tốt cho các thủy sản và động vật, nhưng cũng cung cấp các điều kiện cần thiết cho đánh cá và săn bắn, chăn nuôi. Sự xuất hiện của bơi chèo gỗ đã chứng minh rằng thuyền được sử dụng cho giao thông vận tải, săn bắn, đánh cá, vận chuyển hành khách. Những ngôi nhà sàn cũng phản ánh như để thích ứng với môi trường sống phía nam nóng và ẩm ướt.

Năm 1987 khai quật được từ di chỉ Hà Mẫu Độ số lượng lớn vỏ trấu. Báo cáo khai quật cho thấy, một kho lúa rộng lớn ở phần trên của tầng văn hóa thứ tư, cùng với rơm, lá lúa và mùn cưa, thân cây sậy kết lại để chứa thóc. Độ dày trung bình là 20 đến 50 cm, dày nhất tới hơn 100 cm, tổng số nhiều hơn 150 tấn. Trong vỏ trấu hóa than có thể nhìn thấy gạo. Hình dạng hạt lúa được khai quật nguyên vẹn, màu vàng và số ít hạt còn cả gân. Một số vỏ trấu vẫn còn râu nhọn do được bảo quản hoàn hảo, chưa từng thấy trong lịch sử khảo cổ học trên thế giới. Kết quả phân tích xác nhận rằng đây là những hạt gạo từ 7000 năm trước. Trồng lúa, tạo ra cho xã hội một số lượng lớn ngũ cốc thặng dư, đáng chú ý là xuất hiện sự phân cách giữa người giàu và người nghèo. Văn hoá phát triển vào một giai đoạn mới. Nhà sử học nông nghiệp nhiều lần lấy mẫu xác định rằng đó là lúa trồng, gồm chủng japonica, chủng indica và loại hạt trung gian dị hợp tử của nhóm lúa trồng châu Á. Điều này không chỉ cung cấp tài liệu có giá trị cho việc nghiên cứu nguồn gốc của nông nghiệp trồng lúa ở Trung Quốc, *mà còn sửa chữa các quan niệm truyền thống cho rằng gạo trồng ở Trung Quốc thông qua từ Assam, Ấn Độ*. Đó là bằng chứng mạnh mẽ xác nhận Trung Quốc là quốc gia trồng lúa đầu tiên trên thế giới.

Di tích kiến trúc gỗ

Di chỉ Hà Mẫu Độ có bốn tầng văn hóa. Lần khai quật thứ hai phát hiện di tích kiến trúc gỗ tại tầng ba và bốn, đặc biệt là trong tầng văn hóa thứ tư gặp nhiều nhất, tổng số hơn 1000 món. Phần chính là gỗ cọc, gỗ tròn, gỗ hình chữ nhật, cột trụ và sàn nhà với những chàng nạng.

Nhà ở Hà Mẫu Độ dựng trên hàng hàng cọc gỗ, phía trên có các thanh xà vững chắc để cấu thành sàn nhà, sau đó, trên các cột, dầm, xây dựng mái nhà.

Mộng và công nghệ lỗ mộng gỗ ở Trung Quốc có từ 3.000 năm trước thời kim loại. Khai quật Hà Mẫu Độ đã tìm thấy 29 hàng cọc gỗ, tính ra của ít nhất sáu kiến trúc. Theo phân tích sự sắp xếp cột cho thấy nhà thời đó làm theo hướng Đông Nam - Tây Bắc. Các ngôi nhà thường rất dài, bề dài nhất tới 23 mét. Độ sâu tới bảy mét với hành lang mái hiên rộng một mét. Ngôi nhà có thể là của một gia tộc. *Cánh cửa nhà mở ở đầu hồi, hướng về phía đông nam 5 -10 độ*. Nó có thể sử dụng tối đa ánh sáng mặt trời để sưởi ấm trong mùa đông, mùa hè có tác dụng tránh ánh nắng. Người hôm nay thừa hưởng điều này. Người Hà Mẫu Độ bố trí xây dựng nhà ở hợp lý, thiết kế khoa học, tận dụng lợi thế của điều kiện tự nhiên và địa lý làm cho nó có lợi cho đời sống. Ngoài ra, cho đến nay giếng nước cũng được tìm thấy các di tích đầu tiên trong đống đổ nát của tầng văn hóa thứ hai. Giếng xây dựng vào khoảng sáu mét đường kính, phía đáy giống hình cái nồi, được bao quanh bởi một bức tường hình vuông với chiều dài bên hai mét và bốn hàng cọc. Vũng nước xung quanh cũng có một hàng rào vòng tròn, đại khái có tác dụng bảo vệ. Thời văn hóa Hà Mẫu Độ, nhà thường làm xung quanh đầm lầy, tuy nhiên, nước đầm thường thông với nước biển, làm cho lượng muối tăng, không uống được. Vì vậy giếng xuất hiện là nỗ lực để cải thiện chất lượng cuộc sống.

Âm nhạc nguyên thủy

Tại Hà Mẫu Độ đã khai quật một số lượng đáng kể còi xương, một loại nhạc cụ và cũng là một công cụ săn bắn. Tại Hàng Châu, Chiết Giang cũng thấy một ống nhỏ làm bằng tre, là loại còi phát ra tiếng chim hót, rõ ràng là phần còn lại của chiếc còi xương. Tại di chỉ Tao Xun khai quật được hình vịt rỗng, một lỗ thổi nhỏ ở một đầu, là nhạc cụ cổ đại. Đồ dùng uống rượu xuất hiện chứng tỏ thu hoạch phong phú hơn trước, lương thực đã dư thừa để cất rượu.

Vật dụng chủ yếu:
Đồ gốm

Tại các di chỉ Hà Mẫu Độ thu được khối lượng lớn nhất hiện vật gốm thời kỳ đồ đá mới, khoảng 400.000 món, với 1221 món đã được phục hồi hoàn chỉnh, chiếm khoảng 1/6 tổng số hiện vật khai quật. Đồ gốm độc đáo nhất là gốm đen, người Hà Mẫu Độ biết pha trộn than với đất sét ở giai đoạn cuối để làm giảm độ nhớt của sét và tăng năng suất.

Chậu gốm Hà Mẫu Độ

Rất nhiều loại đồ dùng, chủ yếu là nồi, chảo, ấm đun nước, chậu, đĩa, bát... Thiết bị nấu ăn có thể được chia thành đồ dùng cho ăn uống, dự trữ thực phẩm và chứa nước. Đặc biệt hai loại bếp (Táo 灶) và Hòa I(盉) là loại ấm đất thời cổ, có chân, có nắp và quai cầm, có vòi để rót.]. Bếp lò gốm có sàn thông khí, mặt bên trong có 3 núm vú để đỡ ấm nước. Bếp lò gốm được phát minh ra để phục vụ việc làm bếp gỗ chống cháy, người sau đó đã sử dụng bếp lò hình cái vại. Ấm gốm (hòa) có hình hồ lô đựng rượu, phía trước có miệng vươn cao, phía sau là còi hơi, ở giữa phẳng, có chuỗi bông tai liên kết. Bên trong và bên ngoài thành ấm được đánh bóng mịn, chế tác tinh tế, đến nay giá trị ghệ thuật vẫn còn được đánh giá rất cao. Hầu hết các chuyên gia tin rằng đây là một đồ dùng cho rượu.

Đồ đá

Trong văn hóa Hà Mẫu Độ, đồ đá không giàu cả về chủng loại và số lượng, đã khai quật được tổng số 874 món. Chủ yếu là công cụ sản xuất và đồ trang sức. Công cụ sản xuất gồm búa, rìu, ba loại đục, hình dạng nhỏ hơn, mài không kỹ lắm, vẫn còn lưu giữ không ít dấu vết của việc gõ, dũa. Dụng cụ chủ yếu được dùng để chặt cây và chế biến gỗ thành công cụ nông nghiệp và công cụ gia công xương, gỗ. Những công cụ đá khác là cối xay đá và đá hình yên ngựa, bóng đá, cuối cùng là hai loại công cụ bóc vỏ ngũ cốc và các loại hạt.

Công cụ bằng xương

Có hơn 3.000 đồ dùng bằng xương được khai quật, người Hà Mẫu Độ chú trọng công cụ sản xuất, chức năng sử dụng được chia thành cày xương, mũi tên xương, đục xương, dùi xương, kim xương, còi xương, lưỡi liềm xương, cái lao xương, ống kim... Xương lưỡi cày là đặc trưng nhất. Xương cày lấy ra từ xương bả vai các loài động vật có vú lớn. Lưỡi cày duy trì hình dạng tự nhiên của xương ban đầu, phía trên dày và hẹp, phần dưới có dạng của lưỡi dao mỏng và rộng. Một rãnh dọc nông ở giữa của bề mặt xương, thấp hơn cuối cùng của hình trụ là hình lưỡi, với hai lỗ song song hình chữ nhật trên cả hai mặt của nó, cuối phía trên là lỗ tra cán hình vuông. Lưỡi cày xương thiết kế cho việc cột vào một đoạn gỗ thẳng đứng. Đây là phương pháp sản xuất độc đáo của các di tích văn hóa Hà Mẫu Độ. Cày xương trơn nhẵn, một số phiến do ma sát với đất lâu dài nên chẻ hai, chẻ ba. Xương lưỡi cày khai quật được 170 cái, tương ứng với một số lượng lớn lúa gạo tích trữ, nói rằng nông nghiệp Hà Mẫu Độ bước vào giai đoạn canh tác cày đất.

Đồ gỗ

Tổng cộng có hơn 300 món, chủ yếu khai quật được trong tầng văn hóa thứ tư có niên đại cách đây 7.000 năm. Gỗ đã được sử dụng rộng rãi trong sản xuất và đời sống. Công nghệ sản xuất gỗ đã đạt đến trình độ rất cao. Điều quan trọng nhất trong các công cụ gỗ là khung dệt và mái chèo. Công cụ dệt có bánh xe gỗ (gốm), dụng cụ hình răng, dao máy gỗ, trục cuốn, gậy tròn, cây nhỏ nhọn đầu, dao gỗ (xương) nhọn. Các công cụ đánh sợi được coi là bộ phận quan trọng nhất của máy dệt. Với nghề dệt, người Hà Mẫu Độ đã ra khỏi cuộc sống hoang dã, bước vào giai đoạn phôi thai của nền văn minh. Tổng số có tám mái chèo gỗ, mỗi cái được sản xuất bằng một thanh gỗ duy nhất, tay cầm hình trụ, mái chéo hình lá liễu. Có mái chèo tất phải có thuyền. Sớm nhất là 7000 năm trước, người Hà

Mẫu Độ đã chèo thuyền buồm đi du lịch giữa các gia tộc láng giềng.

Cọc nhà sàn Hà Mẫu Độ

Tác phẩm nghệ thuật nguyên thủy

Tại Hà Mẫu Độ khai quật được các tác phẩm nghệ thuật gốc không chỉ với số lượng lớn, mà hình dạng độc đáo, nội dung phong phú. Chủ yếu là chạm khắc ngà voi, trang trí trên đồ gốm. Đặc biệt, một số chạm khắc ngà voi với đường nét trơn, hình dạng đẹp, quả là tuyệt xảo

(1) Ngà khắc nghệ thuật. Tám hình bướm, là ngà voi mài phẳng, trông giống như bướm thật. Một trong những tác phẩm nổi bật nhất là "song điểu hướng dương" khắc hình bướm bằng ngà, dài 16,6 cm, rộng 5,9 cm và dày 1,1 cm, nửa trên bị mẻ, phía dưới cũng hơi bị khuyết. Giữa chính diện khắc chìm 5 vòng tròn đồng tâm. Giữa phía trước từng khúc nhỏ vòng tròn đồng tâm với các kích cỡ khác nhau; ngoài hình tròn khắc mô hình ngọn lửa, biểu tượng của tia

nắng mặt trời. Trên mỗi bên một chiếc mỏ chim cong lên để nâng mặt trời, phía ngoài khắc hoa văn lông chim. Các hiện vật bố trí toàn bộ hình ảnh nghiêm nhặt, khắc có tay nghề cao, hình ảnh sống động và ý nghĩa thực sự hấp dẫn, là tác phẩm nghệ thuật tinh xảo ban đầu của người Hà Mẫu Độ.

Hình chim khắc tròn có bốn món. Một món đầy đủ có chiều dài 15,8 cm, rộng 3,4 cm và dày 0,8 cm, kết thúc bằng những nét khắc trên một đầu chim cúi xuống, mắt tròn mỏ cong, như mỏ chim ưng, giữa là cơ thể và đôi cánh. Mặt lưng phẳng, khắc âm những hoa văn vạch thẳng ngắn; cả hai mặt của các dấu gạch chéo và hình lưỡi liềm ngắn tạo ra cảm giác mạnh mẽ của lông vũ. Bụng dày, có các lỗ thông để xỏ dây. Đuôi dài, mỏng uốn thành vòng cung. Những tác phẩm nghệ thuật tinh tế là tài sản chung của gia tộc, nhưng chỉ gia trưởng có quyền sử dụng.

(2) Tác phẩm gốm khắc.

Đặc trưng là khắc lên vành và bụng gốm: mặt trời, mặt trăng, cây và hoa, cùng với cá, chim, trùng, thú... họa tiết đơn giản, kéo dài, phong cách đơn giản và sức sống dồi dào, phản ánh người Hà Mu Độ yêu đời, yêu thiên nhiên nồng nhiệt; cũng cho thấy ước mong mưa thuận gió hòa, mùa màng tươi tốt, con người vui vẻ. Nhiều chậu gốm vẽ hình cá và rong rêu, chậu sành có văn bông lúa, hình lợn trên bát, văn năm lá... Những gốm nghệ thuật khắc họa, cơ bản nguyên vẹn khi khai quật. Ngay cả những mảnh vỡ, cũng giữ được nguyên trạng, nên có thể phục hồi hoàn chỉnh. Điều này cho thấy người Hà Mẫu Độ rất trân trọng, chúng có thể là vật dụng cúng tế. Có thể đó là ý thức tôn giáo lúc ban đầu.

Ngọc thạch Hà Mẫu Độ

(3) Đồ trang sức: Có ngọc, ống, hạt châu, nhẫn, bánh v.v... Hầu hết các hạt, nhẫn và đồ trang sức làm bằng ngọc bích và fluorit. Dưới ánh sáng mặt trời, chúng có màu xanh lá cây, tinh thể tuyệt đẹp. Có những đồ trang trí làm bằng răng nanh thú hoặc răng chó, đốt sống cá.

4. Văn hóa Bành Đầu Sơn (6)

Các di chỉ Bành Đầu Sơn (彭头山 Pengtoushan) và Tam Thạch Đãng (三石宕) nằm tại thôn Mạnh Bình (Mengping 孟萍), thành phố Đại Bình huyện Lý, có thể xuất hiện cách nay khoảng 8.000 năm. Năm 1988 đã phát hiện rất nhiều ngũ cốc và trấu lẫn trong những mảnh đồ gốm, được xác định là giai đoạn đầu của việc trồng lúa. Phát hiện này khẳng định rằng trong lịch sử thế giới, trung lưu của sông Dương Tử là một trong những nơi mà lúa được trồng từ rất sớm. Tam Thạch Đãng nằm ở thôn Ngũ Phúc (五福 Wufu), trấn Mông Tây (蒙西 Mengxi) phía đông bắc đồng bằng Lật Dương (Liyang 溧阳), huyện Lý. Lịch sử của nó có thể được bắt đầu từ khoảng 8000 năm trước, song song với giai đoạn nửa sau của văn hóa Bành Đầu Sơn. Đợt khai quật thứ ba được thực hiện từ tháng 10 đến tháng 11 năm 1995, trong đó một lớp phù sa màu đen đã được tìm thấy ở độ sâu 4,5 mét trong lòng kênh cũ. Phát hiện số lượng lớn các chất hữu cơ, hơn 100 loại thực vật, hàng chục loại xương động vật trên cạn và động vật thủy sinh, các sản phẩm làm bằng gỗ, tre, nứa và xương. Thóc và gạo thu được hơn 15.000 hạt. Hạt được bảo quản tốt và có giá trị lớn trong việc nghiên cứu canh tác nông nghiệp.

Hạt thóc ở Bành Đầu Sơn

5. Văn hóa Giả Hồ (7)

Được phát hiện năm 1962, Giả Hồ (Jiahu - 贾湖) là di chỉ một khu định cư thời kỳ đồ đá mới thuộc trung du sông Hoàng Hà, hiện nay là thành phố Vũ Dương, tỉnh Hà Nam. Các nhà khảo cổ học xem di chỉ này là một trong những ví dụ sớm nhất của văn hóa Bùi Lý Cương (Peiligang), định cư từ 7000 đến 5800 năm TCN. Khu định cư có diện tích 55.000 mét vuông và được bao quanh bởi một con hào. Các nhà khảo cổ học chia văn hóa Giả Hồ thành ba giai đoạn riêng biệt. Giai đoạn sớm nhất từ 7000 - 6600 năm TCN. Giai đoạn giữa từ 6600 – 6200 năm TCN. Giai đoạn cuối khoảng từ 6200 đến 5800 năm TCN. Hai giai đoạn sau tương ứng với văn hóa Bùi Lý Cương, trong khi giai đoạn đầu tiên là duy nhất chỉ có ở Giả Hồ.

Cư dân Giả Hồ trồng kê đuôi chồn và lúa gạo. Trong khi kê canh tác phổ biến giữa các nền văn hóa Bùi Lý Cương thì Giả Hồ là nơi duy nhất trồng lúa. Giả Hồ là một trong những di chỉ trồng lúa đầu tiên được tìm thấy ở phía bắc Dương Tử. Hơn 300 ngôi mộ đã được khai quật, đi kèm với các dịch vụ mai táng. Đối tượng chôn cất gồm có đồ gốm và vỏ rùa. Một trong những phát hiện quan trọng nhất là những ống sáo làm bằng xương cánh chim. Giai đoạn lâu đời nhất tại Giả Hồ chỉ chứa hai sáo, loại bốn lỗ và năm lỗ. Giai đoạn giữa chứa một cặp sáo sáu lỗ (hexatonic). Một chiếc sáo đã bị vỡ, chiếc còn lại có vẻ là một bản sao của cây sáo đầu tiên, vì thấy có việc điều chỉnh để phù hợp với cao độ của chiếc kia. Đổi mới trong giai đoạn cuối cùng là sử dụng sáo tám lỗ (heptatonic). Giả Hồ chứa một số đồ gốm của đầu thời kỳ đồ đá mới ở Trung Quốc. Các nhà khoa học từ Đại học Pennsylvania áp dụng cách phân tích hóa học đáy lọ gốm Giả Hồ đã tìm ra bằng chứng của rượu lên men từ gạo, mật ong và táo gai. Giả thuyết rượu được lên men bằng quá trình đường hóa được đề xuất.

Tại Giả Hồ cũng xác định được 11 dấu hiệu của ký tự, chín trên vỏ rùa và hai trên xương, như là bằng chứng có thể của các văn bản nguyên thủy. Một số dấu hiệu khá giống với ký tự sau này của Trung Quốc, hai trong số những dấu hiệu hấp dẫn nhất tương tự như các chữ sau này là mắt (目) và mặt trời (日).

Vỏ rùa Giả Hồ khắc ký tự

7. Văn hóa Bùi Lý Cương (8)

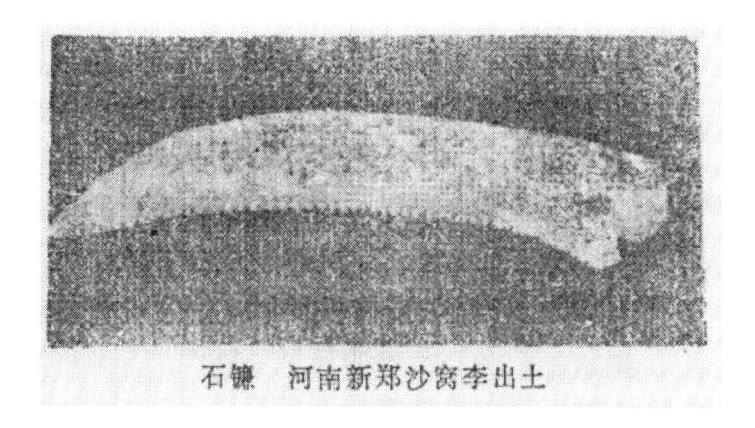

石鐮 河南新郑沙窝李出土

Liềm đá Bùi Lý Cương

Văn hóa Bùi Lý Cương lần đầu tiên được báo cáo năm 1977 tại các di chỉ loại Bùi Lý Cương ở tỉnh Hà Nam. Đó là một xã hội có văn hóa tương đối sớm ở trung và hạ lưu sông Hoàng Hà. Tuổi C14 được xác định là trên 5.000 năm TCN. Ở phía nam sông Hoàng Hà, Sơn Đông, Thiểm Tây và Hà Bắc cũng có những khám phá tương tự. Văn hóa Bùl Lý Cương không chỉ giải quyết các câu hỏi về nguồn gốc văn hóa Ngưỡng Thiều (Yangshao), mà cả những vấn đề của xã hội cổ đại bao gồm các khía cạnh như thiên nhiên, ý thức tôn giáo và những đột phá mang lại một phần nổi bật của lịch sử nông nghiệp. Nó không chỉ khẳng định Trung Quốc phát triển nông nghiệp từ cổ xưa, mà còn là một trong những địa điểm đầu tiên của thế giới. Văn hóa Bùi Lý Cương cho thấy lịch sử nông nghiệp tiên tiến của Trung Quốc.

Bốn cuộc khai quật Bùi Lý Cương phát hiện số công cụ quan trọng. Liềm (Hình 1), đá mài v.v... dùng cho nông nghiệp, công nghệ của chúng không phức tạp, nhưng xẻng, rìu, liềm đã phổ biến (Bảng 2).

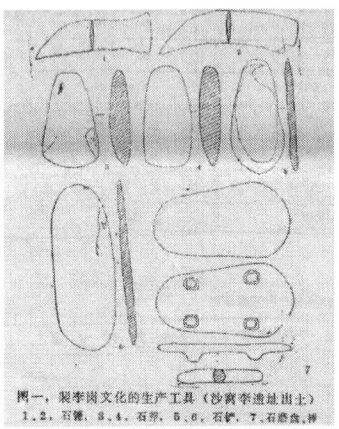

Các công cụ đá Bùi Lý Cương

Hình 2 cho thấy các công cụ chính như xẻng, rìu, liềm và bàn nghiền {metate: Một miếng đá với một bề mặt lõm nông, được sử dụng với một miếng đá phẳng ở trên, dùng cho nghiền các loại ngũ cốc, tiền thân của cối xay}, nhưng dao ít hơn; đục, dáo, cuốc, búa v.v... vắng mặt. Năm loại công cụ Bùi Lý Cương là: rìu phẳng dài hoặc hình thang; muộn hơn là mũi khoan dùng cho chặt cây và vỡ đất (Hình 2:3,4), xẻng phẳng với lưỡi để làm đất (Hình 2:5,6); liềm để thu hoạch giống như một lưỡi liềm hiện đại với cạnh có răng cưa lõm (Hình 2:1,2); và bàn nghiền được sử dụng với một mano để nghiền hạt, có bốn cột chân đối diện với một mặt trên mòn mỏng (Hình 2:7). Tất cả đều cần thiết trong chế biến và một cơ sở tối thiểu cho sự tăng trưởng nhanh chóng nông nghiệp cổ xưa. 7 – 8.000 năm trước, khí hậu và địa lý rất khác, nhưng nông dân ban đầu với các công cụ bằng đá vụng về của họ ảnh hưởng lớn đến sản xuất. Văn hóa Bùi Lý Cương ở phía nam sông Hoàng Hà là một cơ sở nông nghiệp trực tiếp ảnh hưởng đến tăng trưởng nông nghiệp châu Á. Do vị trí địa lý và khí hậu, nông nghiệp có nguồn gốc ở phía nam của sông Hoàng Hà. Địa chất khu vực phía nam sông Hoàng Hà là một phần của bắc Trung Quốc với cao nguyên Hoàng Thổ trung du rộng rãi vào cuối Pleistocene của kỷ Đệ tứ. Hoàng thổ màu mỡ là lý tưởng cho sự phát triển nông nghiệp, làm phong phú thêm nguồn tài nguyên của Trung Quốc. Nhưng khí hậu cũng ảnh hưởng đến hình thành cảnh quan. Đất và khí hậu khu vực văn hóa Bùi Lý Cương là lý tưởng cho môi trường sống cổ đại, như lượng mưa phía bắc tập trung vào mùa hè. Khi phía bắc mưa ít hơn có nghĩa là phía nam mưa, phù hợp với kê, một loại cây trồng chịu hạn tự nhiên. Khối lượng lớn hạt kê mục nát tại văn hóa Cishan, văn hóa Banpo Yangshao, thôn Meng v.v... Như vậy, tăng trưởng nông nghiệp và nền kinh tế được quyết định bởi điều kiện tự nhiên, hệ thống xã hội và phương pháp sản xuất.

Người Bùi Lý Cương không ngừng cải tiến công cụ. Liềm đường răng cưa đã nâng cao hiệu quả thu hoạch. Công cụ cải tiến nâng cao năng suất, kêu gọi mọi người đến định cư và cho phép sự phát triển của nhiều loại gốm. Chăn nuôi gia súc phản ánh và phụ thuộc vào nông nghiệp Bùi Lý Cương. Lợn, chó, bò đã được đề cao, trước đây ngụ ý từ một bức tượng lợn đất sét được khai quật. Nhiều người nghĩ rằng động vật đầu tiên là con chó vì nó hỗ trợ săn bắn. Tại Bắc Mỹ, con chó đầu tiên được thuần hóa khoảng 8400 năm TCN ở Jaguar Cave, Idaho. Nhưng những người khác cảm thấy đó là cừu bởi vì nó ăn cỏ tự nhiên, trong khi con chó cần thịt lợn và ngũ cốc. Cừu được nuôi đầu tiên của thế giới từ 9000 TCN tại Zawi Chemi Shanidar, nhưng lợn cũng xuất hiện sớm, có niên đại 7000 năm TCN ở Cayonu, Thổ Nhĩ Kỳ. Chăn nuôi lợn cần cuộc sống ổn định. Con heo đất sét chắc chắn không thể giải thích chăn nuôi lợn, vì nó có thể vượt quá xa thời gian đó, làm cho Trung Quốc thành nước có nông nghiệp và chăn nuôi động vật sớm nhất.

7. Văn hóa Ngưỡng Thiều (9)

Năm 1916, kỹ sư mỏ người Thụy Điển Andersson, trong khi tìm quặng đồng đã tình cờ phát hiện những cổ vật bằng đá. Sự tình cờ làm thay đổi cuộc đời chàng kỹ sư, biến anh thành nhà khảo cổ danh tiếng, khi vào năm 1921 phát hiện di chỉ Ngưỡng Thiều, thành phố Tam Môn Hiệp, tỉnh Hà Nam. Văn hóa Ngưỡng Thiều phân bố trên diện tích 3.000.000 m2, khắp các tỉnh Thiểm Tây, Sơn Tây, Cam Túc, Hà Nam, Hà Bắc, Nội Mông, Hồ Bắc, Thanh Hải, Ninh Hạ...Tồn tại từ 5.000 tới 3.000 năm TCN. Văn hóa đá mới Ngưỡng Thiều để lại những hiện vật sau:

   - Số lượng lớn công cụ đá cuội mài gồm rìu, cuốc, thuổng, xẻng, dụng cụ gieo hạt.

   - Nhiều đồ gốm men màu nâu, đỏ, đen được chế tác tinh xảo.

   - Nhiều ngôi nhà nửa nổi nửa chìm, trong nhà có

chum vại đựng số lớn vỏ hạt kê.

- Nhiều xương lợn, gà, chó nhà.

- Trong những nghĩa địa tìm thấy di cốt của người gần gũi với người Hán hiện nay.

Đồ gốm sơn Ngưỡng Thiều

Văn hóa Ngưỡng Thiều có tầm quan trọng lớn, bởi lẽ, với sự xuất hiện nền văn hóa bản địa trình độ cao trong chế tác công cụ đá mới, đồ gốm và nông nghiệp ngũ cốc, nó khẳng định vai trò của văn minh phương Đông, bác bỏ quan niệm cũ cho rằng, văn minh phương Tây lan tỏa sang phương Đông. Với người Trung Hoa, nó càng có ý nghĩa đặc biệt vì là lần đầu tiên tìm thấy "di cốt của tổ tiên người Trung Quốc", trong vai trò chủ nhân của nền văn minh cao. Từ đây xuất hiện quan niệm văn minh Trung Quốc được khai sinh từ Ngưỡng Thiều rồi lan tỏa về phía đông nam.

8. **Văn hóa Hồng Sơn** (10)

Được phát hiện vào thập niên 1970, văn hóa Hồng Sơn thuộc lưu vực sông Liêu Hà trong chi lưu sông Tây Lạp Mộc Luân (Xilamulun), Lão Cáp Hà, Đại

Lăng Hà (Daling), rộng 200.000 km vuông, của vùng Nội Mông, Đông Bắc Trung Quốc. Là nền văn hóa đá mới cách nay 6000 – 7000 năm, cũng tìm thấy một số đồ đá nhỏ cuối kỳ đồ đá cũ. Xã hội văn hóa Hongshan sơ kỳ là thời hoàng kim của chế độ mẫu hệ, thời kỳ cuối chuyển đổi dần sang chế độ gia trưởng. Mô hình kinh tế chủ yếu là nông nghiệp đồng thời với chăn nuôi (heo, bò, cừu), đánh cá, săn bắn. Nó có đặc tính tiêu biểu là gốm sơn, gốm mô hình phông chữ, văn hóa đá mới thô và đá mới tinh (microlithic) cùng tồn tại.

Ngọc rồng văn hóa Hồng Sơn

Đồ đá tinh rất phát đạt, còn vết tích của cả hai phương pháp chế tác đá là mài và đẽo trên con dao đá hai lỗ, lưỡi cày đá, cuốc đá có vai, bàn đá nghiền, chày nghiền đá và đầu mũi tên đá vv... Đồ gốm màu khắc vạch song song, đường zigzag gồm có lọ, chậu, bình, vại... Đặc biệt tiến bộ là lò nung hai buồng. Trình độ chế tác ngọc rất cao với ngọc rồng đầu lợn hình phẫu, cá ngọc, chim ngọc, ngọc hình thú, ngọc bội hình đám mây, ngọc hình đai, hình gậy... Cũng tìm thấy khá nhiều mảnh vỡ nồi nấu kim loại nóng chảy do luyện đồng tạo ra. Nhà ở lớn hay nhỏ, có hình vuông, làm bán âm bán dương.

Văn hóa Hồng Sơn phản ánh toàn diện văn hóa thời kỳ đồ đá mới khu vực phía bắc Trung Quốc. Sau đó, di chỉ Xích Phong Hồng Sơn và các di chỉ cùng bản sắc văn hóa trong khu vực được phát hiện, gọi chung là văn hóa Hồng Sơn. Văn hóa Hồng Sơn thuộc cùng kỳ với văn hóa Ngưỡng Thiều ở Trung Nguyên.

Các bộ tộc văn hóa Hồng Sơn trên cả hai bên bờ sông Xilamulun, có đời sống kinh tế nông nghiệp tương đối ổn định, đã tìm thấy những di tích cư trú của thị tộc. Daling hà, thượng nguồn Mangniu hà phía bắc Nội Mông Ngao Hán Kỳ hà làng Fu Ying, có một thị tộc của các bộ lạc văn hóa Hồng Sơn.

Ngành công nghiệp đồ gốm chiếm một vị trí quan trọng. Tại văn hóa Xinglongwa giai đoạn sớm công nghệ gạch phát triển mạnh. Những thành viên giàu kinh nghiệm trong bộ lạc đã được dành riêng cho công việc này. Một số lượng lớn đồ gốm được sản xuất hàng loạt. Năng suất và chất lượng đồ gốm được cải thiện đáng kể.

Hiện nay, đa số học giới có năm loại ý kiến về nguồn gốc văn hóa Hồng Sơn:

1. Văn hóa Hồng Sơn là một hệ thống nguyên thủy của nền văn hóa Yangshao, hoặc các biến thể của Yangshao;

2. Văn hóa Hồng Sơn thừa hưởng của văn hóa Từ Sơn Hà Bắc;

3. Văn hóa Hồng Sơn có khả năng là một nền văn hóa đồ đá tinh và ảnh hưởng lẫn nhau của Yangshao.

4. Văn hóa Hồng Sơn là một thời kỳ văn hóa đồ đá mới độc đáo của khu vực này. Nó xuất hiện và phát triển tự thân. Đồng thời chịu ảnh hưởng của văn hóa khác.

5. Văn hóa Hồng Sơn có khả năng là sự tiếp nối và phát triển của nền văn hóa Hà Mẫu Độ, dân tộc Trung Hoa từ một xã hội theo chế độ mẫu hệ vào một bước ngoặt trong xã hội gia trưởng.

Công cụ đá thô và đá tinh cùng tồn tại, là đặc điểm độc đáo của văn hóa Hồng Sơn. Chủ đề rồng là tiêu biểu nhất của các nền văn hóa này, như là "biểu tượng quốc gia" từ những ngày đầu của văn hóa Hồng Sơn được tiếp tục về sau. Đá hình lá, lưỡi cày đá, con dao đá hình lá quế với hai lỗ, đá chọc lỗ, lưỡi dao đá, đầu mũi tên đá và hiện vật khác cho thấy nông cụ đa dạng. Đồ gốm nhỏ tinh tế, tay nghề cao và chậu gốm thô màu nâu, bát, lọ, đỉnh... mỗi mô hình trang trí riêng với hình chữ thập, chữ V, mô hình xương cá... Văn hóa Hồng Sơn đặc trưng với đồ gốm sơn trang trí, mặc dù bị ảnh hưởng bởi đồng bằng miền Trung Ngưỡng Thiều tác động, nhưng vẫn còn giữ các điểm tương đồng và khác biệt. Trong loại hình gốm Hồng Sơn muộn thậm chí mô hình điểm vòng cung là một loại lạc mốt, ngay cả gốm Ngưỡng Thiều cũng không có. Hai văn hóa cũng có điểm tương tự, loại "bát đỏ" của văn hóa Hồng Sơn muộn và loại hình đó ở văn hóa Hậu Cương Ngưỡng Thiều thì giống nhau. Đồ gốm sơn đường thẳng song song, cắt giảm các loại tương tự như gốm sơn mô hình tam giác Hậu Cương, điểm khác nhau nói lên bản sắc văn hóa của chúng. Sự tương đồng giữa chúng cho thấy độ tuổi gần nhau, nhưng không chỉ đơn giản coi văn hóa Hồng Sơn là chi nhánh của văn hóa Ngưỡng Thiều, biến thể địa phương hoặc văn hóa hỗn hợp.

Một quan điểm xem rằng tiền sử Trung Quốc tồn tại hai khu hệ văn hóa, đó là văn hóa Trung Nguyên cổ đại và văn hóa phương Bắc cổ đại. Nền văn hóa cổ đại ở phía bắc do văn hóa Hồng Sơn và văn hóa Hà Sáo hợp thành. Hai khu hệ văn hóa vừa có tính cộng sinh vừa có tính đặc thù. Nền văn hóa cổ đại ở miền Bắc không thể chỉ đơn giản coi là một nhánh hay biến thể địa phương của nền văn hóa Trung Nguyên cổ đại.

Để hiểu biết nguồn gốc của văn hóa Hồng Sơn, nhiệm vụ đầu tiên là tìm di tồn sớm hơn của nó trong khu vực. Vào năm 1983, sau khi khai quật di chỉ Hưng Long Oa (Xinglongwa), minh xác rằng văn hóa Xinglongwa tạo điều kiện khám phá nguồn gốc của văn hóa Hồng Sơn, đó là chứng từ đầu tiên giúp cho việc so sánh. Trong di chỉ Xinglongwa tìm thấy văn hóa Hồng Sơn sớm, tại đây có khu định cư được vây bằng hào rãnh, chứa hiện vật mang đặc tính của thời kỳ đá mới sớm, tuổi C14 là 7470 + 80 – 6895 +/- 250 năm cách nay. Quá sớm so với văn hóa Hồng Sơn, có quan hệ với văn hóa tiền thân của Hồng Sơn. Có thể gọi là "tiền văn hóa Hồng Sơn." Địa vực phấn bố của văn hóa Long Oa và văn hóa Hồng Sơn tương đồng về đại thể.

Tượng nữ thần Hồng Sơn phục nguyên

Hầu hết trong văn hóa Hồng Sơn sớm và văn hóa Hưng Long Oa (Xinglongwa) là gốm thô, độ nung thấp, ít trang trí, gốm nâu hình trụ, bát bằng đất sét thô (với cát mịn) đánh giấy ráp, tiêu biểu với mô hình văn zig-zăg và văn mắt lưới. Có thể thấy, văn hóa Hồng Sơn sớm hiển thị một số tiến bộ so với văn hóa Xinglongwa. Văn hóa LongWa có một mức độ nhất định của sản xuất nông nghiệp, có một kích thước và số lượng các khu định cư. Có thể phát sinh nền văn hóa Hồng Sơn thịnh vượng như xã hội nông nghiệp ban đầu.

Điều này cho thấy văn hóa Hưng Long Oa và văn hóa Hồng Sơn có mối quan hệ thừa kế và có lẽ là nguồn gốc của văn hóa Hồng Sơn. Sự phát triển trong tương lai của văn hóa Hồng Sơn, cũng đã trải qua một thời gian dài của lịch sử. Năm 1973 phát hiện loại hình Ngao Hán Kỳ Tiểu Hà duyên (Aohanqi xiaoheyan), và tìm thấy một đầu mối mạnh mẽ cho quan hệ này.

Loại hình văn hóa xiaoheyan là sự chia tách mới của một loại hình văn hóa. Nó và Thạch Dương Thạch Hổ Sơn cùng phát hiện di vật thời đá mới, mô hình đồ gốm sơn, các khía cạnh trang trí mang đặc điểm của các loại khác nhau của văn hóa Hồng Sơn nhưng niên đại muộn hơn. Kết hợp dữ liệu thu được ở di chỉ lăng mộ Aohan Banner xiaoheyan Nam Đài Địa và Wengniute Banner Danangou Thạch Bằng Sơn, được xác định là "văn hóa xiaoheyan". Phân bố của nó phù hợp với văn hóa Hồng Sơn, bản sắc văn hóa của nó có thể được tóm tắt trong ba điểm sau:

(1) Đồ đá

Cùng tồn tại của đá mài và các công cụ đá nhỏ sứt mẻ, có bốn cạnh, rìu đá có mặt cắt ngang hình chữ nhật được đánh bóng, lưỡi cày đá, đầu mũi tên đá, xẻng đá đánh bóng, dao đá nhọn cán xương. Lưỡi dao đá tinh chế. Cùng với heo gốm xuất hiện phản ánh đời sống kinh tế kết hợp với chăn nuôi và săn bắn.

(2) Đồ gốm

Có gốm đất đỏ, gốm màu xám thô, gốm bùn pha cát và bùn chế bốn loại gốm đen. Trang trí văn thừng, văn khắc vạch và bổ sung văn đồi, văn thừng tinh tế tạo thành hình dây ấu hồi tự văn, đã bắt đầu có mô hình sấm sét. Gốm sơn chủ yếu là màu đen, có màu đỏ và màu trắng, trang trí với văn xương cá xiên song song, đường gấp hồi tự văn. Có gốm sơn bên trong, một phương pháp vẽ điển hình với dấu gạch chéo song song trên nền trắng, bên trong thêm ba màu đen, đỏ, nâu, tạo thành hồi tự, ba cá, tám cá, hình mắt lưới vv…Một loạt các mô hình hình học, nhiều hình vẽ bằng chu, hiện vật tiêu biểu là gốm hình trụ bằng cát pha tro, bát, chậu, lũ, hồ lô, chén, lọ miệng lớn hai quai. Thời kỳ cuối xuất hiện chậu lớn đáy bằng, loại bát đựng thức ăn miệng rộng bụng thót, lòng cạn (bát chiết yêu, gọi là đậu) và sự xuất hiện của đồ gốm sơn.

Đáng chú ý là, tại văn hóa Hồng Sơn, khoảng 4000 năm trước đã xuất hiện nhiều lò nấu đồng.

Về nhân chủng, từ một tượng nữ thần được phục dựng, cho thấy chủ nhân của văn hóa Hồng Sơn thuộc chủng Mongoloid phương Bắc.

II. Nhận định

Những văn hóa dẫn trên, tuy ít nhưng cũng tiêu biểu cho nền văn hóa đá mới trên đất Trung Hoa. Trên đất Trung Hoa có ba khu vực văn hóa đá mới: vùng thung lũng sông Hoàng Hà, vùng lưu vực sông Dương Tử và vùng Nội Mông.

Tuy có những nét khác biệt nhỏ nhưng đó là những nền văn hóa đá mới tiêu biểu với công cụ đá mài, đồ gốm, kinh tế nông nghiệp kết hợp với chăn nuôi và săn bắn. Niên đại cùng đặc điểm các "xuất thổ văn hóa" trên đất Trung Quốc cho thấy rõ quy luật: các nền văn hóa phương nam có tuổi sớm đồng thời những đặc điểm tạo hình, vật liệu, công nghệ chế tác công cụ đá mài, đồ gốm, đồ ngọc... mang đầy đủ những đặc trưng cơ bản nhất cho văn hóa đá mới Trung Quốc. Điều này chứng tỏ rằng văn hóa Trung Quốc đã được hình thành từ phương Nam và phát triển dần lên phía bắc.

Theo quan niệm truyền thống hình thành từ

những năm 30 của thế kỷ trước, cội nguồn của dân tộc Trung Hoa là tại trung du Hoàng Hà, từ đây, con người cùng văn hóa Trung Hoa lan tỏa về phía đông nam. Nhưng từ những năm 70, khi phát hiện nhiều di chỉ văn hóa đá mới tại lưu vực sông Dương Tử, có ý kiến cho rằng: "Văn hóa vùng thung lũng Hoàng Hà là người mẹ của dân tộc Trung Hoa." "Lưu vực sông dương Tử là người mẹ thứ hai của Dân tộc Trung Hoa." Khi văn hóa Hồng Sơn được phát hiện, lại có người nói: Trung Quốc có tới ba trung tâm văn hóa. Phải chăng khu vực Nội Mông là "người mẹ thứ ba của dân tộc Trung Hoa?"

Những xoay chuyển quan điểm như chong chóng trên một phần do sự hạn chế của tri thức nhân loại nhưng cũng là hậu quả tất yếu của chủ nghĩa sô vanh Đại Hán: Trung Quốc là trung tâm của châu Á. Mọi thứ đều nảy sinh từ Trung Quốc rồi ban phát cho thiên hạ!

Ngày nay, nhờ những phát hiện mới về nguồn gốc loài người cũng như nguồn gốc các dân tộc Đông Á, ta biết rằng, người tiền sử đã từ Việt Nam đi lên khai phá không những đất Trung Hoa mà cả đất Mông Cổ và vùng Siberia mênh mông. Theo dòng thời gian, người di cư từ Việt Nam mang công cụ đá mài, cây kê, cây lúa, giống gà, giống chó đi lên vùng cư trú của mình. Người Việt loại hình Australoid chiếm lĩnh thung lũng sông Hoàng Hà và lưu vực sông Dương Tử. Người Mongoloid chiếm lĩnh vùng đất Mông Cổ và tạo nên văn hóa Hồng Sơn. Do có sự liên hệ với nhau mà chủng Mongoloid phương Nam ra đời từ khoảng 5000 năm TCN tại văn hóa Ngưỡng Thiều và văn hóa Hà Mẫu Độ. Cũng do sự liên hệ này mà văn hóa Hồng Sơn, văn hóa Ngưỡng Thiều và văn hóa Hà Mẫu Độ có sự tương đồng. Dù sự khác nhau có thể nhận biết được thì đó chỉ là tiểu dị, trên cơ sở đại đồng. Sự đại đồng này nói lên nguồn gốc chung của con người cùng văn hóa Đông Á là từ cái nôi Việt Nam và nam Trung Hoa, tức là trong khu vực từ Ngũ Lĩnh xuống tới miền Trung, miền Bắc Việt Nam.

Tài liệu tham khảo:

1. Neolithic http://en.wikipedia.org/wiki/Neolithic
2. Hoabinhian http://en.wikipedia.org/wiki/Hoabinhian
3. Xianrendong http://archaeology.about.com/od/xterms/qt/Xianrendong.htm
4. Yuchanyan http://archaeology.about.com/od/upperpaleolithic/qt/Yuchanyan-Cave.htm 5.
河姆渡遗址
http://zh.wikipedia.org/wiki/%E6%B2%B3%E5%A7%86%E6%B8%A1%E9%81%97%E5%9D%80
6. 彭頭山遺址http://big5.myxlc.com/Article/dongtinghudxsqsdyzptsyz_129112
7.賈湖遺址
.http://zh.wikipedia.org/wiki/%E8%B3%88%E6%B9%96%E9%81%BA%E5%9D%80
8. Wang, Jiehuai. *Peiligang culture*. Chinese Academy of Social Sciences, Institute of Archaeology, 27 Wangfujing St., Beijing, CHINA (*Agricultural Archaeology* 1985(2):81-85). Formatted by G. Leir; edited by Yuping Wu & B. Gordon) http://http-

server.carleton.ca/~bgordon/Rice/papers/WANGJH85.htm

9. 仰韶文化 http://baike.baidu.com/view/9771.htm

10. 红山文化主人 http://baike.baidu.com/view/56987.htm

CHƯƠNG V

TRUNG QUỐC THỜI ĐẠI ĐỒ ĐỒNG

Thời đại đồ đồng là thời kỳ con người đã học được cách khai thác quặng và nấu chảy đồng cùng với thiếc để làm vũ khí và các công cụ bằng đồng. Những hoạt động này đòi hỏi một lực lượng lao động có tổ chức và thợ thủ công lành nghề. Trong thời đại đồ đồng, con người đã học được cách tổ chức trang trại để có đủ lương thực nuôi những người lao động khác - chẳng hạn như thợ mỏ, thợ đúc đồng, thợ dệt, thợ gốm và thợ xây dựng, những người sống ở thành thị - và để nuôi giai cấp thống trị, người tổ chức và lãnh đạo xã hội. Những tài liệu kinh điển viết rằng, văn minh đồng xuất hiện lần đầu tiên trên thế giới tại Sumeria vào khoảng 3300-2300 năm TCN. Ở Trung Quốc, tại di chỉ văn hóa Hồng Sơn 4000 năm TCN đã phát hiện nhiều nồi nấu đồng. Tại di chỉ Majiayao tỉnh Thiểm Tây cũng phát hiện con dao bằng đồng trong khoảng giữa 3100 – 2700 năm TCN. Tuy nhiên, về phương diện chính thức, thời đại đồ đồng của Trung Quốc được bắt đầu từ 1700 năm TCN, tại văn hóa Nhị Lý Đầu triều đại Thương.

I. Những nền văn hóa thanh đồng tiêu biểu

1. Văn hóa Mã Gia Ao (1)

Văn hóa Mã Gia Ao ở miền tây Cam Túc, phía đông Thanh Hải, về phía tây Ngưỡng Thiều, thuộc văn hóa đồ đá mới. Mã Gia Ao có ba loại văn hóa, loại sớm có tuổi giữa 5800 đến 4800 năm trước, loại giữa từ

4800 và 3800 năm trước, loại cuối có niên đại từ 3800 và 2800 năm. Mã Gia Ao là nền văn hóa đồ gốm sơn rực rỡ, đạt đến đỉnh cao của lịch sử thế giới. Năm 1975 ở Cam Túc Dongxiang Lin trong gia đình văn hóa Mã Gia Ao (khoảng 3000 năm TCN) đã khai quật được một con dao bằng đồng, đó là hiện vật đồng đầu tiên được tìm thấy ở Trung Quốc, là bằng chứng việc Trung Quốc bước vào thời đại đồ đồng.

2. Văn hóa Nhị Lý Đầu (2)

Di tích văn hóa Nhị Lý Đầu sớm nhất được khai quật năm 1952, tại di chỉ Ngọc Thôn Đăng Phong tỉnh Hà Nam. 1956 khai quật ngôi miếu Lạc Đạt đổ nát ở Trịnh Châu, đặt tên là văn hóa Lạc Đạt. Năm 1959 khai quật di chỉ Nhị Lý Đầu, do tính điển hình của nó, nên những loại hình còn lại được đổi tên thành văn hóa Nhị Lý Đầu. Văn hóa Nhị Lý Đầu bao gồm văn hóa thời kỳ đồ đá mới và thời đại đồ đồng, từ thế kỷ 21 tới 17 TCN. Văn vật ở đây chủ yếu là các thờ khí bằng đồng, ngọc bích, thẻ bài ngọc lam, có một số công cụ và các di tích vũ khí. Di chỉ Yến Sư Nhị Lý Đầu có quy mô lớn chưa từng thấy trước đây trên lưu vực Hoàng Hà, đồng thời cũng chưa có nền văn hóa khảo cổ nào như thế. Chủ yếu nó nằm tại trung tâm khu vực phân bố văn hóa Nhị Lý Đầu, có thể được coi như là thủ đô hay thành phố lớn của triều đại nhà Hạ. Đã xác nhận hai vị trí cung điện bố trí ở trên trục đô thị. Một cung điện hơi vuông, thiếu góc đông bắc của một cái gì đó, chiều rộng 96,2 m và dài 107 mét theo hướng bắc-nam, tổng diện tích 9585 mét vuông. Sảnh chính nằm ở phía bắc có tám gian, quay mặt về phía nam, độ sâu 3 gian. Cung điện được bao quanh bởi một bức tường với hành lang bên trong, tường phía đông có một dãy phòng. Trục cung điện hướng về phía nam để mở cửa về phía nam, được chia thành ba lối ra vào, phía bắc, phía đông, có một cửa phụ. Cung điện II chiều rộng 58 mét, dài 72,8 mét, cũng hướng bắc - nam, tường bao xung quanh; phía đông, phía nam và phía tây có hành lang. Nền sảnh chính bằng đất nện dày 3 m. Cả hai cung điện có kênh thoát nước bằng đất. Cung II còn giữ được tương đối trọn vẹn. Nhiều ống tròn kết nối tạo thành đường thoát nước hoàn chỉnh. Mỗi đoạn có đường kính từ 16,5 đến 22 cm và dài 52-58 cm, độ dày khoảng 2 cm, được đặt trong một rãnh 1 mét sâu dưới lòng đất để ngăn rò rỉ nước. Phía trên rãnh là 5-7 cm đá lát đường để tránh cho các ống đất sét khỏi vỡ. Đường ống dẫn theo hướng từ tây sang đông để xả nước mưa sân cung điện đến bệnh viện. Bên ngoài khu vực cung điện, băng qua con đường đất, nhà xưởng và tường đất. Tổng dân số ước tính khoảng từ 240 – 270.000 người.

Văn hóa Nhị Lý Đầu được tìm thấy ở gần 100 địa điểm: Lạc Dương Đông Can Câu, Tòa Lý, Đông Mã Câu, Thiềm huyện Thất Lý Phố, Lấm Nhữ Môi Sơn, Lạc Đạt miếu Trịnh Châu. Tại phía tây Hà Nam, miền nam Sơn Tây... Văn hóa Nhị Lý Đầu được tìm thấy trong địa vực và niên đại của nhà Hạ nhưng các hiện vật xuất thổ đã không có ký tự trên giáp cốt, tương tự như Ân Khư; vì vậy, sự tồn tại của triều đại nhà Hạ luôn không được xác nhận. Tuy nhiều nhà sử học Trung Quốc và nước ngoài đã lập luận rằng, di chỉ Nhị Lý Đầu thành phố Yến Sư tỉnh Hà Nam toàn kỳ hay ít nhất là kỳ I và II, có thể có các di tích của triều đại nhà Hạ, nhưng vẫn đang tìm kiếm chứng cứ vững chắc để làm rõ.

Căn cứ các di vật phát hiện ở các di chỉ Nhị Lý Đầu, vũ khí thời nhà Hạ có số lượng lớn bằng gỗ, đá, xương và những thứ khác. Đặc biệt, tại thời kỳ III tìm thấy một ít vũ khí bằng đồng. Vũ khí bằng gỗ có gậy, nhiều cung tên, một ít vành bánh xe... Vũ khí bằng đá rất nhiều loại khác nhau: búa đá, lưỡi rìu đá, qua đá, bóng đá, đầu mũi tên đá, mũi nhọn đá. Vỏ trai được dùng nhiều cho đầu mũi tên, cũng như được sử dụng để tăng cường cho thù gỗ, làm thành vật giết người. Sau thời kỳ thứ III xuất hiện vũ khí bằng đồng, tuy số lượng ít, có thể là của nhà Hạ, dùng cho các tướng lĩnh và tầng lớp trên trong xã hội. Cũng có đồ tùy táng và vũ khí bằng đồng và ngọc bích chôn theo người.

Đồ uống rượu bằng đồng

Tìm thấy tại Nhị Lý Đầu vỏ sò, vỏ ngao, vỏ xương, vỏ đá, vỏ đồng và những thứ khác do con người tạo ra, có thể là một loại tiền tệ.

Ở Hậu kỳ đá mới, xã hội bắt đầu hình thành giai cấp, các tác phẩm nghệ thuật cũng bắt đầu phân hóa. Đa số các tầng lớp thấp sử dụng công cụ đơn giản và thiết thực, theo xu hướng thẩm mỹ đơn giản. Nhà vua và quý tộc dùng thờ khí có trang trí phức tạp, hình dạng vật dụng có xu hướng thay đổi. Tầng lớp thấp sử dụng đồ dùng trang trí chủ yếu là các mô hình hình học đơn giản, mô hình chăn nuôi, các chủ đề liên quan đến cá và sản xuất nông nghiệp. Thờ khí của tầng lớp trên trang trí phức tạp với hình văn mây, sấm, mắt, rắn, động vật, và các đối tượng có liên quan với quỷ thần. Văn hóa Long Sơn Hà Nam kỳ cuối và đồ gốm của văn hóa Nhị Lý Đầu kỳ đầu có giá trị nghệ thuật rất cao. Một tách gốm màu đen mỏng như vỏ trứng, được gọi là "cốc vỏ trứng", giống như làm bằng kim loại. Vật dụng cũng được trang trí bằng mô hình khắc lỗ. Ở văn hóa Nhị Lý Đầu khai quật kỳ II và III, gốm có bề mặt màu lam, văn thừng hoặc văn mắt lưới vuông, đôi khi hình vẩy, mô hình vòng tròn, mô hình hình học. Thời kỳ thứ III chỉ có đồ dùng thực tế có trang trí nghệ thuật, và thiếu các vật được chế tạo với mục đích thuần túy "nghệ thuật vì nghệ thuật".

Theo truyền thuyết, văn tự sớm nhất của Trung Quốc được Thương Hiệt thời Hoàng Đế chế tạo, nhưng theo khảo cổ học, văn bản đầu tiên của Trung Quốc xuất hiện sau khi Bàn Canh thiên đô sang Ân, nhờ phát hiện Giáp cốt văn tại Ân Khư. Giáp cốt văn Ân Khư là một hệ thống văn bản điển hình. Cho đến nay tìm thấy 5000 từ, đã giải thích được khoảng một phần ba. Hán tự là một thứ chữ tượng hình, hình thành từ trước đó. Giáp cốt văn phải có một hệ thống văn bản gốc đại diện nhưng vẫn chưa tìm thấy. Ở Trung Quốc trong thời kỳ đồ đá mới có xuất hiện hoa văn chạm khắc gốm. Hình dạng của đồ trang trí này ít nhiều tương tự như là bản gốc của chữ tượng hình. Rút ra trên mặt một số đồ gốm có khắc "1", "2", "3", "M", "x", "một", "10", biểu tượng đơn giản có thể được sử dụng để xác định ký tự. Trong văn hóa Nhị Lý Đầu tìm thấy trên gốm 24 loại mô hình, có thể là một ký tự nguyên thủy. Vì lẽ nhiều từ đơn xuất hiện, không phải là một câu, do đó, không thể chắc chắn đại diện cho các văn bản chính thống.

3. Văn hóa Long Sơn (3)

Mùa xuân 1928 phát hiện văn hóa hậu kỳ đá mới ở Trung Quốc, có niên đại từ khoảng 4500 – 3950 cách nay, tại trấn Long Sơn, thành phố Tế Nam, tỉnh Sơn Đông. Văn hóa Long Sơn ngoài đồ gốm còn có một số lượng lớn các công cụ bằng đá, xương và trai v.v... Người dân ở đây chủ yếu làm nông nghiệp kết hợp với săn bắn, đánh cá, chăn nuôi. Họ có phong tục bói xương. Có thể đã xuất hiện đồ đồng. Nguồn gốc lịch sử của văn hóa Hạ, Thương và Chu, có thể liên quan đáng kể với văn hóa Long Sơn.

Đặc điểm quan trọng nhất của nền văn hóa thời kỳ này là sự khám phá vị trí của các di chỉ. Chẳng hạn như ở tỉnh Sơn Đông, ngoài Long Sơn Thành Tử Nhai, còn có di chỉ Nghiêu Vương Thành (Yao Wang), di chỉ Thọ Quang cạnh Vương Thành. Tại huyện Bình Tam

VIẾT LẠI LỊCH SỬ TRUNG HOA

tìm thấy tám di chỉ, di chỉ Lâm Truy điền trang thôn v.v... Tiếp đó phát hiện ở Hà Nam có di chỉ Bình Lương Hoài Dương, di chỉ Loan Đài Lộc ấp, di chỉ Cương Thành thuộc Đăng Phong Vương Thành, di chỉ Diêm Thành Hác Gia Đài, di chỉ Huy huyện Minh Trang Đài...

Di vật văn hóa Long Sơn

1930 -1931 khai quật tiếp các di chỉ Long Sơn Thành Tử Nhai, đại diện nổi bật nhất là hình dạng độc đáo của các loại gốm thủ công tinh tế màu đen, vì vậy, các nhà khảo cổ ban đầu gọi là văn hóa gốm đen. Ngay sau đó, được đặt tên là văn hóa Long Sơn. Trước đó, Trung Quốc khai quật số lượng lớn đồ gốm màu và sơn đỏ. Bùn sông làm nguyên liệu thô trong các đồ gốm đen có thể được cho là sáng tạo độc hữu của dân tộc Đông Di hơn 4.000 năm trước. Ở Thành Tử Nhai phát hiện những tác phẩm nghệ thuật gốm đen là loại chén chỉ dày 0,5 mm, nặng 50 gram. Đừng nói 4000 năm trước đây, ngày nay muốn làm được gốm mịn như thế cũng vô cùng khó khăn.

Sau năm 1949, các cuộc khai quật và nghiên cứu đã chỉ ra rằng, cái gọi là văn hóa Long Sơn gốc, là một hệ thống văn hóa mà không phải một nguồn duy nhất, nó không thể được coi là chỉ một nền văn hóa khảo cổ học. Đặc điểm chung là: văn hóa Long Sơn Sơn Đông, hoặc văn hóa Long Sơn điển hình, là các di chỉ được đặt theo tên của thị trấn Long Sơn, tập trung chủ yếu ở khu vực Sơn Đông, trên từ văn hóa Đại Vấn Khẩu, dưới tới văn hóa Nhạc Thạch, phóng xạ Carbon sau khi hiệu chỉnh cho thấy, từ 2500 đến 2000 năm TCN.

Hai thời kỳ văn hóa Miếu Để Câu (Miao Digou), phân bố chủ yếu ở khu Dự Tây, ở Dự Đông cũng có. Văn hóa Hà Nam Long Sơn có tuổi từ 2900 BC đến 2800 BC, phân bố chủ yếu theo một dải Dự Tây, Dự Bắc và Dự Đông. Hai nền văn hóa Miếu Để Câu hoặc tương đương trong thời kỳ này vẫn còn. Văn hóa Đồ Đồng sơ kỳ của văn minh Trung Hoa phát triển vào Trung Nguyên, có niên đại từ năm 2600 - 2000 trước CN, cũng thường được chia làm ba loại hình là Vương Loan tam kỳ, Hậu Cương nhị kỳ và Tạo Luật Đài tam kỳ.

Văn hóa Long Sơn Thiểm Tây hay còn gọi là hai nền văn hóa Khách Tỉnh Trang, phân bố chủ yếu ở sông Kinh tỉnh Thiểm Tây tới lưu vực sông Vị Hà, có niên đại từ 2300 đến 2000 năm TCN. Loại hình văn hóa Đào Tự Long Sơn mà di chỉ Tương Phần Đào Tự mới được phát hiện là tiêu biểu, chủ yếu phân bố tại địa khu Tấn Tây Nam, có niên đại 2500 đến 1900 năm TCN.

Năm 1931, tại di chỉ Hậu Cương An Dương Hà Nam, lần đầu tiên phát hiện Tiểu Đồn (đời Thương), Long Sơn, Ngưỡng Thiều, ba loại di chỉ văn hóa "xếp chồng lên nhau", làm rõ quan hệ niên đại tương đối của chúng. Trong những năm 1930, cho rằng các di chỉ văn hóa Long Sơn không chỉ có ở trung và hạ du Hoàng Hà mà còn tới khu vực vịnh Hàng Châu, vào thời điểm đó, theo sự khác biệt trong khu vực, chia thành ba khu: ven biển tỉnh Sơn Đông, Dự Bắc và Vịnh Hàng Châu. Cũng có người đề xuất rằng nền văn hóa Long Sơn là một nguồn trong lịch sử sơ khai của nền văn minh Trung Quốc, và xem xét, văn hóa Long Sơn là tiền thân trực tiếp của văn hóa Thương. Hệ thống điểm chung là văn hóa Long Sơn Sơn Đông, cụ thể, văn hóa ban đầu mang tên thị trấn Long Sơn, tiếp theo là văn hóa Nhạc Thạch, niên đại Carbon 2500 đến trước 2000 năm TCN.

Văn hóa Long Sơn, được coi là tổ tiên văn hóa người Hán của bộ tộc Hoa Hạ, di tích Đào Tự xác nhận, ủng hộ quan điểm này.

Hầu hết các học giả, căn cứ vào thời gian văn hóa Long Sơn, đoán huyền thoại của Nghiêu, Thuấn và Vũ, cũng như các triều đại nhà Hạ có thể trong phạm vi của văn hóa Long Sơn. Đặc biệt là di chỉ Thành Nghiêu Vương ở Nhật Chiếu, tỉnh Sơn Đông, thành phố thủ đô lớn nhất của châu Á đương thời. Cổ thư ghi rằng, bộ lạc Đế Nghiêu sinh sống quanh khu vực này. Đế Nghiêu xưng là Đào Đường thị, với tên Đào Tự, cho dù hàng ngàn năm vẫn không thay đổi.

4.   Văn hóa Gò Ba Sao (4)

(Sanxingdui 三星堆) là tên của di chỉ khảo cổ học và văn hóa cổ ở Tứ Xuyên, Trung Quốc. Nay người ta tin là di tích của một thành phố cổ đại. Văn hóa đồ đồng được biết đến trước đây, đã được tái phát hiện vào năm 1987 khi các nhà khảo cổ khai quật những hiện vật đáng chú ý, có tuổi Carbon phóng xạ là từ thế kỷ 12 -11 TCN. Nền văn hóa tạo tác những đồ đồng đó được gọi là văn hóa Gò Ba Sao, và các nhà khảo cổ xác định nó liên hệ với vương quốc Thục cổ xưa. Việc phát hiện tại Gò Ba Sao, cũng như khám phá khác như các ngôi mộ Xingan (兴安) ở Giang Tây, thách thức quan niệm truyền thống cho rằng nền văn minh Trung Quốc lan tỏa từ đồng bằng trung du sông Hoàng Hà. Các nhà khảo cổ học Trung Quốc đã bắt đầu nói về "nhiều trung tâm sáng tạo làm nên nền văn minh cổ Trung Hoa ". Các di chỉ khảo cổ Gò Ba Sao nằm phía đông bắc cách thành phố Nam Tinh (南星), huyện Quảng Hán (广汉), khu Thành Đô, tỉnh Tứ Xuyên khoảng 4 km. Đó là một thành phố có tường bao quanh thuộc văn hóa Gò Ba Sao, thành lập khoảng 1.600 năm TCN. Thành phố cổ có một bức tường dài 2.000 m ở phía đông, phía nam một bức tường 2.000 m, tường phía tây 1.600 m bao quanh diện tích 3,6 km2. Thành phố được xây dựng trên bờ sông Giản Hà (涧河) và một phần của nhánh sông Mamu. Các bức tường dài 40 m và 20 m, với chiều cao từ 8-10 m, được bao quanh bằng hệ thống kênh rộng 25-20 m, sâu 2-3 m. Kênh được sử dụng cho tưới tiêu, vận chuyển nội bộ, phòng thủ và thoát lũ. Thành phố được chia thành vùng công nghiệp và khu dân cư, tôn giáo xung quanh một trục trung tâm chi phối. Dọc theo trục này hầu hết hố chôn cất đã được tìm thấy trên bốn nghĩa trang. Các hội trường có khung gỗ hình chữ nhật, lớn nhất là một hội trường khoảng 200 m2.

Các nền văn hóa Gò Ba Sao được chia thành nhiều giai đoạn. Văn hóa Gò Ba Sao tương ứng với các giai đoạn II-III của di chỉ, là một nền văn minh bí ẩn ở miền nam Trung Quốc. Văn hóa này cùng thời với triều đại nhà Thương. Tuy nhiên họ đã phát triển một phương pháp chế tác đồng khác so với nhà Thương. Giai đoạn đầu tiên tương ứng với giai đoạn I của di chỉ Bảo Đôn (宝墩) và giai đoạn cuối cùng (giai đoạn IV) sáp nhập với các nền văn hóa Ba và Thục. Văn hóa Gò Ba Sao kết thúc, có thể hoặc là do thiên tai (bằng chứng của lũ lụt lớn đã được tìm thấy), hoặc cuộc xâm lược bởi một nền văn hóa khác. Văn hóa Gò Ba Sao ghi dấu một chế độ thần quyền trung ương mạnh với việc buôn đồng từ nhà Ân (Yin) và ngà từ Đông Nam Á. Sự kiện này chứng minh rằng, ở các vùng khác nhau của Trung Quốc có những nền văn hóa độc lập, bất chấp lý thuyết truyền thống sông Hoàng Hà là "cái nôi duy nhất của nền văn minh Trung Quốc." Năm 1929, một nông dân trong khi đào giếng đã khám phá một kho lớn các món ngọc bích, nhiều thứ trong số đó những năm sau vào tay các nhà sưu tập tư nhân. Các nhà khảo cổ Trung Quốc tìm kiếm các di chỉ mà không thành công cho đến năm 1986, khi công nhân tình cờ tìm thấy hố cúng tế có chứa hàng ngàn vật dụng bằng vàng, đồng, ngọc bích, và các hiện vật gốm đã bị phá vỡ (có lẽ nghi thức bị biến dạng), đốt cháy, và chôn cất cẩn thận. Hố đầu tiên được tìm thấy tại Nhà máy Gạch Lanxing thứ hai vào ngày 18 tháng 7 năm 1986. Hố thứ hai vào ngày 14 Tháng Tám năm 1986, chỉ cách 20-30 mét từ hố đầu tiên. Các hiện vật bằng đồng được tìm thấy trong hố thứ hai bao gồm các tượng nam giới, chuông, động vật trang trí như rồng, rắn, gà, các loài chim, và rìu. Thẻ bài, mặt nạ và thắt lưng là một số hiện vật làm bằng vàng, cùng nhiều vật bằng ngọc bích như thẻ bài, nhẫn, dao và ống. Ngoài ra còn có một số lượng lớn ngà voi và vỏ trai. Các nhà nghiên cứu ngạc nhiên khi tìm thấy một phong cách nghệ thuật hoàn toàn không được biết đến trong lịch sử nghệ thuật Trung Quốc, mà cơ bản được cho là lịch sử và đồ tạo tác của văn minh sông Hoàng Hà.

Tượng hình đầu người Gò Ba Sao

Bản sắc văn hóa Gò Ba Sao

Nhiều nhà khảo cổ xác định văn hóa Gò Ba Sao liên quan với vương quốc Thục cổ xưa và liên kết các đồ tạo tác được tìm thấy tại các di chỉ thuộc về các vị vua huyền thoại đầu của Thục. Các tài liệu tham khảo về vương quốc Thục có rất ít trong hồ sơ lịch sử của Trung Quốc (được đề cập trong Sử ký và kinh Thư như là một đồng minh của nhà Chu, người đã đánh bại nhà Thương), nhưng thông tin về các vị vua huyền thoại của

Thục có thể được tìm thấy trong biên niên sử địa phương. Theo Hoa Dương quốc chí biên soạn thời nhà Tấn (265-420), vương quốc Thục được thành lập bởi Tàm Tùng (Cancong 蚕 丛). Cancong được mô tả là có mắt lồi, một tính năng được tìm thấy trong các văn vật của Gò Ba Sao. Các đối tượng hình mắt khác cũng được tìm thấy trong đó có thể đề nghị tục thờ mắt. Các nhà lãnh đạo khác được đề cập trong Hoa Dương quốc chí còn có Bách Quán (Boguan 柏 灌), Ngư Phù (Yufu 鱼 凫), và Đỗ Vũ (Duyu 杜宇). Nhiều tượng cá và chim, gợi ý về totems của Boguan và Yufu (Yufu tên thực sự có nghĩa là chim cốc), và gia tộc của Yufu đã được đề xuất như là một trong nhiều khả năng được liên kết với Gò Ba Sao. Phát hiện gần đây tại Kim Sa cũng được giả định là một di chuyển của vương quốc Thục và là sự tiếp tục của văn hóa Gò Ba Sao.

Luyện kim

Nền văn hóa cổ này đã có tiến bộ đáng kể trong công nghệ đúc đồng bằng cách thêm chì ngoài sự kết hợp thông thường của đồng với thiếc, tạo ra một chất cứng rắn mà có thể chế được những vật lớn và nặng hơn. Ví dụ, bức tượng xưa nhất trên thế giới với kích cỡ của con người (cao 260 cm, nặng 180 kg), và một cây đồng với chim, hoa và đồ trang trí (396 cm), mà một số học giả đã xác định là hình tượng của cây phát sinh (fusang) trong thần thoại Trung Quốc. Những hiện vật nổi bật nhất là hàng chục mặt nạ bằng đồng lớn và tượng đầu người (ít nhất là 6 mặt nạ giát vàng) tiêu biểu với khuôn mặt có góc cạnh, đôi mắt hình quả hạnh được phóng đại, với đồng tử nhô ra, và vành tai trên lớn.

Nhiều khuôn mặt đồng Gò Ba Sao có dấu vết của sơn: màu đen trên mắt và lông mày quá lớn, son trên môi, mũi và lỗ tai giải thích cho châu sa "không phải màu nhưng là một cái gì đó như nghi thức cung cấp cho người đứng đầu để nếm, ngửi và nghe (hoặc một cái gì đó cho nó sức mạnh để thở, nghe, và nói chuyện)." Dựa trên thiết kế của những tượng đầu, các nhà khảo cổ tin rằng họ đã gắn kết việc hỗ trợ bằng gỗ hoặc vật tổ, có lẽ mặc quần áo. Kết luận "đeo mặt nạ nghi lễ đóng một vai trò quan trọng trong đời sống cộng đồng của cư dân Gò Ba Sao cổ xưa." Đặc điểm của những nghi lễ mặt nạ đồng như là một cái gì đó có thể đã được mặc bởi shi 尸 (dịch nghĩa "xác chết") "hình nhân, người đóng vai - nghi lễ đại diện của một người thân đã chết". Shi nói chung là tương đối, gần trẻ mặc một bộ trang phục (có thể bao gồm một mặt nạ) tái tạo các đặc tính của người chết. Shi là một người đóng thế, có nghĩa là, một người phục vụ như là một lời nhắc nhở của tổ tiên mà sự hy sinh đã được dâng hiến. Trong buổi lễ, người đóng thế nhiều hơn so với diễn viên trong một bộ phim truyền hình. Mặc dù có thể có được ý nghĩa chính xác khác nhau, nhóm của Gò Ba Sao che giấu tất cả các số liệu bằng đồng có tính cách của một người đóng thế. Có khả năng các mặt nạ đã được sử dụng để mạo danh và xác định với thần linh để có hiệu lực tốt đẹp. Học giả khác so sánh những "mặt nạ đầu bằng đồng mắt lồi, tai to" với "mắt-thần tượng" (hình nộm với đôi mắt lớn và miệng mở được thiết kế để tạo ra ảo giác) " có thể là hình nộm phía nam Trung Quốc đeo mặt nạ bằng đồng này để thôi miên, để quy đại diện cho tinh thần của một tổ tiên đã chết với một mặt nạ đại diện cho một khuôn mặt được ngụy trang bởi một chiếc mặt nạ." Hiện vật khác bằng đồng bao gồm chim giống như con đại bàng, hổ, một con rắn lớn, mặt nạ hình thú, chuông, và những gì dường như là một bánh xe đồng, nhưng nhiều khả năng là vật trang trí từ một lá chắn cổ. Ngoài đồng, ở Gò Ba Sao còn tìm thấy các đồ tạo tác ngọc bích phù hợp với nền văn hóa đồ đá mới trước đó của Trung Quốc.

Vũ trụ quan

Như xa xưa từ thời đồ đá, người Trung Quốc xác định bốn góc của bầu trời với động vật: Rồng xanh của phương Đông, Phượng hoàng của miền Nam, Bạch Hổ của phương Tây, và Huyền Vũ của miền Bắc. Mỗi phần trong bốn biểu tượng (chòm sao Trung Quốc) đã được liên kết với một chòm sao được nhìn thấy trong mùa có liên quan: con rồng vào mùa xuân, những con chim trong mùa hè v.v… Vì các động vật - loài chim, con rồng, rắn và hổ - chiếm ưu thế tìm thấy tại gò Ba Sao, các đồ đồng có thể đại diện cho vũ trụ là không rõ ràng cho dù họ là một phần của các sự kiện nghi lễ được thiết kế để giao tiếp với tinh thần của vũ trụ (hoặc linh hồn của tổ tiên). Khi không có hồ sơ bằng văn bản vẫn còn rất khó để xác định việc sử dụng dự định của các đối tượng được tìm thấy. Một số người tin rằng việc tiếp tục mô tả các loài động vật, đặc biệt là trong thời nhà Hán sau này, là một nỗ lực của con người "phù hợp với sự hiểu biết của họ về thế giới của họ." Các loại ngọc được tìm thấy tại Gò Ba Sao cũng dường như tương quan với sáu loại được biết đến của đồ ngọc nghi lễ Trung Quốc cổ, một lần nữa thể hiện mối liên kết với một điểm la bàn (N, S, E, W) tương ứng với các tầng trời và trái đất.

5. Mộ bà Phụ Hiếu (5)

Lăng mộ của bà Phụ Hiếu (妇 好) nằm trong di chỉ khảo cổ Ân Khư, kinh đô cũ của nhà Ân Thương ở thành phố An Dương tỉnh Hà Nam. Được phát hiện vào năm 1976, nó được xác định là nơi an nghỉ cuối cùng của nữ hoàng và tướng quân Phụ Hiếu, người đã qua đời khoảng 1200 trước Công nguyên (có khả năng bị giết bởi một viên quan), ghi trên giáp cốt là một trong những người vợ của vua Vũ Đinh. Đó là lăng mộ hoàng gia nhà Thương được tìm thấy còn nguyên vẹn cho đến nay.

Năm 1976, các nhà khảo cổ học thăm dò khu vực xung quanh Ân Khư với một cái xẻng dài, được gọi là xẻng Lạc Dương, tìm được một số mẫu sơn mài màu đỏ. Từ đó các hố chôn cất được phát hiện, đặt tên là ngôi mộ số 5, là một hầm mộ dài 5,6 m rộng 4 m, ngay bên ngoài nghĩa trang hoàng gia chính. Ngôi mộ được định tuổi 1200 năm TCN. Căn cứ vào chữ khắc trên đồ thờ bằng đồng thì đó là mộ của bà Phụ Hiếu. Bên trong hố là dấu tích của một căn phòng bằng gỗ dài 5 mét, rộng 3,5 m và cao 1,3 m, có chứa một quan tài bằng gỗ sơn mài đã hoàn toàn bị mục nát. Hiện vật tìm thấy có ngọc bích, thuộc văn hóa Liangzhu, có thể là cổ vật người chết từng giữ. Một số hiện vật bằng đồng có thể đã được người chết sử dụng như hai cây búa bằng đồng được ghi "Phụ Hiếu"

Các hiện vật khai quật được trong ngôi mộ gồm:

755 món ngọc bích (bao gồm văn vật Longshan,

Liangzhu, Hồng Sơn và các hiện vật của văn hóa Shijiahe) 564 vật bằng xương (trong đó có 500 chiếc kẹp tóc và 20 đầu mũi tên). 468 vật bằng đồng, trong đó có hơn 200 chậu, vạc đồng đồ thờ, 130 vũ khí, 23 chuông, 27 dao, 4 gương, 4 bức tượng hổ, 63 vật bằng đá, 11 đồ gốm, 5 vật bằng ngà, 6.900 vỏ sò (được sử dụng như là tiền tệ trong suốt triều đại nhà Thương.) Bên dưới xác chết là một hố nhỏ giữ xương của sáu con chó hiến tế và dọc theo các cạnh là 16 bộ xương người, là bằng chứng của sự hiến sinh. Cũng có bằng chứng trên mặt đất của một cấu trúc được xây dựng trên ngôi mộ, có lẽ là đền thờ. Khai quật ngôi mộ của Phụ Hiếu đã bù đắp cho những gì còn thiếu về triều đại Thương. Số lượng lớn vật dụng và vũ khí bằng đồng cũng như số lượng lớn ngọc bích là vật chứng quan trọng để nghiên cứu hệ thống nghi lễ triều Thương. Điều này cũng cho thấy sự thịnh vượng của triều đại nhà Thương và mức độ phát triển của ngành thủ công mỹ nghệ. Văn hóa triều Thương được hình thành và phát triển trong một thời gian dài. Có thể thấy ngọc bích đã hấp thụ các yếu tố tiên tiến của một số nền văn hóa thời kỳ đồ đá mới, chẳng hạn như ngọc lợn rồng của văn hóa Hongshan, Liangzhu v.v... thể hiện sự phát triển và đổi mới liên tục.

6. Lăng mộ Triệu Văn Đế (6)

Tháng 8 năm 1980, trong khi tiến hành xây dựng một công trình ở phía bắc gò Tượng Cương (象崗), tỉnh Quảng Châu, người ta vô tình tìm thấy một ngôi mộ cổ trong lòng núi đá. Ngôi mộ chính có diện tích chừng 100 m2, bao gồm 7 gian phòng, trần cao 2 mét, chung quanh tường đều lát bằng đá xanh, dưới sàn lát gỗ. Mộ chủ được đặt trong một bộ quần áo bằng ngọc theo lối chôn các bậc vương hầu đời Tây Hán, ngang lưng đeo mười thanh kiếm bằng sắt có khảm vàng, thanh dài nhất là 1.46 mét. Khoảng giữa ngực và bụng của mộ chủ phát hiện một chiếc ấn vàng, núm hình rồng cuộn, sáng lấp lánh. Lật ngược lại thì thấy dưới đáy khắc bốn chữ "Văn Đế Hành Tỉ" (文帝行璽) theo lối tiểu triện. Nhờ vậy xác định được người nằm trong ngôi mộ chính là Triệu Muội, vua thứ hai nhà Triệu nước Nam Việt. Hiện vật trong mộ gồm có:

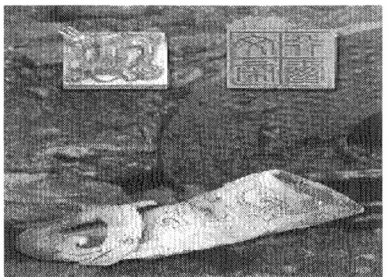

Ấn vàng Văn Đế Hành Tỉ và ngọc giác bôi

Đồ bạc

Hộp bạc hình tròn, chiều cao 12 cm, đường kính chỗ lớn nhất là 14.9 cm, nặng 572.6 gram tìm thấy trong phòng đặt quan tài mộ chủ, trong hộp có chứa 10 hộp nhỏ đựng thuốc viên. Ngoài chiếc hộp này, cũng tìm thấy một số đồ bằng bạc khác như chậu rửa (tẩy - 洗), chén uống rượu (chi -?), khoá đai (đái câu - 帶钩) ... là đồ dùng hàng ngày của Việt vương. Trong số 7 chiếc khoá đai thì có năm hình dáng khác nhau, đầu nhạn, đầu rùa, đầu rồng, đầu rắn ... điêu khắc tinh vi đẹp đẽ. Những đái câu này dài 18.4 cm, hình cong, có gắn bảo thạch tìm thấy trong phòng để quan tài của mộ chủ.

Đồ đồng

Tổng số các đồ đồng trong mộ Triệu Văn Đế Triệu Muội lên tới hơn 500 món, vừa đa dạng, vừa tinh mỹ mang nhiều tính chất bản địa của vùng Lĩnh Nam. Về đỉnh đồng có tất cả 36 cái, bao gồm ba kiểu khác nhau của người Hán, người Sở và người Việt trong đó 9 cái có khắc hai chữ Phiên Ngung (蕃禺) là những sản phẩm được đúc tại kinh đô Nam Việt (nay thuộc Quảng Tây, Trung Hoa). Đặc biệt hơn cả có một đỉnh lớn kiểu người Việt, cao 54.5 cm, trong đỉnh có khắc hai chữ "thái quan" (泰官) là chức quan chuyên về việc ăn uống thường ngày cho nhà vua. Bình đồng có 9 cái, một cái nạm vàng (銅提筒) cao 37 cm, cổ dài, bụng phình ra, chỗ nào cũng khảm vàng lấp lánh, là một nghệ phẩm đặc biệt. Ngoài ra còn có 9 cái thạp đồng (銅提筒) là một trong những món đặc trưng của dân Việt.

Một vật bằng đồng trong mộ Triệu Muội

Ngoài những món kể trên người ta còn tìm thấy 39 tấm gương đồng, chế tạo tinh xảo, đúc nổi hình rồng, mây, núi ... cái lớn nhất đường kính 41 cm là kính lớn nhất tìm thấy tại Trung Hoa đời Tây Hán, coi như quốc bảo.

Chuông đồng

Có ba loại chuông cổ khác nhau theo tên gọi: nữu chung 14 cái, là sản phẩm của Nam Việt, cái lớn nhất cao 24.2 cm, cái nhỏ nhất cao 11.4 cm. Dũng chung một bộ 5 cái, và đồng câu điêu một bộ 8 cái. Câu điêu lớn nhất cao 64 cm, hình hơi vuông, cán đặc, miệng hình cung. Trên thân các câu điêu có khắc lõm hàng chữ triện: Văn đế cửu niên nhạc phủ công tạo (文帝九年樂府工造), từ thứ nhất đến thứ tám là những món đồ có niên đại rõ rệt duy nhất vào thời này. Người ta cũng đánh thử những câu điêu này, tiếng vẫn còn tốt.

Qua đồng, kiếm đồng và hổ tiết

Ngoài 15 thanh kiếm thép, các món khác đều làm bằng đồng. Món đồ hiếm quí nhất là một thanh đồng qua Trương Nghi (張儀銅戈) trên có khắc hàng chữ "vương tứ niên tương bang Trương Nghi" (王四年相邦張儀). Đây là một món binh khí từ nước Tần đem vào Nam Việt chứ không phải là sản phẩm bản xứ. Một thanh kiếm đồng, hình dáng theo kiểu nước Sở thời Chiến Quốc là thanh kiếm duy nhất làm bằng đồng được tìm thấy.

Người ta còn tìm được một hổ tiết trên đúc nổi hình con cọp, tư thái sinh động trong tư thế sắp sửa vồ mồi, đầu ngửng lên, há miệng nhe nanh, lưng khum đuôi cuộn lại trên thân có dát vàng thành hình vằn là hổ tiết duy nhất mà người Trung Hoa tìm thấy từ trước đến nay. Trên hổ tiết này cũng còn một hàng chữ dát bằng vàng: "Vương Mệnh: Xa Đồ" (王命車徒). Có ba loại: hổ tiết, long tiết và nhân tiết là các loại lệnh phù dùng trong quân sự để điều binh. Chỉ những ai cầm các lệnh phù này mới có thể điều động được quân đội và chiến xa.

Đồng phương, ấn hoa (印花)

Phương (鈁) là một loại bình đựng rượu miệng hình vuông, bụng hơi phình, trên có khắc những đường nét phức tạp. Kỹ thuật chế tạo những bình này đã tinh vi. Một trong những hiện vật quan trọng nhất mà người ta tìm thấy trong mộ Triệu Muội là hai ấn bằng đồng, một to, một nhỏ dùng để ráp vào nhau in lên vải làm mẫu thêu. Người thợ sẽ dùng hai mẫu này in lên vải, đúng vị trí của hình sau đó thêu bằng tay theo vết đã có sẵn. Hai mẫu này tương tự như mẫu người ta tìm thấy trong mộ ở Mã Vương Đôi (馬王堆), Trường Sa (長沙).

Kiếm sắt, mâu sắt, giáp sắt

Trong mộ Triệu Văn Đế Triệu Muội có đến hơn 700 món đồ sắt bao gồm nhiều loại vật dụng khác nhau dùng trong việc trồng trọt, công nghệ và binh khí.

Giáp sắt cao 58 cm tổng cộng 709 miếng vảy hình vuông, góc tròn kết lại với nhau, thích hợp cho khí hậu nóng và ẩm của phương nam, khác hẳn kiểu áo giáp của miền bắc dùng cho khí hậu lạnh và khô.

Kiếm sắt tổng số 15 cái trong đó một thanh đeo phía eo trái của mộ chủ, bao kiếm bằng tre, cán bằng gỗ có quấn dây tơ. Bốn thanh kiếm có cán khảm ngọc màu xanh vàng, điêu khắc tinh tế, bên dưới có hình thú đúc nổi (phù điêu) rất sinh động. Đặc biệt nhất là có một chiếc mâu làm bằng sắt pha đồng và khảm vàng, trên khắc văn hình mây rất đẹp mắt nên người ta cho rằng nếu không phải là vũ khí tuỳ thân của Triệu Muội thì cũng là một loại nghi trượng tượng trưng cho uy quyền của bậc đế vương.

Ngọc bích

Ngọc bích trong mộ Triệu Văn Đế

Có cả thảy 56 món ngọc bích trong mộ Triệu Văn Đế, riêng trong phòng để quan tài đã có đến 47 món nên người ta cho rằng mộ chủ ưa thích ngọc. Trong những ngọc khí này, những món đặc sắc nhất phải kể đến những món ngọc bích điêu khắc hình rồng, và một đại ngọc bích đo được 33.4 cm là món ngọc lớn nhất, điêu khắc tinh mỹ. Đại ngọc bích được các nhà khảo cổ ban cho mỹ danh "bích trung chi vương" (vua các loại ngọc bích).

Ti lũ ngọc y

Y phục bằng ngọc là một hình thức tẩn liệm độc đáo của thời Hán. Sau thời Đông Hán người ta không còn tìm thấy lối mai táng tương tự như vậy nữa. Ngọc y được qui định theo đẳng cấp có kim lũ, ngân lũ, đồng lũ ngọc y (các sợi dây buộc các mảnh ngọc với nhau bằng vàng, bạc hay đồng). Các chư hầu của nhà Hán thường dùng kim lũ. Riêng Triệu Văn Đế thì dùng tơ để kết nối những miếng ngọc với nhau (ti lũ ngọc y - 絲縷玉衣) là bộ áo ngọc đầu tiên người ta tìm ra và duy nhất từ trước đến nay. Bộ ngọc y này dài 1.73 mét, tổng cộng là 2291 mảnh tết lại bằng tơ màu đỏ thành nhiều hình kỷ hà, sắc thái dễ coi.

Ấn ngọc, ngọc bội và ngọc giác bôi

Có tất cả 9 cái ấn ngọc trong đó có 3 chiếc khắc văn tự (6 chiếc kia không có chữ) đều là ấn hình vuông, tìm thấy trên thân người của mộ chủ, khắc các chữ Triệu Muội (趙眛), Thái Tử (泰子) và Đế Ấn (帝印). Chính từ các con dấu này chúng ta có thể xác định rằng Triệu Vương tự xưng là đế, ngang hàng với vua nhà Hán chứ không chịu nhún mình thần phục như sử Trung Hoa vẫn thường khẳng định.

Ngọc bội

Hình 3: Một món đồ ngọc tinh xảo

Trong mộ của Triệu Văn Đế Triệu Muội có tất cả hơn 130 món đồ làm bằng ngọc, nhiều món rất tinh mỹ và quí giá chẳng hạn như một khối ngọc tạc hình sừng tê, một khối ngọc tạc hình hai con rồng chầu, giương nanh trừng mắt rất sinh động. Một số món ngọc của các phi tần người ta cho rằng có thể ráp lại với nhau theo nhiều cách tuỳ theo trường hợp và sáng kiến của người đeo.

Ngọc giác bôi

Tìm thấy ngay trong phòng để quan tài là chén của mộ chủ dùng, dài 18.4 cm, miệng hình ống, đường kính chỗ nhỏ nhất 5.8 cm, chỗ lớn nhất 6.7 cm trông như một cái tù và, rất lạ mắt. Đây là món đồ mà các chuyên gia đánh giá là "độc nhất vô nhị" trong các món ngọc khí đời Hán. Cái chén ngọc này làm bằng loại ngọc trong mờ, có gân nổi từ xanh nhạt sang màu nâu, tạc từ một khối đá nguyên thuỷ và phải dùng nhiều loại kỹ thuật khác nhau, khắc nông hay sâu.

Đồ sứ

Đã tìm thấy 371 món đồ sứ bao gồm đồ để đựng, đồ để nấu và các loại dùng hàng ngày. Ngoài ra còn có các món thuộc về minh khí là đồ chế tạo riêng để chôn theo người chết, được mô phỏng theo những vật dụng hàng ngày mà mộ chủ thường dùng, trong đó có đỉnh, bích (món đồ của bậc vua chúa cầm theo tước vị của mình), vò, chén, bát ... Đặc biệt nhất trong một số vò và đỉnh có bốn chữ Trường Lạc Cung Khí (長樂宮器

) và đã đưa ra nghi vấn cho những nhà nghiên cứu: "Có thực trong cung Triệu Việt Vương có cung Trường Lạc hay chăng?". Trường Lạc Cung là tên của một cung điện tại Trường An, chính là cư sở của vua và hoàng hậu nhà Hán. Việc một số đồ sứ hiện hữu trong mộ của Triệu Muội thực đáng lưu tâm.

Vải vóc, tơ lụa

Trong mộ Triệu Muội, các loại vải tìm thấy phong phú cả về số lượng lẫn chủng loại. Trong căn phòng phía tây, người ta tìm được vải vóc xếp thành tầng, trong số đó bao gồm cả lụa (絹), là (朱羅), đồ thêu (綉) và nhiều loại the mỏng ... Những loại tơ lụa này khi xuất thổ đều bị mủn nát, thành bụi cao đến 20 - 30 cm, tính ra không dưới 100 xấp vải, chồng lên nhau khoảng 700 lớp. Các đồ tùy táng cũng có một số lớn được quấn vải, chẳng khác gì người ta dùng giấy gói những hàng hóa để chuyên chở đi nơi khác. Các loại vải tìm thấy cũng được nhuộm màu khác nhau và cho thấy ở vào thời kỳ này, vải đã khá phổ biến ở phương Nam để dùng trong giao dịch, buôn bán với các nơi khác.

Ngà voi, ngọc trai

Trong mộ cũng tìm thấy ngà voi còn nguyên chiếc, tổng cộng 5 cái, lớn nhất dài 1 mét 26, đặt chồng lên nhau cao 57cm. Theo các chuyên gia về sinh vật học, những ngà voi này không phải voi Á Châu mà to lớn giống như ngà voi Phi Châu nên người ta cho rằng đây không phải là sản vật bản địa mà do các thương thuyền từ nước ngoài đem đến Quảng Châu. Ngoài ngà voi còn nguyên trong mộ cũng có một số món đồ và vật dụng khắc bằng ngà.

Trong túi gối đầu đặt dưới bộ ngọc y người ta tìm thấy 470 viên ngọc trai, đường kính từ 0.1 đến 0.4cm là ngọc trai còn ở dạng thiên nhiên chưa dũa gọt. Theo một số nhà khảo cổ giải đoán, ngọc trai có lẽ dùng để trừ tà ma và đây cũng là lần đầu tiên một chiếc gối như thế được tìm thấy. Ngoài ra trong một chiếc hộp sơn lớn người ta tìm được một số lớn ngọc trai khác, nặng tổng cộng 4117 grams, đường kính từ 0.3 đến 1.1 cm.

Tuẫn táng

Trong mộ Triệu Muội người ta tìm thấy cả thảy 15 người tuẫn táng. Tuẫn táng là chôn người sống theo để hầu hạ, phục dịch cho người chết ở thế giới bên kia, một tục lệ khá phổ biến ở thời kỳ phong kiến cổ đại. Mười lăm người này chia ra như sau:

- Phòng trước một người gác cửa (cảnh hạng lệnh - 景巷令)
- Phòng trước phía đông (đông nhĩ thất) một người có nhạc khí kèm theo chắc là nhạc công.
- Phòng phía đông chôn theo bốn cung phi của Triệu Muội cùng nhiều món ngọc khí, đồng khí, đồ gốm. Ngoài ra còn có thêm bốn cái ấn như đã miêu tả ở trên.
- Phòng phía tây có bảy người cùng với các đồ dùng nhà bếp, có lẽ đây là đầu bếp và người phục dịch. Cũng nơi đây mỗi người có chôn theo một hay hai chiếc gương đồng.
- Trong mộ đạo còn có hai người, có lẽ một người là vệ sĩ, một người là phu xe. Theo những chuyên gia giám

định thì tất cả những người tùy táng này đều bị đánh mạnh vào ngực cho chết rồi chôn theo. Trong tất cả những ngôi mộ đời Hán đào được ở Trung Hoa, ngoài mộ của Triệu Muội, người ta không thấy có hiện tượng tuẫn táng. Tục lệ này ở Trung Hoa chỉ có từ đời Tần trở về trước.

II. Trống đồng

Trống đồng là một trong những hiện vật khảo cổ quan trọng nhất được tìm thấy ở miền nam Trung Quốc và Đông Nam Á. Các nước Lào, Campuchia, Thái Lan, Miến Điện, Malaysia, Indonesia, đảo Cayce, New Guinea đúc và sử dụng từ thời tiền sử cho đến nay. Miền Bắc Việt Nam và Tây Nam Trung Quốc là hai nơi mà số lượng lớn nhất trống đồng được phát hiện. Theo một báo cáo năm 1988, Trung Quốc hiện giữ khoảng 1460 chiếc trống đồng (7). Bảo tàng vùng tự trị Choang Quảng Tây tự hào có bộ sưu tập trống đồng lớn nhất thế giới. Tổng số trống đồng phát hiện ở Việt Nam tới thập niên 1980 là 360 chiếc, trong đó khoảng 140 là trống Đông Sơn. Các ghi chép lịch sử sớm nhất liên quan đến trống đồng xuất hiện ở Hậu Hán thư, mô tả việc Mã Viện, năm 43 thu thập trống đồng từ Giao Chỉ nung chảy rồi đúc ngựa. Hơn nửa thế kỷ qua xảy ra tranh cãi không dứt giữa học giả hai nước Trung Quốc và Việt Nam về nhiều phương diện của trống đồng.

Ở đây, chúng tôi xin giới thiệu tóm lược chuyên khảo rất công phu và công tâm của ông Han Xiaorong nghiên cứu sinh tiến sĩ tại Khoa Lịch sử Đại học Hawaii ở Manoa dưới nhan đề: "Tiếng vang hôm nay của trống đồng cổ đại: Chủ nghĩa dân tộc và khảo cổ học hiện đại Việt Nam và Trung Quốc." (7)

1. **Về phân loại trống:**

Việc phân loại trống đồng đã được nhà khảo cổ học người Áo F. Heger công bố vào năm 1902 trong sách Alte metalltrommeln aus Südost Asien. Từ 22 chiếc trống đồng thu thập được cùng hồ sơ hoặc hình ảnh của 143 chiếc khác, ông chia thành bốn loại (I, II, III, IV) và ba loại tạm thời (I-II, II-IV, I-IV), dựa trên hình thức, phân bố, trang trí và thành phần hóa học. Ông tin rằng loại I, được tìm thấy chủ yếu ở miền Bắc Việt Nam và gọi là trống Đông Sơn là sớm nhất. Các học giả Việt Nam ủng hộ bảng phân loại Heger và nhất trí tuyên bố rằng trống đồng được phát minh đầu tiên ở thung lũng sông Hồng và sông Mã tại miền Bắc Việt Nam bởi Lạc Việt, tổ tiên xa xôi của người Việt Nam. Sau đó lan sang các bộ phận khác của khu vực Đông Nam Á và miền nam Trung Quốc.

Trống Đông Sơn

Trong khi đó, các nhà khảo cổ học Trung Quốc có xu hướng phân loại trống đồng tương phản với các học giả Việt Nam. Họ tin rằng phân loại của Heger đã lỗi thời nên đòi hỏi phải có một thay thế hoàn toàn. Họ tuyên bố rằng Bộc (Pu 濮) một dân tộc cổ đại ở miền nam Trung Quốc chế tạo trống đồng đầu tiên tại Vân Nam. Kỹ thuật này được các dân tộc sống trong các khu vực xung quanh, trong đó có Lạc Việt ở đồng bằng sông Hồng áp dụng. Tuy nhiên, các thay đổi trên phân loại Heger tự nhiên dẫn đến nhiều nghi ngờ từ phía học giả Việt Nam vì biết rằng Trung Quốc có rất ít trống Heger loại I tại thời điểm đó mà đại đa số là trống Heger loại II được phát hiện ở Quảng Tây, miền nam Trung Quốc.

Từ giữa đến cuối những năm 1970, Trung Quốc đã phát hiện ra nhiều trống đồng mà họ cho là thuộc Heger loại I. Hơn nữa, sau khi khai quật di chỉ Vạn Gia Bá tỉnh Vân Nam năm 1975 -1976, các nhà khảo cổ học Trung Quốc tin rằng họ đã tìm thấy các hình thức cổ xưa nhất của trống Heger loại I. Kết quả là, họ công nhận trở lại bảng phân loại Heger. Tuy nhiên, họ đã thực hiện sửa đổi quan trọng là thêm trống Vạn Gia Bá vào bảng phân loại Heger và duy trì quan điểm trước đó rằng miền nam Trung Quốc là nơi xuất xứ đầu tiên của trống đồng. Nhưng thay vì Quảng Tây như trước đây, nay họ cho rằng Vân Nam là nơi phát xuất của trống đồng ở miền nam Trung Quốc.

Trống Vạn Gia Bá

Học giả Việt Nam tuyên bố rằng nỗ lực của các nhà khảo cổ học Trung Quốc để phân loại lại trống đồng là hoàn toàn thiếu cơ sở. Hệ thống phân loại của Trung Quốc không phản ánh thực tế lịch sử, mà ngược lại, là sản phẩm của sự sắp đặt hiện tại. Luận cứ phía Trung Quốc đưa ta là các trống Vạn Gia Bá xuất hiện đầu tiên do hình thức và trang trí của chúng rất đơn giản. Các học giả Việt Nam lập luận rằng hình thức và trang trí đơn giản cũng có thể là dấu hiệu của sự suy thoái, do đó ngụ ý rằng các trống Vạn Gia Bá không phải là sớm nhất mà là muộn nhất. Phạm Huy Thông cho rằng, trống cùng loại đã được tìm thấy tại Việt Nam trong những năm 1930 và từ lâu đã được đánh giá là thô, nhưng niên đại lại muộn. Như vậy, bảng phân loại của Việt Nam đề xuất các trống Vạn Gia Bá thuộc loại phụ 4 của trống Đông Sơn (Heger loại I). Trống Thượng Nông, cùng phong cách với trống Vạn Gia Bá tìm thấy ở Việt Nam trong những năm 1980, được đặt trong cùng một tiểu loại.

Trống Thượng Nông

Các học giả khác tại Việt Nam tin rằng trống Đông Sơn sớm nhất có thể được đúc vào thế kỷ thứ 7, hay thế kỷ thứ 8 trước Công nguyên. Các học giả Việt sau đó thừa nhận rằng rất khó để định tuổi chính xác cho trống Đông Sơn vì nhiều trống được phát hiện tình cờ, và do đó, các di chỉ không được bảo vệ tốt. Hơn nữa, rất khó để tìm thấy bất kỳ vật liệu sinh học liên quan trực tiếp đến trống có thể hữu ích trong việc đưa ra một niên đại tuyệt đối.

Tuổi C14 sớm nhất mà các học giả Trung Quốc định cho một trống đồng được khai quật ở Trung Quốc là 2640 +/ - 90 trước năm 1950, hoặc 690 +/ -. 90 TCN. Từ những vật liệu cùng tồn tại với trống trong ngôi mộ, các học giả cho rằng đây là niên đại C14 đáng tin cậy đầu tiên cho bất kỳ trống đồng nào. Họ lập luận rằng các loại trống Vạn Gia Bá chủ yếu được thực hiện giữa thế kỷ thứ 7 và thứ 5 TCN, và loại Shizhaishan (Đông Sơn) đã được phổ biến giữa thế kỷ thứ 6 đến thế kỷ thứ I TCN. Tuy nhiên, theo các học giả Việt Nam, niên đại này là sai lầm. Các nhà khảo cổ học Việt Nam đã tiến hành một thử nghiệm trên mảnh gỗ lấy từ một quan tài được khai quật và phát hiện rằng độ chênh về tuổi có thể là 235 năm. Họ tin rằng các nhà khảo cổ học người Trung Quốc đã chọn tuổi đó để hỗ trợ cho ý tưởng về nguồn gốc phía nam Trung Quốc của trống đồng. Theo học giả Việt Nam, niên đại của trống đồng không nên chỉ dựa trên thử nghiệm C14. Thay vào đó, các yếu tố khác cũng cần được xem xét. Họ thậm chí đã đi xa hơn nữa để đưa ra một ví dụ: trống đồng được tìm thấy trong một ngôi mộ cổ ở Việt Khê, C14 chỉ ra rằng ngôi mộ là từ 2480 +/ -100 năm trước năm 1950 CE, hoặc khoảng 530 TCN. Tuy nhiên, dựa vào phong cách của trống, nó đã được quyết định là chỉ có thể từ thế kỷ thứ 3 hoặc thứ 4 trước Công nguyên. Đến nay, các học giả của hai nước đã không đạt được đồng thuận về tuổi của trống đồng.

2. Tranh luận về trang trí

Trang trí của trống đồng là một chủ đề khác của cuộc tranh cãi giữa các học giả Việt Nam và Trung Quốc. Trang trí rất quan trọng bởi vì nó được cho là để phản ánh đời sống xã hội và tinh thần của những người phát minh và sử dụng trống và do đó, có thể giúp xác định dân tộc và vị trí địa lý. Các họa tiết phổ biến nhất trên trống đầu (hai loại đầu tiên của Heger cộng với Vạn Gia Bá) bao gồm các loài chim và động vật khác nhau, cũng như các tàu thuyền, các tia sáng, và các đường hình học.

Một con chim bay với một mỏ dài và chân dài xuất hiện rất thường xuyên trên trống cao tuổi. Các học giả Việt Nam tin rằng đó là con cò vì phù hợp với thực tế của lịch sử và văn hóa Việt Nam. Hầu hết các học giả Trung Quốc cũng tin rằng con chim là cò. Tuy nhiên, họ không đồng ý rằng cò là một biểu tượng của những người nông dân Việt cổ. Thay vào đó, họ giải thích nó như là một kết quả của ảnh hưởng Trung Quốc. Họ lập luận rằng cò được coi là tinh thần của trống đồng bằng Trung Nguyên Trung Quốc. Motif này đầu tiên lan rộng đến khu vực Sở ở miền nam Trung Quốc và sau đó đến các dân tộc khác sống phía nam của Sở.

Trống khai quật từ ngôi mộ Chu Tín Dương, Hà Nam và Jiangling, Hồ Bắc và ngôi mộ Zenghouyi tại Suixian, Hồ Bắc tất cả được trang trí với các motif cò. Đó là bằng chứng rõ ràng để hỗ trợ ý tưởng rằng motif cò bay trên trống Shizhaishan có nguồn gốc ở khu vực Sở.

Ngoài các hình chim, ba động vật lưỡng cư nhỏ trên mặt một số trống Đông Sơn (Shizhaishan) và các loại trống mà các nhà khảo cổ học đã cho là một trong hai con ếch hoặc cóc (xem hình 5). Các học giả Trung Quốc lập luận rằng đó là ếch và giải thích chúng như là đồ trang trí mà không có ý nghĩa đặc biệt, hay một cái gì đó liên quan đến lễ cầu mưa, hoặc là vật thờ của người dân Việt cổ xưa ở miền nam Trung Quốc, một nhóm dân cư có quan hệ đến người Việt cổ. Edward Schafer đã đồng ý rằng các con ếch trên trống thể hiện một tinh thần ếch - đó là một tinh thần của nước và mưa - và tiếng kêu bùng nổ của ễnh ương. Học giả Việt Nam ban đầu đã đồng ý rằng các loài động vật là những con ếch trong những năm 1970, nhưng sau đó giải thích chúng như con cóc vì "ở Việt Nam thường gọi cóc là 'cậu ông trời' và dự báo mưa, chắc chắn sẽ mưa khi con cóc nghiến răng".

Motif chiếc thuyền dài là một trang trí rất phổ biến trên bề mặt của trống Đông Sơn. Thông thường, hai đầu của chiếc thuyền được trang trí với phần đầu và đuôi của một con chim. Thuyền có rất nhiều trang trí hình cá dưới thuyền và các loài chim trên thuyền. Học giả Việt Nam cho rằng đó là thuyền đưa vong trong lễ hội cầu mát. Feng Hanji, một nhà khảo cổ học Trung Quốc, không đồng ý. Ông tin rằng các motif chiếc thuyền dài là một sự phản ánh phong tục đua thuyền phổ biến ở miền nam Trung Quốc. Theo ông Phong, thuyền không có cái xiểm, do đó, nó chỉ có thể đã sử dụng ở các sông, vùng nước bên trong nhỏ như hồ Điền. Hơn nữa, trang trí tàu thuyền bằng các loài chim cũng là một truyền thống ở Trung Quốc. Ông cũng tin rằng các motif có thể chỉ ra một số kết nối với Sở. Ling Shunsheng, một nhà dân tộc học Trung Quốc, đã viết vào năm 1950 rằng các motif chiếc thuyền dài là một sự phản ánh trực tiếp việc đua thuyền ở đất Sở cổ. Học giả Trung Quốc sau đó đã chỉ ra rằng các tàu thuyền trên trống đồng đã tham gia bốn loại hoạt động phổ biến khác nhau ở miền nam Trung Quốc cổ đại, cụ thể là, đánh cá, chuyên chở, đua thuyền, và dâng lễ vật tới các thần linh của dòng sông. Học giả Việt Nam sau đó chấp nhận ý tưởng các motif đua thuyền. Tuy nhiên, họ giải thích nó như là một phần của lễ Việt cổ cầu mưa và mừng nước.

Đối với các tia sáng nằm ở tâm của mặt trống đồng, một số học giả giải thích đó là một ngôi sao, trong khi những người khác lại xem nó như là ánh nắng mặt trời. Học giả Việt Nam giải thích điều này phản ánh tục thờ cúng mặt trời của người Việt cổ. Trong khi đó, các học giả Trung Quốc cho rằng nhiều nhóm dân tộc cổ đại ở Trung Quốc, như Thương (Ân), Sở và các dân tộc phía Nam, tất cả đều tôn thờ mặt trời. Hơn nữa, có quy luật coi mặt trời như một biểu tượng của mình.

Hai motif hình học phổ biến nhất trên trống đồng được coi là đại diện cho đám mây và sấm sét. Theo các học giả Trung Quốc, họa tiết tương tự có thể được tìm thấy trên đồ gốm khắc motif cổ xưa của miền Nam Trung Quốc, cũng như các đồ đồng ở đồng bằng miền Trung. Các họa tiết, như đã được lập luận trong sách Trống đồng Trung Quốc cổ đại: "Chứng minh tính thống nhất và liên tục của sự phát triển văn hóa của miền nam Trung Quốc cổ đại và thường xuyên trao đổi văn hóa giữa miền nam Trung Quốc và vùng đồng bằng miền Trung ". Chúng cũng phản ánh tục thờ đám mây và sấm sét ở Trung Quốc cổ đại. Những họa tiết xuất hiện chỉ thỉnh thoảng trên trống Đông Sơn nhưng có thể được thường xuyên nhìn thấy trên trống Heger II, nhiều nhất trong số đó đã được tìm thấy ở miền nam Trung Quốc, đặc biệt là khu tự trị Choang Quảng Tây. Học giả Việt Nam đã mạnh mẽ bác bỏ ý tưởng rằng nền văn hóa đồng của miền Nam phát triển dưới ảnh hưởng của Trung Quốc và trống mang họa tiết như vậy là cổ xưa nhất. Tóm lại, các học giả Việt Nam có xu hướng xem các trang trí trên trống đồng sớm, đặc biệt là trống Đông Sơn, như là một sự phản ánh những đặc điểm văn hóa của người Việt cổ. Họ tin rằng các họa tiết khác nhau trên trống đồng mô tả các khía cạnh khác nhau cuộc sống cổ xưa của người Việt nông nghiệp thời đại Đông Sơn. Hơn thế họ cho rằng, các đồ trang trí chứng minh trống Đông Sơn thuộc về người Việt cổ. Tuy nhiên, các học giả Trung Quốc giải thích các đồ trang trí như là một sự phản ánh của văn hóa trao đổi giữa bên trong Trung Quốc và biên giới của Trung Quốc. Lập luận rằng chúng đại diện cho các tính năng văn hóa của các dân tộc khác nhau sinh sống trong khu vực đó, không chỉ có Lạc Việt. Không từ chối mối liên hệ giữa các trống Đông Sơn và Lạc Việt, nhưng họ tin trống cùng loại cũng được sử dụng bởi các nhóm dân tộc cổ xưa khác - như Điền, Laojin (Lão Nhai 老街), Mimo, Dạ Lang và Juding được cho là thân nhân của Lạc Việt. Do đó họ cho rằng loại trống đầu tiên được phát minh trong một khu vực thuộc Trung Quốc hiện đại. Theo họ, "trống Đông Sơn là một hình thức nhập khẩu từ trống Shizhaishan Vân Nam lan tới Việt Nam dọc theo sông Hồng". Trích dẫn cả các ghi chép lịch sử và những phát hiện khảo cổ học, các học giả Trung Quốc đã cố gắng chứng minh rằng trống đồng lần đầu tiên được phát minh bởi người Pu-Liao (Bộc Liêu) trên cao nguyên Vân Nam phía đông và sau đó lây lan sang các khu vực xung quanh. Học giả Trung Quốc đã đề xuất Lạc Việt cũng thuộc nhóm Pu-Liao và đã trích dẫn những điểm tương đồng giữa các nền văn hóa Điền ở Vân Nam và các nền văn hóa Đông Sơn của Việt Nam như là bằng chứng. Sau năm 1949, chính phủ Trung Quốc đã chính thức xác định một số nhóm người miền nam như những dân tộc độc lập của tộc Hán. Nhà nước khuyến khích các học giả chứng minh rằng các dân tộc thiểu số đã có những thành tựu văn hóa riêng của họ. Lịch sử đã có nhiều ảnh hưởng lẫn nhau giữa người Hán Trung Quốc và các dân tộc thiểu số miền Nam. Kết quả là, trống đồng từ chỗ trước đó bị các học giả Trung Quốc khinh miệt vì nguồn gốc "man di" của nó, đã được coi là một trong các di sản vật chất tuyệt vời nhất của các dân tộc thiểu số miền Nam và là biểu tượng của giao lưu văn hóa giữa trung tâm với biên địa. Nhà khảo cổ học Trung Quốc Wen Ben đã viết: "Nếu ai đó hỏi, các di tích văn hóa quan trọng nhất của anh em đồng bào chúng tôi ở miền Nam Trung Quốc cổ đại là gì, chúng ta có thể trả lời không ngần ngại rằng đó là trống đồng." Trống đồng, ông tiếp tục tuyên bố, là "báu vật chung của mọi người dân Trung Quốc ". Hai tác giả của một bài viết về chủ nhân của trống đồng đã kết luận rằng nghiên cứu của họ "phản ánh một khía cạnh cụ thể quá trình hỗn hợp dân tộc và giao lưu văn hóa giữa các dân tộc anh em của Trung Quốc ", và "đủ chứng minh rằng các nhóm dân tộc khác nhau ở miền Nam Trung Quốc, cùng với các dân tộc khác của Trung Quốc, đã tạo ra nền văn hóa cổ đại, rực rỡ của dân tộc Trung Quốc ".

3. Kết luận

Kết thúc chuyên khảo của mình, tác giả Han Xiaorong viết:

"Vấn đề cốt lõi là các học giả Việt Nam và Trung Quốc cố gắng tuyên bố độc quyền dân tộc cho một sản phẩm mà có thể là của chung được sáng tạo bởi tổ tiên của cả người Việt Nam và các dân tộc thiểu số ở miền Nam Trung Quốc. Hoàn toàn không có ranh giới giữa miền Nam Trung Quốc và Bắc Việt Nam vào thời điểm trống đồng được phát minh. Nhiều tộc người trong số các nhóm sống trong khu vực rộng lớn có quan hệ về di truyền, văn hóa, hoặc cả hai. Những người phát minh ra trống đồng đã không có ý thức về chính thể. Phân biệt "Việt Nam" hoặc "Trung Quốc" như chúng ta ngày nay là không công bằng, là sự áp đặt các khái niệm hiện đại về dân tộc cho người thời cổ. Vì vậy, cố gắng minh định khi nào, ở đâu và ai là người phát minh ra trống đồng là việc làm không có ý nghĩa."

Những dòng trên được viết năm 1998, khi thông tin về con đường phía nam của người tiền sử từ châu Phi tới Việt Nam chưa được công bố. Nhân loại chưa biết nguồn gốc thực sự của người Hoa, người Việt cũng như các sắc dân thiểu số ở nam Trung Quốc. Nhưng đó là những nhận định vừa mang tính nhân văn vừa phù hợp sự thật lịch sử. Thời gian đã ủng hộ tác giả khi ta biết rằng, người Việt cổ đã từ Việt Nam đi lên khai phá Trung Hoa và xây dựng ở đây nền văn minh lúa nước rực rỡ. Bắc Việt nam và Nam Trung Quốc là cái nôi của văn hóa Đông Á. Từ đây, con người, tiếng nói, chữ viết cùng văn hóa Việt được sáng tạo rồi theo chân người di cư làm nên văn hóa Trung Hoa. Ngay người Sở cũng là chi nhánh của Việt tộc, độc lập với Trung Nguyên từ xa xưa cho đến tận cuối thời Chu, chỉ bị sáp nhập Trung Quốc sau cuộc xâm lăng của Tần Thủy Hoàng. Vào thời đồ đồng, khi ở Trung Nguyên, người Hoa Hạ xuất hiện, xây dựng văn hóa mang sắc thái du mục thì trên giang sơn mênh mông của mình, người Việt tiếp tục xây dựng nền văn hóa nông nghiệp nhân bản mà sản phẩm tiêu biểu là trống đồng. Những đồ án chim cò, thuyền, cóc nhái, mây sấm... trên trống đồng là sự tiếp tục của văn hóa Việt từng thể hiện trên gốm, trên ngọc trước khi người Hoa Hạ ra đời.

III. Nhận định

Tại văn hóa Hồng Sơn 4000 năm TCN đã xuất hiện những hỏa lò còn dính cặn kim loại, được xem là nồi nấu đồng. Một nghìn năm sau, tại di chỉ Mã Gia Ao có tuổi 3000 năm TCN, phát hiện con dao bằng đồng. Tuy vậy thời kỳ đồ đồng ở Trung Quốc chỉ chính thức được công nhận từ văn hóa Nhị Lý Đầu, 1700 năm TCN. Công nhận hay không công nhận điều gì, cho đến nay vẫn là đặc quyền của học giả phương Tây. Tuy nhiên, một phần do hạn chế của phương pháp Carbon đánh dấu, một phần do chi phối của quan điểm "dĩ Âu vi trung" nên thiết tưởng những sự an bài trên cũng chỉ là tương đối.

Nếu chấp nhận tuổi 1700 năm TCN thì rõ ràng thời đồ đồng Trung Hoa muộn hơn so với di chỉ Gò Bông thuộc văn hóa Phùng Nguyên Việt Nam có tuổi 1850+/-50 năm TCN. Điều này có thể giải thích là theo truyền thống, người từ Việt Nam di cư mang theo dụng cụ đá mới rồi cây trồng cùng vật nuôi lên trung Hoa nên kỹ nghệ đồng cũng được chuyển giao theo phương cách đó.

Sản sinh từ văn hóa đá mới nên văn hóa đồng ở Trung Quốc phân bố rất rộng. Chủng loại đồ đồng phong phú nhưng tựu trung bao gồm ba nhóm chính là vũ khí, đồ thờ và vật dụng sinh hoạt. Vũ khi bắt đầu từ phủ việt tức qua, búa bằng đồng, rồi mũi tên đồng, kiếm đồng. Đây là tiến bộ kỹ thuật, vật liệu tốt hơn là đồng được thay cho vũ khí bằng đá. Vật dụng sinh hoạt chủ yếu dùng cho nấu ăn và uống rượu. Nhóm đồ thờ phong phú hơn với những vạc đồng, đỉnh đồng, chén uống rượu bằng đồng ở Trung Nguyên, vùng cư trú của người Hoa Hạ. Trong khi đó, tại lưu vực Trường Giang, nơi sinh sống của Bách Việt thì trống đồng là đồ thờ phổ biến. Điều này thể hiện sự phân hóa về chủng tộc và văn hóa đã xảy ra trên đất Trung Quốc vào thời đại đồ đồng. Nếu văn hóa thời kỳ đá mới là thống nhất, có thể nói là đồng nhất, do chỉ duy nhất người Việt làm chủ nhân thì sang thời đồ đồng, đã hình thành hai nền văn hóa khác biệt. Từ 2700 năm TCN, với sự xâm nhập của người Mông Cổ dựng vương triều Hoàng Đế, một nền văn hóa mới mang sắc thái du mục xuất hiện, tạo nên sự phân hóa từng bước của văn hóa Trung Hoa. Học giả người Nga Chesnov trong nét nhìn tinh tế đã nhận ra điều này khi ông viết: "Trước nhà Thương, văn hóa Trung Hoa được hình thành với sự bảo trợ của văn hóa phương Nam và sau Thương, là do văn hóa phương Tây." (8). Có điều không phải văn hóa vật thể từ phương Tây đưa sang mà chính là tinh thần văn minh du mục vốn tiềm ẩn trong máu huyết người Hoa Hạ đến thời điểm này bùng phát đã chuyển hóa văn hóa Trung Hoa từ nông nghiệp sang văn minh du mục.

Tài liệu tham khảo:
1. Majiayao Site.
http://www.chinaculture.org/gb/en_artqa/2003-09/24/content_39154.htm

2. 二里頭文化
http://zh.wikipedia.org/wiki/%E4%BA%8C%E9%87%8C%E9%A0%AD%E6%96%87%E5%8C%96
3. 红山文化主人 http://baike.baidu.com/view/56987.htm
4. Sanxingdui http://en.wikipedia.org/wiki/Sanxingdui
5. 妇好墓 http://baike.baidu.com/view/190414.htm
6. Nguyễn Duy Chính. *Lăng mộ Triệu Văn Đế ở Quảng Châu.* http://www.hungsuviet.us/lichsu/Langmotrieuvande.html
7. Han Xiaorong. *The Present Echoes of the Ancient Bronze Drum: Nationalism and Archeology in Modern Vietnam and China.* Southeast Asian Studies - A Journal of the Southeast Asian Studies Association Vol 2. No. 2Fall 1998 http://www2.hawaii.edu/~seassa/explorations/v2n2/art2/v2n2-frame2.html
8. Chesnov. *The origins of the Chinese Civilization.* University of California Press, 1977: 133.

CHƯƠNG VI

SỰ HÌNH THÀNH TIẾNG NÓI TRUNG HOA

Bốn chủng người từ Việt Nam lên, sống hàng vạn năm trên vùng đất mênh mông, địa hình, thổ nhưỡng, khí hậu khác nhau, lại có sự giao lưu gặp gỡ với nhiều sắc dân ở phía tây khiến cho tiếng nói Trung Hoa chịu nhiều biến đổi, trở nên rất đa dạng. Tìm hiểu nguồn gốc và quá trình hình thành tiếng nói Trung Hoa là thách đố đối với giới ngữ học. Trước khi trình bày ý kiến của mình, chúng tôi mời độc giả tham khảo tài liệu *Lịch sử ngôn ngữ Trung Hoa* (History of the Chinese language) (1) một tài liệu ngắn gọn nhưng bao quát được những vấn để chủ yếu mà chúng ta quan tâm.

"Lịch sử ngôn ngữ Trung Quốc trải nhiều thay đổi theo thời gian, đặc biệt là những thay đổi liên quan đến nghiên cứu lịch sử ngôn ngữ Trung Quốc trong các hóa thân khác nhau của nó. Nhiều nhà ngôn ngữ học phân loại tất cả các biến thể của ngôn ngữ Trung Quốc, như là một phần của gia đình ngôn ngữ Hán - Tạng và tin rằng có một ngôn ngữ gốc, được gọi là Nguyên Hán-Tạng (Proto-Sino-Tibetan), tương tự với Proto-Ấn-Âu, mà từ đó ngôn ngữ Hán và Tạng-Miến phát sinh.

Quan hệ giữa ngôn ngữ Trung Quốc và các ngôn ngữ Hán-Tạng khác là một lĩnh vực đang được nghiên cứu và tranh cãi tích cực, như là nỗ lực để tái tạo ngôn ngữ Nguyên Hán-Tạng. Khó khăn chính của nỗ lực này là, trong khi có tài liệu rất tốt cho phép chúng ta tái tạo lại âm thanh cổ xưa của Trung Quốc, thì không có tài liệu hướng dẫn bằng văn bản của sự phân chia giữa

Nguyên Hán-Tạng và Trung Quốc. Tuy nhiên điều này là một vấn đề phổ biến trong ngôn ngữ học lịch sử, và có lẽ có thể được khắc phục với việc sử dụng các phương pháp so sánh.

Thật không may là đến nay, việc sử dụng kỹ thuật này cho ngôn ngữ Hán-Tạng đã không thành công, có lẽ vì những ngữ trong số các ngôn ngữ có thể cho phép tái tạo Nguyên Hán-Tạng (Proto-Hán-Tạng) lại có rất ít tài liệu hay sự hiểu biết. Vì vậy, bất chấp "mối quan hệ" giữa chúng thì tổ tiên chung của ngôn ngữ Trung Quốc và Tạng-Miến vẫn còn là một giả thuyết chưa được chứng minh.

Phân loại sự phát triển của ngôn ngữ Trung Quốc là một chủ đề của cuộc tranh luận học thuật. Một trong những hệ thống đầu tiên được đưa ra bởi nhà ngôn ngữ học Thụy Điển Bernhard Karlgren vào đầu những năm 1900. Hệ thống này đã được sửa đổi nhiều, nhưng luôn phụ thuộc nhiều vào những quan niệm và phương pháp của Karlgren.

Tiếng Trung Quốc thượng cổ (上古 汉语) đôi khi được gọi là "Cổ Hán ngữ," là ngôn ngữ chung trong thời gian đầu và giữa nhà Chu (1122 BC - 256 BC), văn bản trong đó bao gồm những dòng chữ khắc trên đồ đồng của kinh Thi, kinh Thư và một phần của kinh Dịch. Các yếu tố ngữ âm được tìm thấy trong đa số các ký tự Trung Quốc cũng cung cấp các gợi ý về phát âm Trung Quốc cổ đại.

Cách phát âm các ký tự vay mượn Trung Quốc trong ngôn ngữ Nhật Bản, Việt Nam và Hàn Quốc cũng cung cấp những hiểu biết có giá trị. Tiếng Trung Quốc cổ đại hoàn toàn không có biến cách. Nó sở hữu một hệ thống âm thanh phong phú, trong đó việc hít vào hay phát âm bật hơi giúp phân biệt những phụ âm, nhưng có lẽ vẫn không có thanh điệu. Việc xây dựng lại tiếng Trung Quốc cổ được bắt đầu ở nhà Thanh.

Tiếng Trung Quốc Trung cổ (中古 汉语) là ngôn ngữ được sử dụng trong thời kỳ nhà Tùy, Đường, và Tống (từ thế kỷ VI đến thế kỷ X). Nó có thể được chia thành giai đoạn đầu, được phản ánh bởi từ điển "thiết vận" (切韵 - AD 601), và thời kỳ sau vào cuối thế kỷ thứ 10, được phản ánh bởi từ điển "quảng vận" (广韵).

Các bằng chứng cho cách phát âm tiếng Trung Quốc Trung cổ đến từ nhiều nguồn khác nhau: các biến thể phương ngữ hiện đại, từ điển ký âm, các bản dịch nước ngoài, từ điển do các học giả Trung Quốc cổ đại tóm tắt các hệ thống ngữ âm, và bản dịch ngữ âm Trung Quốc từ tiếng nước ngoài. Tuy nhiên, tất cả những nghiên cứu tái tạo đều đang trong quá trình thăm dò. Ví dụ, các học giả đã chỉ ra rằng cố gắng để tái tạo tiếng Quảng Đông cổ đại từ ngữ âm dân gian Quảng Đông hiện đại sẽ cung cấp một bức tranh ngôn ngữ không chính xác.

Sự phát triển các tiếng nói của Trung Quốc từ thời kỳ đầu lịch sử cho đến nay rất phức tạp. Hầu hết người dân Trung Quốc ở Tứ Xuyên và một vòng cung rộng từ vùng Đông Bắc (Mãn Châu) ở phía tây nam (Vân Nam), sử dụng tiếng Mandarin địa phương khác nhau như thổ ngữ của họ. Sự phổ biến của Mandarin khắp miền bắc Trung Quốc phần lớn là do vùng đồng bằng phía bắc Trung Quốc. Ngược lại, những ngọn núi và con sông ở miền nam Trung Quốc thúc đẩy đa dạng ngôn ngữ.

Cho đến giữa thế kỷ 20, dân phía cực nam Trung Quốc chỉ nói nhiều tiếng địa phương của mình. Tuy nhiên, bất chấp sự pha trộn của các quan chức và việc nói tiếng địa phương khác nhau của Trung Quốc, Mandarin Nam Kinh trở thành thống trị ít nhất là trong triều đại nhà Thanh. Từ thế kỷ 17, đế quốc đã thiết lập Thư viện Chính âm (正音 书院) để làm cho việc phát âm phù hợp với tiêu chuẩn nhà Thanh của thủ đô Bắc Kinh, nhưng không mấy thành công.

Trong thời gian cuối của Thanh, nửa sau thế kỷ 19, Mandarin Bắc Kinh cuối cùng đã thay thế Mandarin Nam Kinh trong triều đình. Đối với dân cư nói chung, mặc dù các biến thể của tiếng Hoa đã được sử dụng rộng rãi ở Trung Quốc sau đó, nhưng vẫn chưa có một tiêu chuẩn duy nhất. Những người không nói tiếng phổ thông ở miền nam Trung Quốc vẫn tiếp tục sử dụng phương ngữ của họ. Tiếng Mandarin Bắc Kinh chuẩn còn khá hạn chế.

Tình trạng này thay đổi với việc ra đời (CHND Trung Hoa và Trung Hoa Dân Quốc, nhưng không ở Hồng Kông) một hệ thống giáo dục tiểu học giảng dạy ngôn nhữ Trung Quốc hiện đại (Mandarin). Kết quả là, hầu như tất cả mọi người ở Trung Quốc đại lục và Đài Loan phát âm Mandarin. Tại thời điểm mở rộng của tiếng Hoa tại Trung Quốc đại lục và Đài Loan, Hồng Kông là một thuộc địa của Anh và tiếng Hoa không được sử dụng. Ở Hồng Kông, ngôn ngữ trong giáo dục, hành chính, và cuộc sống hàng ngày vẫn là tiếng địa phương Quảng Đông, nhưng Mandarin đang trở nên ngày càng có ảnh hưởng." (hết trích)

Bản văn trên xác nhận sự thực là, ngoài việc Mandarin Bắc Kinh trở thành tiếng nói phổ thông của người Trung Hoa thì mọi nghiên cứu cơ bản về tiếng nói Trung Quốc chưa có thành tựu đáng ghi nhận. Vấn đề trọng yếu nhất là chưa phát hiện ra nguồn gốc của ngôn ngữ Trung Hoa. Vì vậy, việc xếp ngôn ngữ Trung Hoa vào gia đình Hán-Tạng cũng chưa thỏa đáng!

Sở dĩ có tình trạng này là vì cho đến nay, không chỉ người Trung Quốc mà cả giới ngữ học quốc tế sa lầy trong sự hiểu lầm lớn về ngôn ngữ Trung Hoa. Hy vọng khảo cứu này góp phần hóa giải sự hiểu lầm đó.

Suốt thế kỷ XX, do thiếu tư liệu và do bị chi phối bởi quan niệm Hoa tâm (lấy Trung Hoa làm trung tâm) nên giới học thuật cho rằng tổ tiên dân tộc Việt là nhóm người thiểu số từ cao nguyên Thiên Sơn theo sông Dương Tử xuống vùng Hoa Nam, sau bị người Hán săn đuổi đã tràn vào đất Việt. Do bị người Trung Quốc đô hộ suốt một thiên niên kỷ, người Việt chịu nhiều ảnh hưởng của Trung Hoa, cả về huyết thống và văn hoá. Giới ngôn ngữ học lịch sử do chịu ảnh hưởng của viện sĩ Maspero (1912) cho ngôn ngữ Thái giữ vai trò chủ đạo trong thời tiền sử Đông Á nên khi làm những nghiên cứu so sánh ngôn ngữ học đã đem chữ Hán được điển chế hàng ngàn năm đối chiếu với chữ Việt Latinh hóa mới chừng vài trăm tuổi và thống kê được, trong tiếng Việt có đến 60% vay mượn từ tiếng Hán! Sở dĩ có sự lầm lẫn lớn này là do tiếng Việt không còn văn tự gốc, nên các nhà phục nguyên Hán ngữ chỉ theo những văn bản chữ Hán rồi mặc nhiên coi tiếng của người Hán có trước, vì thế bất cứ tiếng Việt nào cùng có trong ngôn ngữ Hán đều bị coi là mượn từ tiếng Hán!

Theo quan niệm trên, nhiều nhà ngữ học quốc tế cũng như Việt Nam (Nguyễn Văn Tố, Trần Trọng Kim xưa và Nguyễn Tài Cẩn nay) cho rằng, tiếng Việt mượn đến 70% của tiếng Hán.

Những người không tán thành cùng lắm cũng chỉ có thể ấp úng nói rằng: tuy có mượn nhưng không mượn tới mức như vậy! Họ cố tìm những *từ thuần Việt* để minh chứng cho quan điểm của mình. Qua nhiều cuộc tranh luận chứng tỏ đó là những cố gắng vô vọng. Những người ít vốn cổ văn thường bị đánh gục bởi những học giả chữ nghĩa cùng mình, viện dẫn hàng núi sách Tây Tầu. Và cho đến nay, con em chúng ta vẫn bị nhồi nhét giáo điều đó!

Đã từng được dạy nhưng không hiểu sao chúng tôi chưa bao giờ tin rằng tiếng Việt mượn tiếng Trung Hoa nhiều đến thế. Một dân tộc mà phải mượn đến bằng ấy tiếng nước ngoài thì có còn là một dân tộc? Liệu có đáng được độc lập tự do? Dù hiểu biết còn có hạn, nhưng chúng tôi tin rằng, một dân tộc sau nghìn năm nô lệ lại giành được độc lập, sẽ không thể là dân tộc đi vay mượn đến như vậy cái quan thiết với mình là tiếng nói! Do lẽ đó, khi cảm nhận thấy có nhiều tiếng Việt trong tiếng Trung Hoa, chúng tôi bỏ công sức đi tìm tiếng Việt trong thư tịch Trung Hoa cổ. Sau đó, nhờ di truyền học khám phá con đường thiên di của người tiền sử tới Việt Nam rồi từ Việt Nam lên khai phá Trung Hoa, chúng tôi đưa ra chuyên khảo này.

I. Quá trình hình thành tiếng nói Trung Hoa

Ngày hôm nay, đặt lại vấn đề nguồn gốc và quá trình hình thành ngôn ngữ Trung Hoa, với không ít người, là một sự báng bổ, không khác gì ngày xưa Copernicus tuyên bố: Trái đất xoay quanh Mặt trời! Không khó ở việc chứng minh mà khó nhất là lay chuyển định kiến của con người.

Từ hàng vạn năm trước, bốn chủng người Việt cổ Indonesian, Melanesian, Vedoid và Negritoid, do chủng Indonesian giữ vai trò lãnh đạo về ngôn ngữ và xã hội, từ Việt Nam đi lên định cư ở Nam Dương Tử. Sống trong những vùng địa lý với thổ nhưỡng, khí hậu khác nhau, tiếng nói dần phân ly thành tiếng Việt Quảng Đông, Triều Châu, Vân Nam, Hải Nam... Tiếp đó, theo chân người di cư, tiếng Việt lên vùng Hồ Nam, Hồ Bắc thành các tiếng Ngô, Việt, Sở rồi chiếm lĩnh đồng bằng Trong Nguồn và lưu vực Hoàng Hà. Khoảng 15.000 năm trước, người di cư mang theo công cụ đá mới Hòa Bình cùng cây kê, cây lúa, giống gà, giống chó... xây dựng nền văn hóa đá mới tại lưu vực Hoàng Hà. Do sống gần gũi với người Mông Cổ nên sự hòa huyết xảy ra. Cho đến 5000 năm TCN, một bộ phận quan trọng dân cư văn hóa Ngưỡng Thiều từ Australoid chuyển hóa thành chủng Mongoloid phương Nam. Cho đến 3000 năm TCN, tại đây người Việt đã xây dựng nền nông nghiệp trồng ngũ cốc kết hợp với chăn nuôi phát triển. Trên cơ sở nếp sống nông nghiệp định cư là nền văn hóa rực rỡ, trong đó *ngôn ngữ đa âm phong phú với vốn từ nông nghiệp giàu có*. Đặc trưng trong cách diễn đạt của người Việt là *đặt danh từ và động từ trước hình dung từ và trạng từ,* lối nói mà sau này các nhà ngữ học gọi là *chính trước phụ sau.*

Khoảng 2700 năm TCN, người Mông Cổ phương Bắc (North Mongoloid) vượt Hoàng Hà vào chiếm đất của người Việt, lập vương triều Hoàng Đế. Nhà nước của Hoàng Đế nằm xen giữa các quốc gia Việt: Ba, Thục phía tây nam, Ngô, Việt, Sở phía đông và Văn Lang phía nam. Tuy thắng cuộc nhưng do số người ít và văn hóa kém phát triển, người Mông Cổ nhanh chóng bị người Việt bản địa đồng hóa. Người Mông Cổ phải học tiếng nói của người Việt để thích ứng với cuộc sống mới. Tuy nhiên, vì nắm giữ địa vị thống trị, người Mông Cổ áp đặt dân chúng nói theo lối nói *phụ trước chính sau* của họ (Mongol parlance). Trong điều kiện tiếp xúc như vậy, tất diễn ra việc hòa huyết giữa người Mông Cổ và người Việt, sinh ra những người lai, có bộ gene Mongoloid phương Nam, tự nhận là Hoa Hạ. Sau vài ba thế hệ, người Mông Cổ thuần chủng không còn, người Hoa Hạ giữ địa vị lãnh đạo xã hội vương quốc Hoàng Đế. Nhận thấy tiếng nói trong dân chúng ngày một đa tạp, nhà Chu lấy tiếng nói của vùng Quảng Đông phương nam làm tiếng nói chuẩn của vương triều, gọi là Nhã ngữ - tiếng nói thanh nhã. Cố nhiên, vì là di duệ của Hoàng Đế và cũng là bộ lạc nhiều đời chung sống với dân du mục phía tây, nhà Chu duy trì cách nói Mông Cổ phụ trước chính sau. Diệt lục quốc, lập nhà Tần, Tần Thủy Hoàng sáp nhập đất đai, dân cư cùng văn hóa các quốc gia Việt vào đế quốc của mình. Khi thống nhất văn tự, *thư đồng văn,* nhà Tần dùng Nhã ngữ của phương Nam làm ngôn ngữ chuẩn nhưng cố nhiên, duy trì cách nói phụ trước chính sau, cũng là cách nói của bộ lạc Tần. Đời Hán vẫn dùng Nhã ngữ làm ngôn ngữ chuẩn của quốc gia và cách nói phụ trước chính sau trở thành thống trị trên diện rộng. Tuy nhiên vẫn có từng vùng, từng bộ lạc theo phương ngữ, nói *chính trước phụ sau*. Cuối đời Hán, Trung Quốc loạn lạc, nhiều triệu người Khiết Đan xâm nhập, đem tiếng nói của họ pha vào, làm cho ngôn ngữ Trung Quốc thêm đa tạp. Thời nhà Tùy nhiều tộc du mục chiếm đất, đưa nhiều triệu người vào Trung Quốc. Vì vậy, cùng nhiều phương diện khác, tiếng nói Trung Quốc cũng trở nên phức tạp. Nhà Đường lại một lần chuẩn hóa ngôn ngữ, lấy tiếng nói của kinh đô Tràng An làm ngôn ngữ chính thức, gọi là Đường âm. Các triều đại về sau: Tống, Nguyên, Minh... đều lấy tiếng nói vùng kinh đô làm ngôn ngữ chuẩn, gọi là quan thoại – tiếng nói chính thức nơi công quyền. Xâm lăng Trung Hoa, người Mãn Thanh đem tiếng Mãn hòa vào ngôn ngữ Trung Hoa làm ra quan thoại đời Thanh gọi là tiếng Bắc Kinh tồn tại đến ngày nay.

Trong những quan thoại xuất hiện ở Trung Hoa, quan thoại thời Đường – Đường âm – có ý nghĩa đặc biệt. Về bản chất, đó là một phiên bản của ngôn ngữ Việt trên đất Trung Hoa. Có thể nói, đó là thứ ngôn ngữ trưởng thành và chuẩn mực nhất mà người Việt trên đất Trung Hoa sáng tạo được. Chính Đường âm do ngữ nghĩa sâu và nhạc tính tuyệt vời đã góp phần quan trọng làm nên thời kỳ rực rỡ nhất của thơ ca Trung Hoa: thơ Đường. Sau thời Đường, Trung Hoa càng loạn hơn. Nhiều tộc thiểu số du nhập và nắm giữ quyền hành, đem tiếng nói của mình vào Trung Hoa, làm ngôn ngữ

Trung Hoa ngày càng xa gốc Việt để gần các tộc phương Bắc như Khiết Đan, Mông Cổ, Mãn Thanh...

Đường âm được đưa sang dạy ở Việt Nam vào thời Đường và được xã hội Việt bảo lưu dưới thuật ngữ *âm Hán Việt*, là tài sản vô giá của ngôn ngữ Việt.

Xin kể câu chuyện cổ.

Thục Thư trong Tam Quốc Chí viết rằng, Hứa Tịnh là người phía bắc, ty nạn xuống miền nam, sau này làm quan viết sử cho Lưu Bị, lên tới chức Tư đồ (司徒). Trước trận Xích Bích, Tào Tháo sai người do thám hậu phương của Lưu Bị và Tôn Quyền. Vì nể tình quen biết với người của Tào Tháo đã cậy nhờ nên Hứa Tịnh viết thư vắn tắt cho Tào Tháo biết rằng: *ông đã đi từ Hội Kế (Cối Kê - Hàn Châu ngày nay), qua Giao Châu, Đông Âu, Mân Việt, cả vạn dặm mà không thấy đất Hán.*

[许靖给曹操的信说：从会稽"南至交州，经历东瓯、闽越之国，行经万里，不见汉地" – Từ Hội Kế nam chí Giao Châu, kinh lịch Đông Âu, Mân Việt chi quốc, hành kinh vạn lý, bất kiến Hán địa.]

Bốn chữ *bất kiến Hán địa* (不见汉地) của Hứa Tịnh chứng tỏ rằng: Phía nam, dù đã nằm trong quốc gia Hán mấy trăm năm nhưng không phải là đất Hán mà thực tế vẫn là Việt! Ngày nay cũng không khác trước: nhìn lên bản đồ Trung Hoa, không hề có đất Hán và càng không có phương ngữ nào là Hán ngữ:

Bảng phân loại ngôn ngữ Trung Quốc (2)

Name	Abbreviation	Pinyin	Local Romanization	Simp	Trad	Total Speakers
Mandarin Notes: includes Standard Chinese	Guan; 官	Guānhuà Běifāng huà	Pinyin: Guānhuà Pinyin: Běifānghuà	官话 北方话	官話 北方話	c. 1.365 billion
Wu Notes: includes Shanghainese	Wu; 吴/吳	Wúyǔ	Long-short: Ng Nyiu or Ghu Nyiu	吴语	吳語	c. 90 million
Yue Notes: includes Cantonese & Taishanese	Yue; 粤/粵	Yuèyǔ	Yale: Yuht Yúh Jyutping: Jyut6 Jyu5	粤语	粵語	c. 70 million
Min Notes: includes Hokkien, Taiwanese & Teochew	Min; 闽/閩	Mǐnyǔ	POJ: Bân Gú; BUC: Mìng Ngṳ̄	闽语	閩語	c. 50 million
Xiang	Xiang; 湘	Xiāngyǔ	Romanization: Shiāen'ỳ	湘语	湘語	c. 36 million
Hakka	Kejia; 客家	Ke; 客	Hakka Pinyin: Hak-kâ-fa or Hak-kâ-va Hakka Pinyin: Hak-fa or Hak-va	客家话 客话	客家話 客話	c. 35 million
Gan	Gan; 贛	Gànyǔ	Romanization: Gon Ua	赣语	105	c. 31 million

Dẫn từ Chinese language

Nhìn vào bảng phân loại ngôn ngữ trên, ta thấy: Ngoài tiếng phổ thông - tiếng Bắc Kinh hiện nay, vốn thoát thai từ tiếng Ngô Việt, ngôn ngữ Trung Quốc còn được chia làm sáu phương ngữ:

1. Ngô ngữ (3)

Ngô ngữ là tiếng nói của khoảng 90 triệu người, chủ yếu ở Chiết Giang, Thượng Hải, miền nam Giang Tô và các tỉnh An Huy, Giang Tây, Phúc Kiến. Trong đó, ngôn ngữ Tô Châu được coi là phong phú nhất. Tuy nhiên do tầm vóc và sự thống trị về kinh tế, Ngô ngữ Thượng Hải trở thành uy tín nhất, nên còn được gọi là tiếng Thượng Hải. Học giả thích sử dụng danh xưng Ngô ngữ, xuất phát từ tên của vương quốc Ngô Việt cổ từng tồn tại trên địa phận tỉnh Giang Tô và Bắc Chiết Giang.

Kể từ khi thành lập nước Cộng hòa Nhân dân Trung Hoa vào năm 1949, người dân khắp Trung Quốc, bao gồm cả các khu vực Ngô ngữ, được khuyến khích nói tiếng quan thoại. Ngô ngữ đã được thay thế bởi Mandarin trong các phương tiện truyền thông và các trường học, và nhiều người nơi khác di cư đến khu vực này. Sự đa dạng của Ngô ngữ hiếm khi được viết ra và rất ít người tin rằng nó đáng giá để viết hoặc phát triển một hình thức bằng văn bản tiêu chuẩn. Có một vài cuốn sách dạy viết tiếng Ngô một cách vui tươi và giải trí. Có một số chương trình truyền hình tiếng Ngô tại mỗi thị trấn, tuy nhiên nó không được phép phát sóng trong thời gian đầu. Ngô ngữ vốn là tiếng Tày Việt.

2. Việt ngữ (4)

Việt ngữ là tiếng nói của 70 triệu người, chủ yếu ở Quảng Đông, Quảng Tây, Hồng Kông và Macau. Ngoài ra còn có cộng đồng nói tiếng Việt đáng kể ở nước ngoài trong khu vực Đông Nam Á, Canada,

Australia, Anh và Mỹ. Tiếng Việt còn được gọi là tiếng Quảng Đông. Người Quảng Đông và Quảng Tây thường gọi ngôn ngữ của họ là Việt ngữ (粤语) hoặc Bạch ngữ (白话). Phát âm tiếng Việt cũng như một số hình thức ngữ pháp của nó được cho là gần gũi hơn với ngôn ngữ Trung Quốc cổ, đặc biệt là của triều đại nhà Đường (618-907), so với Mandarin. Ví dụ, nhiều bài thơ cũ có vần khi đọc với cách phát âm Việt nhưng không vần khi đọc bằng tiếng phổ thông. Tiếng Quảng Đông vốn là tiếng Đông Việt.

3. Mân ngữ (5)

Mân ngữ là tiếng nói của 75 triệu người, chủ yếu ở tỉnh Phúc Kiến và một phần Giang Tô, Chiết Giang, Giang Tây, Quảng Đông, Hải Nam, Quảng Tây cũng như tại Đài Loan, Malaysia, Singapore, Indonesia, Thái Lan, Philippines, Miến Điện, ở Mỹ, đặc biệt là ở thành phố New York. Tên cổ của Phúc Kiến là Mân, tên của vương quốc Mân Việt nằm trong địa vực tỉnh Phúc Kiến khoảng năm 334-110 TCN. Mân là tên của một tộc người, trong tiếng Trung Quốc là Man và Việt. Đó là dân cư của vương quốc Việt ở tỉnh Chiết Giang thời Xuân Thu (771 - 476 TCN). Tiếng Mân được chia thành 5-9 nhóm riêng biệt. Sự khác biệt này cũng thấy ở các cộng đồng Mân nội địa và người Mân ven biển. Mân ngữ vốn là tiếng Mường Việt.

4. Hẹ ngữ (6)

Tiếng Hẹ (Tiếng Khách Gia) được nói ở đông nam Trung Quốc, Đài Loan và Hồng Kông. Ngoài ra còn có cộng đồng đáng kể người Hẹ ở các nước như

Mỹ, Guiana thuộc Pháp, Mauritius và Anh. Tổng số người nói tiếng Hẹ khoảng 40 triệu. Tên của ngôn ngữ Khách Gia [Hakka 客家话] có nghĩa là tiếng Khách. Người Hẹ có một lịch sử di cư lâu dài. Vương quốc lịch sử của tổ tiên họ có nguồn gốc từ Sơn Đông hoặc Sơn Tây, các tỉnh ở miền bắc Trung Quốc. Họ bắt đầu làn sóng di cư từ giữa thế kỷ thứ IV và IX, đi từ Hà Nam và các tỉnh tiếp giáp phía bắc vào An Huy và vùng phụ cận. Làn sóng di cư thứ hai diễn ra giữa thế kỷ IX và XII. Họ đi dọc theo những ngọn núi và đồi thấp dưới chân núi Đông Giang Tây vào miền nam Giang Tây và nội địa Phúc Kiến. Làn sóng di cư cuối cùng diễn ra giữa thế kỷ XII và XIII, người Hẹ di chuyển vào phía đông bắc tỉnh Quảng Đông. Người Hakka là một tộc thiểu số người Việt.

5. Cám hay Cống ngữ (7)

Cám, Cống hoặc Giang Tây ngữ là ngôn ngữ của khoảng 60 triệu người, chủ yếu ở các tỉnh Giang Tây, phía đông Hồ Nam, Đông Nam Hồ Bắc, Tây Nam bộ An Huy và Tây bắc Phúc Kiến. Cống ngữ có một số điểm gần với tiếng Quan thoại và Ngô. Gan (Cám 赣) là một tên khác của tỉnh Giang Tây. Cống, Cám ngữ là tiếng dùng chung, tiếng dùng chính, tức tiếng phổ thông thời Tiên Tần.

6. Tương ngữ (8)

Tương ngữ còn được gọi là tiếng Hồ Nam, là ngôn ngữ của khoảng 36 triệu người, chủ yếu là ở tỉnh Hồ Nam, đặc biệt là ở các thành phố Trường Sa, Chu Châu, Tương Đàm, Ích Dương, Lâu Để (娄底), Hành

Dương và Thiệu Dương (邵阳). Ngoài ra còn có ở miền nam Thiểm Tây, miền nam An Huy, phía đông bắc Quảng Tây, Tứ Xuyên và tỉnh Quý Châu. Tương ngữ là tiếng Việt của nước Việt thời Câu Tiễn.

Việt: Thực chất, các phương ngữ trên đều là tiếng

a. Quảng Tây và Quảng Đông đều nói tiếng Quảng của Lưỡng Quảng. Thuật ngữ "tiếng Quảng Đông" theo tên gọi của tỉnh Quảng Đông là gượng ép nhưng nó dễ được chấp nhận vì được hiểu là tiếng nói riêng của người dân tỉnh Quảng Đông! Trong thực tế thì "tiếng Quảng Đông" là tiếng Việt, chữ Việt (越&粤) được đọc là "Duyt". Dân cư Lưỡng Quãng và người Việt Nam có tiếng nói giống nhau (chỉ khác giọng nam bắc) và văn phạm giống nhau, cùng là *chính trước phụ sau*.

Ví dụ :

- Việt: Tôi về trước = Ngã hồi tiên - 我回先

- Quảng Đông: "Ngọ hùi (quì) sín"- 我回先.

- Bắc Kinh: Ngã tiên hồi - "Wò sién hủy- 我先回.

b. Tại khu tự trị người Choang thì tiếng Choang tương đồng với tiếng Nùng. Nùng và Tày lại có sự tương đồng. Tày và Thái lại tương đồng. Tiếng Thái-Lan và Lào lại giống nhau và cùng được xếp vào tiếng "Thái " và chia ra nam-bắc. Tiếng Lào thuộc bắc Thái ngữ và tiếng Choang lại là một nhánh nằm trong bắc Thái ngữ... Vùng người Choang và Vân Nam, Quí Châu đa số dân chúng thích dùng Thái ngữ và có nhiều tộc thiểu số khác lại có tiếng nói riêng như H'mong, Dao, Bố y, Tày, Nùng v. v...

c. Đảo Hải Nam có tiếng nói rất giống như tiếng Việt Nam hiện nay, rất nhiều từ giống nhau 100% với tiếng Việt. Tiếng Hải Nam cũng rất giống với phát âm của tiếng Triều Châu và Phúc Kiến và đều nằm trong hệ thống Mường hay Mân là tùy theo cách nói của từng địa phương. Mân (閩) hay là Mân-Việt (閩越) ngữ có rất nhiều từ phát âm giống như các từ được gọi là Nôm hay thuần Việt. Ví dụ, tiếng Mân-Việt đọc các chữ "mắt- 目", "ác-惡" giống như người Việt Nam.

d. Tiếng Giang Tây, Chiết Giang, An Huy, Giang Tô thuộc Ngô ngữ, còn gọi là Ngô Việt ngữ, hay Việt ngữ. Vùng này đặc biệt có Việt kịch là ca kịch cổ của người Việt trên đất Trung Hoa!

e. Bán Đảo Sơn Đông và Hà Bắc, Hà Nam, Thiểm Tây, Bắc Kinh sử dụng quan thoại nhiều nhất. Quan thoại tiếng của vua quan chính là tiếng nói của các phương ngôn được "vo tròn", biến âm để dễ sử dụng chung cho các vùng khác nhau. Tiếng quan thoại ở Trung Quốc là phiên bản của tiếng Việt vùng Quảng Đông, Mường Việt ở Hải Nam, Triều Châu, Phúc Kiến và Ngô Việt ở Chiết Giang, Thượng Hải, Tô Châu... Điều đáng chú ý là các văn bản và sử sách xưa cũng như cổ thi chỉ đọc đúng khi được đọc bằng tiếng Việt (Việt Nam, Mân-Việt, Ngô-Việt).

Như vậy là đã rõ, cho tới ngày nay, không chỉ trên đất Trung Hoa không hề có Hán địa mà tiếng nói của hơn 90% dân số Trung Hoa là ngôn ngữ gốc Việt!

II. Dấu ấn ngữ pháp Việt trong thư tịch cổ Trung Hoa.

Ngôn ngữ gồm hai bộ phận hợp thành là từ vựng và ngữ pháp. Từ vựng là sinh ngữ nên chịu biến đổi theo thời gian và sự giao lưu giữa các tộc người trong không gian. Vì vậy việc truy tìm nguồn gốc của một từ là không dễ dàng. Với ngôn ngữ nói chung đã vậy mà riêng trong quan hệ ngôn ngữ Hán - Việt lại càng phức tạp hơn. Đi theo hướng này, chúng ta gặp những từ như Thần Nông, Nữ Oa, Đế Minh, Đế Lai, Đế Du Võng, Đế Cốc, Đế Chí, Đế Nghiêu, Đế Thuấn... Không thể chối cãi được đó là những tên Việt. Nhưng lý do để những tên người Việt đó tồn tại trong ngôn ngữ Trung Hoa là điều bí ẩn. Tham vọng tìm ra những từ thuần Việt thường vấp phải sức phản kháng rất lớn. Ít năm trước có tác giả cho rằng một số địa danh vùng đất Phú Thọ như *Kẻ, Mơ...* là những từ gốc Việt. Nhưng giả thuyết vừa ra đời liền bị phản bác. Người ta đưa ra những cuốn sách vĩ đại như Từ Hải, Khang Hy tự điển, Tứ khố toàn thư... để chứng minh rằng "kẻ" cũng là từ gốc Hán, là những từ "cái", "giới", "giái" của Hán ngữ được người Việt mượn. Khi nhập tịch Việt Nam, nó được Việt hoá thành "kẻ". Tương tự như vậy, "mơ" cũng là con đẻ của "mai" tiếng Tàu! Một vài từ xem chừng có vẻ Việt nhất như "bút", "viết"... thì cũng "Trăm phần trăm Hán, đều Made in China!" Trong con mắt những học giả này, dân Việt chỉ là đám Hán lai, văn hóa Việt nghèo nàn, chỉ là sự học mót người Hán chưa đến đầu đến đũa! Bất cứ những gì cả Hán lẫn Việt cùng có thì chỉ là

Việt học Hán! Đáng buồn là giới khoa bảng Việt chưa ai cãi nổi họ. Thật đáng thương cho tiếng Việt!

Không đủ tài trí để tìm những từ thuần Việt, chúng tôi đi theo hướng khác: tìm dấu vết ngữ pháp Việt trong Hán ngữ. Tới đây một câu hỏi nảy sinh: cái gì là đặc trưng nhất cho ngữ pháp tiếng Việt? Dựa vào luật "chính trước phụ sau" do nhà ngữ học người Pháp Léopold Cadiere khám phá với nội dung: "Trong một câu đơn, các từ ngữ nối tiếp nhau theo một trật tự như thế nào mà mỗi từ đi sau làm rõ ý nghĩa của từ đi trước hay của một trong những từ đi trước», giáo sư Cao Xuân Hạo đưa ra nhận định: «Nhìn chung, tiếng Việt rất nhất quán trong cách xử lý trật tự từ ngữ (chính trước, phụ sau, nhất là khi so với tiếng Pháp, tiếng Anh, tiếng Hán, trong đó không thể có một nhận định tổng quát nào về trật tự từ ngữ.) Trong tiếng Việt, những từ ngữ Hán-Việt làm thành một trường hợp lệ ngoại nổi bật đến mức người không có học bao nhiêu cũng biết đó là một trật tự "ngược"; nếu không kể những trường hợp lệ ngoại như những tổ hợp [vị từ tình thái + ngữ vị từ] như các kết cấu mở đầu bằng *bất* hay *vô* vốn được xử lý như mọi tổ hợp [vị từ+ bổ ngữ] khác (chính trước phụ sau). Tuy vậy cũng không hiếm những kết cấu sai ngữ pháp Hán nhưng đã trở thành vốn văn học dân gian như cách nhại tiếng kêu của con đa đa (gà gô) là "Bất thực cốc Chu gia" (không ăn lúa nhà Chu) được gán cho Bá Di và Thúc Tề (lẽ ra phải là *Bất thực Chu gia cốc* mới đúng ngữ pháp tiếng Hán)."(9)

Từ luật "chính trước phụ sau" nêu trên, soi vào những thư tịch Hán văn, ta dễ dàng bắt gặp cấu trúc ngữ pháp dạng *Trung + danh từ* như "trung tâm" (trong lòng), "trung đình" (trong sân): Trung tâm rạng rạng, Trung tâm dao dao, Trung cấu chi ngôn (kinh Thi); thứ nhị, thứ tam (kinh Thư); bệ thăng thiên, thần thọ (thần cây) ở Lục độ tập kinh. Trong những kết cấu trên, đúng là trật tự chính trước phụ sau được tuân thủ. Rõ ràng đó không phải là cấu trúc cú pháp Hán mà là cấu trúc cú pháp Việt. Nếu chỉ có một vài trường hợp trong một cuốn sách nào đó thì là chuyện ngẫu nhiên. Nhưng sự việc trở thành không bình thường khi phát hiện hàng loạt trường hợp tương tự trong nhiều thư tịch:

Kinh Thi (10):

- Túc túc thỏ ta, thi vu *trung lâm* (Thỏ ta: trong rừng)

- Hước lãng tiếu ngạo, *trung tâm* thị niệu (Chung phong: trong lòng áy náy)

- Hồ vi hồ *trung lộ* (Thức vi: trong sương)

- *Trung tâm* rạng rạng (Nhị tử thừa chu: trong lòng áy náy)

- *Trung tâm* hữu vi (Cốc phong: trong lòng băn khoăn)

- Di vu *trung cốc* (Cát đàm: trong hang)

- *Trung tâm* dao dao (Thử ly: trong lòng nao nao)

- Tại bỉ *trung hà* (Bách châu: giữa dòng sông)

- *Trung cấu* chi ngôn (Tường hữu từ: lời nói trong buồng kín)

Những "hòn sạn" chữ nghĩa kia nói lên điều gì? Phải chăng là sự vô tình? Phải chăng là những người san định, biên tập, chú giải kinh Thi vì "dốt" nên không thấy cái "sai" ấy? Mấy nghìn năm nay chưa ai giải thích điều này. Vì sao qua hàng nghìn năm phấn đấu *xa đồng quỹ, thư đồng văn*, qua biết bao lần nhuận sắc, chú giải, những đại gia Hán tộc không sửa chữa, không lượm đi những "hạt sạn"? Đúng là chữ nghĩa thời kinh Thi chưa ổn định và có khác thời Hán thời Đường. Nhưng thử hỏi, nguyên nhân của sự không ổn định ấy là gì? Theo thiển ý, *ở chính trong lịch sử hình thành ngôn ngữ Trung Hoa. Ngôn ngữ thời kinh Thi nằm trên đường chuyển hóa từ cách nói của người Việt sang cách nói của người Hoa.*

Không chỉ ở Thi mà chúng tôi gặp trong kinh Thư (11):

1. Thiên Vũ Cống câu 31: Hàm tắc tam nhưỡng, thành phú *trung bang*. (thuế ruộng chỉ lập thành ở trong nước - tại chính nước của thiên tử mà thôi)

2. Thiên Hồng Phạm câu 4: Sơ nhất viết ngũ hành. *Thứ nhị* viết: kính dụng ngũ sự. *Thứ tam* viết: nông dụng bát chính. *Thứ tứ* viết: hiệp dụng ngũ kỷ. *Thứ ngũ* viết: kiến dụng hoàng cực. *Thứ lục* viết: nghệ dụng tam đức. *Thứ thất* viết: minh dụng kê nghi. *Thứ bát* viết: niệm dung thứ trưng. *Thứ cửu* viết: hướng dụng ngũ phúc.

(Trù thứ nhất gọi là ngũ hành. Trù thứ hai gọi là kinh dùng năm việc. Trù thứ ba là, trù thứ tư là…)

Đây là lần duy nhất trong kinh Thư có cấu trúc

"thứ nhị, thứ tam" theo cách nói của người Việt. Ở các thiên sau được ghi "nhất viết, nhị viết" theo cách nói của người Hoa.

3. Thiên Tử Tài câu 6: Hoàng thiên ký phó *trung quốc* dân, việt quyết cương thổ vu tiên vương. (Vì rằng trời đã trao cho đấng tiên vương nhân dân bờ cõi đất đai trong nước.)

4. Thiên Thiệu Cáo câu 14: Kỳ tự thời *trung nghệ*. Vương quyết hữu thành mệnh (Có thể ở giữa nước cai trị nhân dân. Như thế nhà vua sẽ trọn vẹn được mệnh trời, nay được tốt đẹp cả.)

5. Thiên Lạc Cáo câu 23 Viết: kỳ tự thời *trung nghệ*, vạn ban ham hưu (nhà vua ở trung tâm cả nước trị dân, muôn nước nhỏ đều được tốt đẹp.)

6. Thiên Vô Dật câu 11: Văn Vương thụ mệnh duy *trung thân*, quyết hưởng quốc ngũ thập niên (Vua Văn Vương chịu mệnh làm vua chư hầu suốt đời, cả thảy 50 năm.)

Kinh Dịch (12):

1. Khổng tử có câu: "Thánh nhân dĩ thiên hạ vi nhất gia, dĩ *trung quốc* vi nhất nhân" (Thánh nhân xem người thiên hạ như người một nhà, xem người trong nước như người thân của mình.) Trang 64.

2. Đắc thượng vu *trung hàng* (vào trong hàng ngũ có nghĩa theo đúng đạo.) Trang 216.

3. Tượng viết, phiên phiên bất phú, giai thất thực dã, bất giới dĩ phú, *trung tâm* nguyện dã (trong lòng đã muốn sẵn vậy) Trang 221.

4. Tượng viết, *trung hành* độc phục (đi giữa bầy ác mà một mình theo đạo thiện nhân.) Trang 376

5. Tượng viết, *trung hành* độc phục, dĩ tòng đạo dã. Trang 377

6. Lục nhị, vô duy tụy, *tại trung quỹ*, trinh cát (con dâu con gái không trách nhiệm, lo việc trong nhà, tốt.) Trang 539.

7. Tương việt, kỳ tử họa chi, *trung tâm* nguyện dã (nghe tiếng gáy mà họa ngay tại trong lòng muốn vậy) trang 825

8. *Trung tâm* nghi giả, kỳ từ chi (trong lòng nghi ngờ, lời nói không chắc chắn) Trang 929

Rất may mắn, trong cuộc truy tìm của mình, chúng tôi được sự trợ lực quý báu của học giả Lê Mạnh Thát:

"Ngoài Kinh thi, Lễ ký cũng bốn lần sử dụng cụm "trung tâm". Một lần ở thiên Biểu ký của Lễ ký chính nghĩa 54 tờ 12a3-4, dẫn đoạn ba của bài Thấp tang của Kinh thi: (Mao thi chính nghĩa 15/2 tờ 7a12).

Tâm hồ ái hỉ

Hà bất vị hỉ

Trung tâm tạng chi

Hà nhật vong chi.

Ba lần kia ở thiên Lễ vận và thiên Biểu ký của Lễ ký chính nghĩa 22 tờ 10a7 và tờ 4a7 và tờ 5a1 *"trung tâm vô vi"*, *"trung tâm thảm đát"* và *"trung tâm an nhân giả, thiên hạ nhất nhân nhi dĩ hỹ"*. Trong cả ba lần này, Trịnh Huyền không có giải thích gì thêm, còn Khổng Dĩnh Đạt vẫn giữ nguyên khi viết lời sớ của mình. Tuy nhiên, không phải Lễ ký không biết đến lối viết tiêu chuẩn "tâm trung". Cụ thể là thiên Nhạc ký của Lễ ký chính nghĩa tờ 9b10. "Tâm trung tư tu, bất hòa bất lạc". Đặc biệt hơn nữa, khi giải thích chữ "trung" trong câu "lễ nhạc giao thố ư trung, phát hình ư ngoại" của thiên Văn vương thế tử của Lễ ký chính nghĩa 20 tờ 7b13-8a1, Trịnh Huyền đã viết: "Tâm, trung tâm giả". Như thế rõ ràng đến thế kỷ thứ II sdl, qui định về vị trí của chữ "trung" đối với các danh từ và đại từ được tuân thủ.

Thực vậy, kiểm soát toàn bộ văn liệu tiếng Trung Quốc từ thế kỷ thứ nhất sdl đến thời Khổng Dĩnh Đạt viết Mao thi chính nghĩa và Lễ ký chính nghĩa vào năm 638, ta thấy cụm "trung tâm" rất ít khi dùng tới. Trong ba thế kỷ từ thế kỷ thứ I - III ngoài Dương Hùng, ta chỉ gặp ba lần dùng cụm "trung tâm". Một là trong lá thư của Phùng Diễn (k.1-65) do Lý Hiền dẫn trong truyện của Diễn ở Hậu Hán thư 58 hạ tờ 14a4-6 viết cho Tuyên Mạnh: "Cư thất chi nghĩa, nhân chi đại luận, tư hậu hòa chi tiết, lạc định kim thạch chi cố. Hựu tư thương tiền tảo bất lương, tỷ hữu khử lương phụ chi danh, sự thành bất đắc bất nhiên, khởi *trung tâm* chi sở hảo tại!" Hai là trong tờ chiếu cải cách lịch của Hán Chương đế viết tháng 2 năm Nguyên Hòa thứ 2 (86) trong Hậu Hán thư 12 tờ 2a5, ta có câu *"trung tâm nục yên"*. Ba là ngày Đinh Hợi tháng giêng năm Cảnh Sơ thứ 3 (240) Minh đế Tào Duệ băng hà, Tề vương Tào Phương lên ngôi. Tháng 2, Tào Sảng nhằm giảm bớt quyền hành của Tư Mã Ý, đã sai em là Tào Hy viết biểu đề nghị phong Ý từ thái úy lên thái phó. Bài biểu này chép trong Ngụy thư, mà Bùi Tùng Chi cho dẫn trong Ngụy chí 9 tờ 13a12, trong đó có câu *"trung tâm* quí dịch".

Hà Yến và Đặng Dương cùng nhóm với Tào Sảng. Thế thuyết tân ngữ phần hạ của quyển trung tờ 30b11-13 chép việc Yến và Dương nhờ Quản Lạc xủ quẻ. Xủ xong, Lạc dặn phải cẩn thận. Yến lại dẫn 2 câu cuối của bài thơ Thấp tang: *Trung tâm tạng chi /Hà nhã vong chi* để trả lời. Hai câu này, Tôn Tú cũng dùng để trả lời Phan Nhạc về mối hận với Thạch Sùng, như Thế thuyết tân ngữ phần hạ của quyển hạ tờ 38a8 đã ghi.

Đến thế kỷ thứ IV, Thế thuyết tân ngữ phần thượng của quyển hạ tờ 9a2-7 chép Chi Tuần (352 - 404), sau khi người bạn đạo của mình là Pháp Kiên tịch, đã nói: "Tri kỷ đã mất, nói ra không ai thưởng thức, trong lòng dồn nén, ta cũng mất thôi". Câu "trong lòng dồn nén" là dịch cụm *"trung tâm* uẩn kết", mà sau khi viết truyện của Tuần trong Cao tăng truyện 4 ĐTK 2059 tờ 349c15-167, Huệ Hạo đã ghi lại và là một lời nhái câu "ngã tâm uẩn kết" của bài thơ Tố quan trong Mao thi chính nghĩa 7/2 tờ 4b6.

Qua các thế kỷ V-VI không thấy dùng nữa. Đến

đầu thế kỷ thứ VII, khi viết Biện chính luận 7 ĐTK 2110 tờ 541a20-22 vào năm 622, Pháp Lâm mới có dịp dùng "trung tâm" trong bài thơ Thanh sơn (Núi xanh) mà bốn câu cuối cùng đọc:

Huyên phong bạch vân thượng

Quải nguyệt thanh sơn hạ

Trung tâm dục hữu ngôn

Vị đắc vong ngôn giả.

Như vậy cụm từ "trung tâm" từ thế kỷ thứ VI tdl, khi Khổng Tử san định kinh Thi, Thư và Lễ trở về trước, đang còn được sử dụng khá phổ biến. Nhưng từ thế kỷ thứ I sdl về sau cho đến thời Khương Tăng Hội, việc sử dụng nó cực kỳ hiếm hoi, như ta đã thấy. Trong khoảng 300 năm, nó chỉ được sử dụng ba lần, một trong lá thư của Phùng Diễn, một trong tờ chiếu viết năm 86 của Chương đế và một trong bài biểu năm 240 của Tào Sảng. Những lần do Hà Yến, Tôn Tú và Phan Nhạc dùng tới thì đều đọc lại hay nhái theo thơ của kinh Thi, nên không cần kể ra ở đây."

Điều thú vị là hiện tượng cấu trúc ngữ pháp Việt tồn tại trong bản văn chữ Hán còn gặp trong 3 bản kinh Phật bằng chữ Hán tồn tại từ thế kỷ II, đó là Cựu tạp thí dụ kinh, Tạp thí dụ kinh và Lục độ tập kinh. Theo học giả Lê Mạnh Thát, đó là những bản kinh do thiền sư Mâu tử và Khương Tăng Hội dịch từ những bản kinh tiếng Việt sang chữ Hán. Quá trình này như sau: Khương Tăng Hội mà trong nhiều thư tịch Trung Hoa viết là người Hồi Hồi (Pakistan) thì chính là con một người lái buôn Tây Trúc. Người này sang Giao Châu làm ăn, lấy vợ người Việt, đẻ ra Khương Tăng Hội. Hội thông thạo tiếng Việt, theo đạo Bụt rồi học chữ Hán và dịch kinh Phật ra Hán ngữ. Ban đầu do chưa thành thạo chữ Hán nên ông đã chuyển nguyên xi một số cú pháp Việt từ bản tiếng Việt sang bản chữ Hán. Cũng theo Lê Mạnh Thát:

"Lục độ tập kinh hiện nay có cả thảy 91 truyện. Kiểm tra 91 truyện này ta thấy xuất hiện một hiện tượng ngôn ngữ khá bất bình thường, đó là những kết cấu ngôn ngữ học không theo ngữ pháp tiếng Trung Quốc. Ngược lại, những cấu trúc được xây dựng theo ngữ pháp tiếng Việt:

1. Truyện 13 ĐTK 152 tờ 7c 13: "Vương cập phu nhân, tự nhiên hoàn tại bản quốc, *trung cung* chính điện thượng tọa, như tiền bất dị..."

2. Truyện 14 ĐTK 152 tờ 8c5: "...Nhĩ vương giả chi tử, sinh ư vi lạc, trưởng ư *trung cung*..." Tờ 9b27: "...lưỡng nhi đồ chi, trung tâm đảm cụ..."

3. Truyện 26 ĐTK 152 tờ 16b2: "... thủ thám tầm chi. tức hoạch đắc hĩ, *trung tâm* sảng nhiên, cầu dĩ an chi..."

4. Truyện 39 ĐTK 152 tờ 21b27: "...*trung tâm* hoan hỉ"

5. Truyện 41 ĐTK 152 tờ 22c12: "... Vương bôn nhập sơn, đổ kiến *thần thọ.*"

6. Truyện 43 ĐTK 152 tờ 24b21: "...*trung tâm* chúng uế..."

7. Truyện 44 ĐTK 152 tờ 25; "... *trung tâm* nục nhiên, đê thủ bất vân."

8. Truyện 72 ĐTK 152 tờ 38b25: " Thần sổ tôn linh vô thượng chính chân tuyệt diệu chi tượng lai *trung đình*, thiếp kim cung sự."

9. Truyện 76 ĐTK 152 tờ 40a8: "Thần thiên thân lãnh, cửu tộc quyên chi, viễn trước *ngoại dã*. ĐTK 152 tờ 40b5: "Vị chúng huấn đạo *trung tâm* hoan hỉ."

10. Truyện 83 ĐTK 152 tờ 44c1: "Ngô đẳng khước sát nhân súc, dĩ kỳ cốt nhục vi *bệ thăng thiên*." ĐTK 152 tờ 45a19: " Ngô đương dĩ kỳ huyết vi *bệ thăng thiên.*"

11. Truyện 85 ĐTK 152 tờ 47b26: "... *trung tâm* gia yên."

Trong những trường hợp nêu trên, rõ ràng ngữ pháp tiếng Hán đã không được tuân thủ. Muốn nói "trong lòng" mà nói "trung tâm" theo ngữ pháp tiếng Trung Quốc là không thể chấp nhận. Như thế, những trường hợp "trung tâm" vừa dẫn phải được viết theo ngữ pháp tiếng Việt. Những trường hợp "thần thọ" để diễn tả ý niệm "thần cây" và "bệ thăng thiên" để diễn tả "bệ thăng thiên" cũng thế. Chúng đã được xây dựng theo ngữ pháp tiếng Việt. Những trường hợp ngôn ngữ khá bất bình thường này chỉ cho ta điều gì? Làm sao lý giải sự có mặt của những cấu trúc ấy?"(13)

Một câu hỏi thú vị. Phải chăng việc làm của Khương Tăng Hội vô hình trung lặp lại quá trình chữ Việt chuyển hóa thành chữ Hán hơn ngàn năm trước?

Vết tích ngữ pháp Việt trong những thư tịch trên

nói lên điều gì? Nó cho thấy, tới thế kỷ VI TCN, trong xã hội Trung Hoa còn tồn tại song song cả cách nói Việt lẫn cách nói Hoa. Cách nói Việt không chỉ lưu hành trong tầng lớp bình dân sáng tác ca dao làm ra kinh Thi mà còn được trí thức quý tộc sử dụng. Những điều trình bày ở trên là bằng chứng không thể bác bỏ về sự có mặt của tiếng Việt trong quá trình hình thành ngôn ngữ Trung Hoa. Ngay cái câu "Bất thực cốc Chu gia" biết đâu cũng là cách người Việt nhại tiếng kêu chim đa đa từ thời Xuân Thu vọng tới hôm nay?

III. Khám phá lại những bản văn tiếng Việt trong cổ thư Trung Quốc

Hơn 2000 năm qua, người Trung Hoa hưởng thụ gia tài văn hóa lớn được đúc kết từ thời Chu. Họ tin rằng, đó là do tổ tiên Hoa Hạ sáng tạo và dành riêng cho họ. Những Tứ thư, Ngũ kinh là niềm tự hào lớn của người Trung Hoa không chỉ với những dân tộc di, rợ xung quanh mà cả với nhân loại văn minh. Nhưng có sự thật là cho tới nay họ cũng chưa đọc thông kinh Thi. Với kinh Dịch, từ niềm tin ban đầu là do tổ tiên người Trung Hoa sáng tạo, tới nay họ thừa nhận chưa biết ai làm ra! Thậm chí, họ cũng chưa thể giải thích và khắc phục nổi những khiếm khuyết rất cơ bản của kinh Dịch... Không những thế, một số văn bản cổ, được coi là quốc bảo của Trung Hoa, họ cũng chưa đọc thông! Chính điều này không khỏi làm người ta nghi ngờ vai trò chủ nhân ông của người Trung Hoa với không ít tài sản văn hóa mà họ đương làm chủ! Vì sao vậy? Từ lâu rồi, câu hỏi này được nêu ra nhưng chưa có lời giải đáp. Tới nay, trong bối cảnh mở mang của tri thức nhân loại, chúng ta khám phá ra nguyên do: Những kinh, thư, bản văn đó vốn là của người Việt! Trước hết, chúng được người Việt sáng tạo bằng *ngôn ngữ đa âm tiết* rồi truyền miệng qua nhiều thế hệ. Sau đó, khi chữ vuông xuất hiện, chúng được chuyển sang ký tự bằng chữ vuông tượng hình. Hai mâu thuẫn nảy sinh: tiếng quá nhiều, còn chữ thì ít, làm sao có đủ chữ cho mỗi tiếng? Lại nữa, tiếng là đa âm, còn chữ đơn âm thì làm sao "nhốt" đa âm trong đơn âm? Dù khó bằng tìm đường lên trời thì cũng phải làm vì tổ tiên Việt sáng tạo chữ hình vẽ chứ không phải chữ ghép vần a,b,c! Cố nhiên, việc đẽo chân cho vừa giầy là không tránh khỏi. Cuối cùng, những văn bản quan trọng nhất cũng được chuyển sang chữ tượng hình. Chữ được ghi lên thẻ tre rồi chép thành sách. Không chỉ vì tam sao thất bản mà còn vì là chữ hình vẽ chỉ có thể nhìn tự dạng rồi đoán chữ, đoán nghĩa. Kết quả là không ít người giải thích sai bản văn khiến hậu thế lạc lối. Viết Thuyết văn giải tự, Hứa Thận đưa ra hai cách đọc chữ vuông là *phản* và *thiết*, có công lớn giúp việc đọc. Nhưng quy luật đọc do ông đưa ra không thể bao hàm hết mọi trường hợp nên việc đọc cũng tùy vào sự đoán định của mỗi người. Vì vậy, "độc sĩ" thường không đồng ý với nhau ở những chữ khó nhất. Kết quả là không ít chữ bị "tồn nghi" khiến văn bản không thể đọc thông! Không chỉ ba trăm bài kinh Thi tới nay chưa thể đọc thông mà 5000 chữ của Đạo đức kinh cũng chung số phận. Kết quả là, đến nay dù đã có những lời giảng lời bình của những vị đại nho lừng lẫy trong quá khứ cho đến cả những viện sĩ thời hiện đại thì chúng ta cũng chỉ đang dùng một thứ thế phẩm! Điều này không ít người cảm biết nhưng nguyên do thì quá bí ẩn!

Cho tới nay, mới có người giải thích rằng: những kinh sách ấy vốn được sinh ra từ tiếng Việt đa âm. Khi chuyển sang chữ vuông đơn âm, chúng bị biến cả âm cả nghĩa khiến người sau không dễ hiểu. Muốn hiểu được chúng, trước hết phải biết rằng, nguyên bản chúng là tiếng Việt hay còn gọi là tiếng Nôm. Vậy bây giờ muốn hiểu chúng, phải phục nguyên chúng trở lại tiếng Việt cổ và phải hiểu được nghĩa tiếng Việt cổ mới hiểu chính xác văn bản chữ Hán! Ai hiểu được tiếng Việt cổ bây giờ? Không phải những học giả tinh thông Hán Việt. Càng không phải các đại nho Trung Hoa! Chỉ có thể là người thông thạo chữ Hán, thật rành tiếng Việt, lại hiểu sâu phương ngôn, cổ ngữ Triều Châu, Quảng Đông, Ngô Việt, Đài Loan, Hải Nam...

Chúng tôi xin mượn bài viết của nhà nghiên cứu Đỗ Ngọc Thành làm thí dụ tiêu biểu.

Phát hiện lại Việt nhân ca

Đỗ Ngọc Thành

Việt nhân ca quá nổi tiếng. Sau khi được đưa vào phim và hát thì nổi lên phong trào tìm hiểu Việt nhân ca trong dân gian chứ không còn là chuyện của các chuyên gia nghiên cứu văn hóa. Nổi tiếng vì có thể nói đó là bài thơ tình đầu tiên, bài dân ca xuất hiện sớm nhất được ghi nhận trọn vẹn, cách nay khoảng 2800 năm...

Tóm tắt về bối cảnh ra đời của Việt nhân ca: Lưu Hướng (刘向) là cháu bốn đời của Lưu Giao (刘交). Lưu Giao là em của Lưu Bang (刘邦), cao tổ của nhà Hán. Lưu Hướng là tác giả của sách Thuyết uyển (说苑). Sách có chương kể chuyện "Tương Thành Quân thủy phong chi nhật" – Ngày đầu được phong của Tương Thành quân (襄成君始封之日). Tương Thành Quân là Sở Tương Vương (楚襄王) tên hiệu là Hùng Hoành (熊横). Trong câu chuyện có nhắc đến Ngạc Quân Tử Tích (鄂君子晳) là vua Sở Hùng Ngạc (楚熊咢) khi dùng thuyền dạo mát ngoạn cảnh thì có người chèo thuyền hát bài dân ca Việt. Ngạc Quân Tử Tích nhờ người ghi lại và phiên dịch ra tiếng Sở là bài Việt nhân ca.

Nguyên văn đoạn đó như sau:

襄成君始封之日，衣翠衣，带玉剑，履缟舄，立于游水之上，大夫拥钟锤，县令执桴号令，呼："谁能渡王者于是也？"楚大夫庄辛，过而说之，遂造托而拜谒，起立曰："臣愿把君之手，其可乎？"襄成君忿作色而不言。庄辛迁延沓手而称曰："君独不闻夫鄂君子晳

之泛舟于新波之中也？乘青翰之舟，极·芘，张翠盖而·犀尾，班丽袿衽，会钟鼓之音，毕榜枻越人拥楫而歌，歌辞曰：'滥兮抃草滥予昌枑泽予昌州州𩜍甚州焉乎秦胥胥缦予乎昭澶秦踰渗惿随河湖。'鄂君子晳曰：'吾不知越歌，子试为我楚说之。'于是乃召越译，乃楚说之曰：'今夕何夕搴中洲流，今日何日兮，得与王子同舟。蒙羞被好兮，不訾诟耻，心几顽而不绝兮，知得王子。山有木兮木有枝，心说君兮君不知。'于是鄂君子晳乃·修袂，行而拥之，举绣被而覆之。鄂君子晳，亲楚王

母弟也。官为令尹，爵为执圭，一榜枻越人犹得交欢尽意焉。今君何以踰于鄂君子皙，臣何以独不若榜枻之人，愿把君之手，其不可何也？"襄成君乃奉手而进之，曰："吾少之时，亦尝以色称于长者矣。未尝过僇如此之卒也。自今以后，愿以壮少之礼谨受命。"

Dịch nghĩa:

"Ngày đầu tiên Tương Thành Quân được phong tước, mặc áo đẹp, đeo kiếm ngọc, mang guốc cao, đứng phía trên dòng nước, đại phu gõ nhạc, đánh trống. Lệnh rằng: "Ai có thể đưa ta lên đò?" Sở đại phu Trang Tân bước lên phía trước bái kiến, đứng thẳng nói rằng: "Thần nguyện nắm tay của quân vương, có được không?" Tương Thành Vương phẫn nộ, mặt biến sắc và im lặng. Trang Tân mất mặt, phủi tay nói rằng: "Quân vương không nghe qua chuyện Ngạc Quân Tử Tích dạo thuyền trên làn sóng mới sao? Trên thuyền Thanh Hàn, cắm cờ xí, khoác áo choàng đẹp. Trong tiếng chuông trống, người chèo thuyền là người Việt đã hát. Lời hát là "Lạm hề biện thảo biện dư, xương hoàn trạch dư xương châu châu, Thực thẩm châu châu yên hô tần tư tư, mạn dư hô chiêu, thần tần du sâm, đề tùy hà hồ." Ngạc Quân Tử nói: "Ta không hiểu Việt ca, thử cho ta hiểu bằng tiếng Sở." Thế là cho người phiên dịch, bằng tiếng Sở nghĩa là: "Kim tịch hà tịch hề, khiên trung châu lưu, kim nhật hà nhật hề, đắc dĩ vương tử đồng chu. Mông tu bị hảo hề, bất hiềm cấu sĩ. Tâm kỷ phiền nhi bất tuyệt hề, tri đắc vương tử. Sơn hữu mộc hề mộc hữu chi, tâm thuyết quân hề quân bất tri." Nghe xong, Ngạc Quân Tử Tích xăn tay áo, đến ôm lấy, dùng mền thêu mà đắp lên. Ngạc Quân Tử Tích là em cùng mẹ với Sở vương, làm quan Lịnh-doãn, tước vị cao sang, mà còn có thể cùng vui tận hết ý với người chèo thuyền Việt. Nay sao quân vương lại do dự hơn Ngạc Quân Tử Tích, thần tại sao không bằng người chèo thuyền, muốn nắm tay quân vương, tại sao lại không được?" Tương Thành Quân đưa tay ra bước tới, nói: "Ta từ nhỏ đã được người lớn khen đàng hoàng, chưa từng bất ngờ gặp qua cảnh nầy. Từ nay về sau xin nghe lời chỉ dạy của tiên sinh."

Chính nhờ đoạn văn này mà Bài ca của người Việt còn tới ngày nay. Văn bản Hán ngữ của bài ca:

今夕何夕兮，搴舟中流。
Kim tịch hà tịch hề? khiên chu trung lưu.
今日何日兮，得与王子同舟。
Kim nhật hà nhật hề? đắc dữ vương tử đồng chu!
蒙羞被好兮，不訾诟耻。
Mông tu bị hảo hề, bất hiềm cấu sỉ.
心几烦而不绝兮，得知王子。
Tâm kỉ phiền nhi bất tuyệt hề, đắc tri vương tử.
山有木兮木有枝，心悦君兮君不知！
Sơn hữu mộc hề mộc hữu chi, tâm thuyết quân hề quân bất tri!

Và đây là bản dịch có thể được coi là chuẩn:

Việt nhân ca

Đêm nay đêm nào chừ, chèo thuyền giữa sông
Ngày này ngày nào chừ, cùng vương tử xuôi dòng.

Thẹn được chàng mến yêu chừ, nào chê phận thiếp long đong

Lòng rối ren mà chẳng dứt chừ, được gặp chàng vương tông

Non có cây chừ, cây có cành chừ; lòng yêu chàng chừ, chàng biết không?

(Bản dịch Việt ngữ trên Diễn đàn của Viện Việt học)

Hiện giờ Việt nhân ca được biết như là bài dân ca của dân tộc "Choang", được ghi lại bằng ký âm bởi người Sở thời Xuân Thu.* Một số ý kiến cho rằng lịnh doãn nước Sở là Ngạc Quân Tử Tích sau khi nghe bài hát của người Việt rồi nhờ người phiên dịch ra tiếng Sở. Sở quá rộng lớn nên Bắc Sở thường tự xưng là Kinh Sở và Nam Sở tự xưng là Tương Sở hay Tượng Sở. Trong lịch sử xưa có khi Nam Sở tách ra độc lập là nước Dương Việt. Nếu ngược thời Xuân Thu đi về xa nữa, thì tận xa xưa có "lịnh doãn" của nước Sở là Tử Văn vào triều đình nhà Chu nói chuyện bằng tiếng Sở mà nhà Chu xưng là Hoa lại không ai hiểu... Điều nầy được ghi nhận trong Sử ký. Xin quí vị xét kỹ yếu tố câu chuyện nầy mà đừng lầm rằng tiếng Sở là tiếng Hoa. Ngay cả "lịnh-doãn" nước Sở nghĩa là gì thì người Hoa cũng không biết, nên chỉ ghi chú: quan "lịnh-doãn" là chức quan tương đương với "tể tướng" hay gọi là "thừa tướng". Thực ra lịnh-doãn (令尹) là từ đa âm cổ: quan lịnh-doãn hay quan loãn → quan loan → quan lang, chỉ có trong tiếng Việt và người Việt mới hiểu. Quan chức người Việt thời Hùng Vương được gọi là quan lang → loan, khi ký âm bằng chữ vuông thì biến thành lịnh - doãn (令尹). Thời Xuân thu vẫn dùng ngôn ngữ Việt làm tiếng phổ thông giữa các quốc gia nhỏ ở Trung Nguyên và gọi là Nhã ngữ. Nhã ngữ là Việt ngữ mà ngày nay cũng bị gọi là Hoa ngữ, đã đơn âm hóa nên nhiều người lầm tưởng "Việt" "Hoa" là hai ngôn ngữ khác nhau. Ví dụ "Trữ-la" thôn thì thực ra là "Tử la" thôn, có nghĩa là "thôn Tả". "Trả" "tả" hay "trái" chính là "Tó" (Triều Châu), "Chở" (Quảng Đông), "Chò" (Bắc Kinh) dù chung một gốc mà sau khi biến âm thì vùng nầy lại không hiểu ngôn ngữ vùng kia.

Nay tôi xin thử phục nguyên bài ca Việt trình bạn đọc. Ký âm tiếng Việt của bài ca được ghi lại là:

滥兮抃草滥予
Lạm hề biện thảo lạm dư
昌枑泽予昌州州
Xương hằng trạch dư xương châu châu
𠵌甚州焉乎秦胥胥
Thực thầm châu yên hồ tần tư tư
缦予乎昭
Mạn dư hồ chiêu
澶秦逾渗惿随河湖
Thìn tần du sâm, đề tùy hà hồ

So sánh hai bản văn ta thấy khác nhau rõ rệt. Bản dịch có 54 chữ, trong khi nguyên bản chỉ có 33 chữ. Ở bản dịch, câu thứ 3 bị thiếu chữ "𠵌", đó chính là chữ 食 -Thực. Trong khi đó bản dịch bị thêm câu cuối, chỉ mang tính đưa đẩy vô nghĩa "non có cây, cây có cảnh." Có vấn đề cần lưu ý là sự hình thành của hai bản văn trên: Bài ca bằng tiếng Việt của người Việt. Người Sở nghe không hiểu nên yêu cầu được dịch sang tiếng Sở. Nhưng rồi bản tiếng Sở được ký âm bằng chữ vuông Hán ngữ. Nếu dịch là diệt thì đây cũng là ví dụ tiêu biểu. Tiếng Việt cổ của 2.800 năm trước là ngôn ngữ đa âm, "bị" chuyển thành Hán tự đơn âm cách nay 2.000 năm là sự mất. Mất chữ dẫn tới mất nghĩa... Qua quá trình chuyển ngữ như thế, tất cả đều thay đổi. Nhìn khách quan, đó là hai bản văn khác nhau hầu như hoàn toàn về văn tự. Có lẽ chỉ chung nhau ở phong cảnh sông nước, nỗi quyến luyến của người chèo thuyền và chàng vương tử, vậy thôi! Hơn hai nghìn năm nay, giai thoại vẫn nằm trong sách. Bao thế hệ đã đọc và ngợi ca đều bằng lòng với bản dịch mà chưa ai nghiên cứu nguyên văn của bài ca tức là bản tiếng Việt! Phải chăng đó là thứ ngôn ngữ bị mai một mà bao tháng năm do không hiểu được nên lớp lớp tài tử văn nhân bằng lòng với cái bóng, cái hình? Rất khó xác định giữa nguyên bản và bản dịch, cái nào hay hơn! Có thể do chất trữ tình của bản dịch cộng với nhịp điệu đưa đẩy của bài ca gây ấn tượng cho người đọc khiến hàng nghìn năm người đọc bị dẫn dụ sang bài ca khác mà không phải bài ca của người Việt? Chính vì vậy, việc khảo cứu, phục nguyên văn bản gốc của bài ca Việt càng trở nên ý nghĩa.

Phiên dịch ra Hán Việt cho một bài dùng chữ tượng hình cổ để "phiên âm" tiếng Việt thì sẽ rất là khó vì có chữ không còn được dùng nữa, nên không có trong từ điển. Mà dù cho có tra tự điển thì chưa chắc đã đúng bởi vì giọng đọc ở các địa phương khác nhau.

Thêm nữa, cách nhau đến ngàn năm thì tiếng nói và cách viết của một số chữ có thể thay đổi và lại biến âm theo từng miền ngôn ngữ v. v... Bản ký âm nầy cho đến nay vẫn bị cho là phiên âm để ghi lại tiếng "Choang" tức là tiếng "Thái" của Tráng tộc.

Xin trình bày lại và xếp theo ý tôi:

濫兮抃草濫予
昌枑泽予昌州州食
甚州焉乎秦胥胥
缦予乎昭澶秦蹄渗偍随
...河湖。

Xin sắp xếp lại lần nữa, vì rất quan trọng, cho đúng 6-8: (chú ý hai chữ có gạch nối là một chữ đa âm)

濫兮抃 - 草濫予
Lạm hề biện-thảo lạm dư
昌枑泽 - 予昌州州食
Xương hoàng trạch-dư xương châu châu thực
甚州焉乎 - 秦胥胥
Thẩm châu yên hô-tần tư tư
缦予乎 - 昭澶秦蹄渗偍-随
Mạn dư hô-chiêu thìn tần du sâm đề-tùy.
...河湖。
Hà Hồ.

Để dịch bài này từ tiếng Việt xưa ra tiếng Việt nay xin giải thích những ký âm của văn bản:

濫 : "Lạm" là "Lam" hay "nam" tức là "Năm", "L" và "N" thường là biến âm, ngày nay màu "Lam" tiếng Triều Châu là "Nam". Rất nhiều nơi ở Quảng, Triều, Việt thường lẫn lộn "L" và "N".

兮: Hề... hầy, nầy, nè, đây...

扑草: Biện-thảo là từ đa âm của "bảo".

予: "Dư" còn có âm "ia" (Triều Châu, Bắc kinh). Năm "dư" có thể như ngày nay là "năm kia", "năm xưa."

昌: ký âm "xương" là "thương". Ngày nay tiếng Quảng Đông-thuần Việt là "Sẹc", Triều Châu-thuần Mân Việt là "Siaiê".

桓: "Hằng" hay "Hoàng".

泽予: "Trạch-Dư" hay "Trạch-Dử" là "Trử" hay "Tử",

食: Thực, tiếng Quảng Đông → Sực, Bắc kinh → Sữa: phát âm như là "Xưa".

甚 : Thẩm hay Thậm là Sẩm, sửm, sơm tiếng Quảng Đông, và Bắc kinh "Sum" phát âm như "Sớm".

州: Châu phát âm Mân Việt -Triều Châu thì đọc là "Chiêu", "Chiệu" như "Chiều".

焉: (zen) phát âm tiếng Bắc Kinh như em.

乎秦: "Hô-tần" đa âm, là "Hận" đơn âm.

乎昭: "Hô-chiêu" đa âm là "Hiểu" đơn âm.

澶: "Thản" hay "Đặng" hay "được". Nếu tra tự điển và phiên dịch là "Thìn" hay "chiền" là không đúng! Bên trái là bộ "Thủy" và bên phải là chữ "Đàn", đọc là "Thản" hay "đặng" và nghĩa là "nước xối... thẳng, thông, đặng". Tiếng Quảng Đông: "Thành", Tiếng Triều Châu: "thành" hay "thạnh".

胥胥: "tư tư" là tương tư.

秦 踰: Tần Du, là ký âm "tình duyên" hay "tình yêu", 秦 là Tsình của tiếng Triều Châu ngày nay.

踰 du, Duyè (Quảng đông), Dua (Triều Châu).

渗: "Sâm" là Sâu, tiếng Quảng Đông ngày nay "sâu" vẫn là "Sâm".

惿随: "Đề-Tuỳ" đa âm là "đùy" đơn âm, là "đầy"
河- Hà: hớ
湖- Hồ: hò

Như vậy, nghĩa Việt của bài ca như sau:

Năm nầy bảo năm xưa
Thương hoàng tử thương chiều chiều xưa
Sớm chiều em hận tương tư
Mà ai hiểu đặng tình yêu sâu đầy.
....Hò Hớ.

Theo khảo cứu của tôi thì Việt nhân ca là thơ lục bát của tiếng Việt, phù hợp với câu hò của dân ca Việt. Nếu thể hiện bài ca bằng thể lục bát ngày nay thì sẽ là:

Hò... ... hớ...
Năm nầy bảo với năm xưa
Thương chàng hoàng tử thương chiều chiều xưa
Sớm chiều em hận tương tư
Mà ai hiểu đặng tình yêu sâu đầy.

Việc khảo cứu và giải mã bí mật của Việt nhân ca, đối với tôi rất là dễ bởi vì tôi biết chữ tượng hình người Hoa đang dùng vốn là chữ Việt. Khi nghiên cứu cổ sử, tôi thường đọc theo nhiều phương ngữ khác nhau là Bắc Kinh, Quảng Đông, Triều Châu, Hán Việt. Vì thế có thể nói, nhìn vào Việt nhân ca là thấy được bài thơ Việt liền! Thích thú với chi tiết 2.800 năm về trước, tiếng Việt đã dùng "biện - thảo" là "bảo", "nầy" kia, "nầy" xưa, "thương chiều chiều xưa", "em hận tương tư" v. v... Nhưng có điều tôi chưa biết "Hò... hớ" là nghĩa gì và cũng chưa bao giờ nghĩ đến sẽ tìm hiểu "Hò... Hớ" là gì! Vậy mà Việt nhân ca bản gốc đã làm tôi kinh ngạc và "ngộ" ra rằng "Hò... hớ" là dân ca của người Việt khi gắn bó với sông hồ, với ghe, thuyền: Hò... Hớ nghĩa là "Hà 河"..."Hồ 湖"

Phục nguyên Duy giáp lệnh của Việt vương Câu Tiễn
Đỗ Ngọc Thành

Cùng với Việt nhân ca, Duy giáp lệnh cũng là hiện tượng đặc biệt của văn hóa Trung Hoa, thu hút nhiều tâm lực của giới nghiên cứu. Nhà đại nho thế kỷ XX Quách Mạt Nhược đã bàn về chuyện này. Ở thời hiện đại, chuyên gia ngôn ngữ Trịnh Trương Thượng Phương thuộc Viện Nghiên cứu Khoa học Xã hội Trung Quốc được coi là học giả hàng đầu. Tuy nhiên, những diễn giảng của các vị này chưa thỏa mãn người đọc, vì thế câu chuyện chưa kết thúc!

Tôi cảm nhận rằng, khi nghiên cứu Duy giáp lệnh, các học giả trên đã theo một phương pháp luận sai lầm. Dù biết rằng Duy giáp lệnh là mệnh lệnh của Câu Tiễn, vị vua người Việt nhưng trong khi nghiên cứu, các vị này không trở về ngôn ngữ gốc của Câu Tiễn là tiếng Việt, chữ Việt mà cứ giảng giải biện luận bằng chữ Hán phát âm quan thoại. Làm như vậy có khác nào leo cây tìm cá? Tôi vốn sống trong dân gian, học được ít nhiều chữ Hán nhưng thấm đẫm ngôn ngữ, văn hóa Mân Việt, Bách Việt nên khi nhìn vào bản văn Việt nhân ca. Việt tuyệt thư. Duy giáp lệnh… tôi dễ dàng nhận ra cái hồn cái vía Việt trong những dòng chữ cổ. Không thể để chúng khô chồi héo rễ trong sách vở và bị hiểu sai, bị xuyên tạc, tôi mạo muội thưa lại đôi điều.

Duy giáp lệnh theo sự hiểu hiện thời.

"Duy giáp lệnh" được trích từ quyển thứ ba trong Việt tuyệt thư, Ngô nội truyện. Việt tuyệt thư do một số người đã ghi chép lại chuyện xảy ra ở Ngô và Việt thời Xuân Thu - Chiến Quốc, trong đó phần nhiều là do Ngũ Tử Tư viết, khoảng năm 484 TCN, trước Sử ký của Tư Mã Thiên nửa thiên niên kỷ. Đoạn văn như sau:

越絕書·吳內傳 維甲令

越王句踐反國六年，皆得士民之眾，而欲伐吳，於是乃使之維甲。維甲者，治甲系斷。修內矛，赤雞稽繇者也，越人謂入鈇也。方舟航買儀塵者，越人往如江也。治須慮者，越人謂船為須慮。亟怒紛紛者，怒貌也，怒至。士擊高文者，躍勇士也。習之于夷，夷、海也；宿之于萊，萊，野也；致之于單，單者堵也。

Phiên âm: Việt vương Câu Tiễn phản quốc lục niên, giai đắc sĩ dân chi chúng, nhi dục phạt Ngô, vu thị nãi sử chi duy giáp. Duy giáp giả, trị giáp hệ đoạn. Tu nội mao, xích kê kê chưu giả dã, Việt nhân vi nhập sát dã. Phương châu hàng mãi nghi trần giả, Việt nhân vãng như giang dã. Trị tu lư giả, Việt nhân vi thuyền vi tu lư. Cức nộ phân phân giả, nộ mạo dã, nộ chí. Sĩ kích cao văn giả, diêu dũng sĩ dã. Tập chi vu di, Di, hải dã; túc chi vu lai, lai, dã dã; chí chi ư đan, đan giả đồ dã.

Cho đến ngày nay, Duy giáp lệnh được hiểu như sau:

維甲修內矛　Duy giáp tu nôi mao
方舟航治須慮　phương châu hàng tri tu lự
*亟怒紛紛者,　cực nô phân phân giả *
*士击高文者　sĩ kích cao văn giả **
習之于夷.　Tập chi vu di
宿之于萊.　Túc chi vu la
致之于單.　Chí chi vu đan

Ghi chú: * và ** là lời của sử quan bị người sau đưa lẫn vào Lệnh.

Ông Trịnh Trương Thượng Phương giải nghĩa như sau:

维甲, 修内矛 (赤鸡稽繇) = 连结好犀牛甲, 快整修好枪矛刀剑!

Duy giáp, tu nôi mao (xích kê kê chiu) = Liên kết cho xong ngưu giáp, mau chuẩn bị đao kiếm giáo mác!

方舟航 (买仪尘).治须虑 = 要想抬起头来航行. 快整治战船 Phương châu hàng (mai nghi trần), tri tu lự = Phải nẩng đầu lên mà phóng thuyền, chuẩn bị chiến thuyền.

亟怒纷纷, 士击高文 = 激起冲天怒火, 勇士们坚定地迈步向前! Cực nô phân phân, sĩ kích cao văn = Kích khởi nô hỏa xung thiên, các dũng sĩ hãy kiên định cất bước thẳng tiến!

习之于夷 = 让勇士们在海上苦练.
Tập chi vu di = Hãy để dũng sĩ khổ luyện trên biển

宿之于莱

= 让勇士们在野地宿营

Túc chi vu lai = Hãy để dũng sĩ ngủ ở dã ngoại

致之于单 =
勇士们到前线致胜攻关！

Chĩ chi vu đan = Hãy để các dũng sĩ đến tiền trận đến thắng công quan

Nhân xét:

Đoạn trên là văn kể chuyện, tường thuật sự việc kèm theo trình bày nội dung Duy giáp lệnh. Trong văn bản, tác giả không như chúng ta ngày nay dùng dấu ngoặc kép để phân biệt mệnh lệnh của Việt vương với lời trần thuật của mình khiến cho người đọc dễ lầm. Khi ông Trịnh Trương Thượng Phương đưa hai câu "Cực nô phân phân và Sĩ khích cao văn" vào Duy giáp lệnh, tôi thấy là không thỏa đáng! Thực ra đây chỉ là lời ghi chú của sử gia viết lại quang cảnh "bừng bừng khí thế" của quân lính tập trận khi nghe lệnh của Việt vương Câu Tiễn mà tập trung lại thôi. Bởi vì, trong một lệnh "tổng động viên" mà có hai câu "Tức giận bừng bừng, sĩ khí cao dâng" thì có vẻ kỳ lạ? Vô lý! Thật ra lịch sử đã cho thấy là sau khi có "Duy giáp lệnh" 10 năm, nước Việt mới chinh phạt nước Ngô. Trước khi phục quốc thành công thì nước Vu Việt đã bị nước Ngô xâm chiếm. Dưới sự cai trị, giám sát của người Ngô thì làm sao có một lệnh tổng động viên công khai kèm theo lời nói "tức giận bừng bừng, sĩ khí cao dâng"?

- Lời giải nghĩa của ông Trịnh Trương Thượng Phương hoàn toàn vô lý và tối nghĩa ngay trong bản thân câu văn. Do biết được bối cảnh chuẩn bị chiến tranh của "Duy giáp lệnh" ông suy diễn "giáp" là áo giáp! Trong khi đó, tiếng Mân Việt của Câu Tiễn còn đọc "giáp" là "cả", "nôi" là "lại"... Ông cũng quên rằng ngôn ngữ thời Ngô Việt là đa âm và đa âm xưa vẫn tồn tại đến ngày nay: trị tu lự gồm hai từ: trị và tu + lự = trị tự là "trật tự"!

- Bài giảng nghĩa của ông Trịnh quá công phu và quá dài với quá nhiều dẫn chứng bằng cổ thư như "Quốc ngữ-Việt ngữ hạ", "Thuyết văn giải tự" của Hứa Thân, "Sử ký" của Tư Mã Thiên, "Thủy kinh chú" và các từ điển diễn giải "Quảng âm", "Tập âm" v.v... có dùng hay có giải thích những chữ tương tự trong "Duy giáp lệnh" đồng thời so sánh các từ đồng âm bên tiếng Thái và tiếng Choang... Do cách giải thích hoàn toàn sai cho nên tôi không phiên dịch phần đó trong bài nầy. Nếu như người nào muốn nghiên cứu toàn bài giải thích "Duy giáp lệnh" của tác giả Trịnh Trương Thương Phương thì có thể xem ở www.eastling.org/paper/zhengzhang/zhengzhang_Weijialing.doc

- Cho dù bài giải nghĩa "Duy giáp lệnh" nầy theo tôi và một số bloger Trung văn cho là sai nhưng hiện tại nó đang được xem là "mẫu mực", "chính thức", "giá trị", "tài liệu để giảng dạy trong trường Đại học"... Cho nên, bất cứ ai có tinh thần yêu chuộng sự thật thì cũng nên góp phần thảo luận để chỉ rõ ra cái sai và tìm ra cái đúng...

Phục nguyên Duy giáp lệnh

- Theo truyền thống thì người ta dùng hai chữ đầu

tiên của mệnh lệnh để đặt tên cho lệnh vua, nên cái lệnh chúng ta bàn có tên là Duy giáp lệnh. Nguyên văn Duy giáp lệnh trong một đoạn ngắn được các sử quan nhiều đời sau cố tình giữ nguyên cổ ngữ Việt để giữ đặc tính nguyên thủy và tính trung thực của "lệnh". Đó là một việc làm thật quý giá, nhưng họ đã kèm theo những lời giải thích mà vô tình làm cho tối nghĩa thêm! Khi thì thêm bằng chữ Nôm - Việt, khi thì thêm bằng Hán ngữ, sử quan đã gây thêm ngộ nhận cho đời sau. Có người vin vào đó mà nói rằng "Lệnh của vua Việt mà lại dùng khi thì chữ Hoa, khi thì chữ Việt"! Như vậy có nghĩa là dân thì dùng tiếng Việt còn vua và quý tộc thì đã bị "Hoa" đồng hóa cho nên quen dùng tiếng Hoa và sợ rằng dân Việt không hiểu nên kèm theo tiếng Việt! Lại có người nói rằng "Dân Việt thời đó đã bị đồng hóa bởi tiếng Hoa, cho nên lệnh vua phải kèm tiếng Hoa cho dân hiểu!" Cho tới bây giờ người ta vẫn căn cứ theo những cái sai của tinh thần chủ quan, không thực tế, không hiểu tiếng Việt mà lại đi giải nghĩa tiếng Việt để rồi giải nghĩa Duy giáp lệnh hoàn toàn sai! Trong khi, những cái đúng của sử quan ngày xưa thì không ai hiểu, bị bỏ qua để hiểu theo nghĩa khác!

Chúng tôi ghi lại nguyên văn Duy giáp lệnh như sau:

維甲修內矛 Duy giáp tu nội mao

方舟航治須慮 phương châu hàng trị tu lự

習之于夷. Tập chi vu di

宿之于萊. Túc chi vu lai

致之于單. Chí chi vu đan

Như vây, cái lệnh của vua Việt Câu Tiễn thật ngắn gọn, vẻn vẹn có 23 chữ. Nhưng đó là sự thách đố suốt 25 thế kỷ. Muốn giải nghĩa được, cần tìm nghĩa những từ sau:

- Chữ Tuyệt (絕), ngày nay đọc là Tuyệt 絕 trong khi cổ xưa lại đọc là Chép 絕. Sách "Việt chép" (越絕) bây giờ trở thành "Việt tuyệt thư" (越絕書).

- Chữ Đôi 堆 nghĩa là đống (ví dụ đống đất), tiếng Mân Việt-Triều Châu lại đọc là "Túi 堆" và cũng có nghĩa là "tất cả". Nguyên một đoàn người thì có thể nói là nguyên một "túi 堆" ("đống 堆") người.

- Chữ Duy 維 ngày nay chúng ta đọc là Duy 維 nhưng trong "Duy giáp lệnh" thì có thể ngày xưa đọc là "Tất" hoặc là chữ "Túi 堆" và "túi 堆 cả 甲" bị chép nhầm là "Duy 維 Giáp 甲" như trường hợp chữ chép 絕 bây giờ đọc là "Tuyệt 絕", quá khác nhau!

Từ đó suy ra:

1.   Ngày xưa ghi là "堆甲-Túi cả = Tất cả".

2.   Ngày xưa dùng chữ "Duy 維" chính là đọc thành "Tất", cho nên "duy giáp 維甲" cũng là "Tất cả 維甲"

Nếu quý vị nào quen biết người Triều Châu biết đọc chữ "vuông" theo tiếng Triều Châu thì sẽ thấy là tiếng Mân Việt có khác:

- "Giáp 甲": đọc là "Cả".

- Nội 內: đọc là "lại".

- Lai 萊: đọc là "lái".

- Châu 舟: đọc là "chuẩn"

Chỉ có người nào biết cả tiếng Triều Châu và tiếng Việt Nam mới dễ thấy được sự tương đồng và rõ nghĩa. Ví dụ "Nôi-內" có nơi đọc là "Lôi" và Quảng Đông đọc là "nồi" hay "lồi" thì không xa âm "Lai 內" của Mân Việt-Triều Châu bao nhiêu. Và cũng từ đó sẽ dễ hiểu chữ "Tu 修 lai 內 mau 矛" tức là "Tu lai mau" chứ không phải là "Sửa xoan-bên trong-giáo mác" như chuyên gia ngôn ngữ bên Trung Quốc đã giải thích!

Xin giải thích từng chữ của "Duy giáp lệnh" theo tiếng Việt và Mân-Việt (Triều Châu):

維: Duy hiện giờ đọc là "Uy" ngày xưa có thể đọc là "Tất"!

甲 Giáp đọc là "Ca, Cà, Cả".
修 Tu.
內 Nôi đọc là "lai, lài, lại".
矛 Mao đọc là "Mao", "Mau".
方 Phương.
舟 Châu đọc là "Chuẩn".
航 Hàng.
治 Trị đọc là "Tia".
須 Tu. 廬 Lư. 習 Tập.
之 Chi đọc là "Chua" phát âm tương tự như "Cho".
于 Vu.

夷 Di.
Chữ nầy là Di của "Đông Di" nhưng mà ghi chú của các sử quan ngày xưa ngay trong "Duy giáp lệnh" đã giải thích "Di" nầy đọc là "Hỗi 海". Hải theo phát âm Triều Châu bây giờ là "Hái 海", và người Quảng Đông ngày nay vẫn đọc Hải 海 là "Hỗi". "夷 Di" trong thời của "Duy giáp lệnh" là "Hỗi 海".
宿 Túc đọc là "Sok".
萊 Lai đọc là "láy".
致 Chí nầy là "chí 致 mang 命" là "Chết", trong "Việt tuyệt thư" khi dùng "chí 至" nghĩa là "đến" thì viết khác và viết là "Chí 至". 單 Đan (hay đơn). Ghi chú: theo tiếng Mân Việt-Triều Châu thì những chữ sau đây sẽ là:
Duy 維 trong bài nầy phải là chữ "Đôi" đọc theo Mân Việt là "Túi", là "tất" (tất cả).

Phương 方 Chuẩn 舟 ngày nay là chữ "Phuấn" = Phóng.

Tu 須 Lư 慮 là chữ đa âm, ngày nay là chữ "tư".
Vu 于 hỗi 夷 là chữ đa âm, là chữ "vỗi", ngày nay là chữ giỏi.

Vu 于 lái 萊 là chữ đa âm, là chữ "vái" ngày nay là chữ vẻ.

Vu 于 Đan 單 là chữ đa âm, là chữ "van", ngày nay là chữ vang.

Sau khi đối chiếu Hán Việt - Chữ Vuông/ cổ văn - Việt/ Mân Việt/ Triều Châu- tiếng Việt ngày nay, tôi xin trình bày phục nguyên "Duy giáp lệnh" của Việt Vương

Câu Tiễn như sau:

Duy giáp tu nôi mao 維甲修內矛 Tất (Túi) cả tu lai mau → Tất cả tu lai mau   Phương châu hàng trị tu lư 方舟 航 治 須慮 Phuấn hàng trị tư → Phóng hàng trật tư Tập chi vu di 習之于夷 Tập cho vu-hỏi → Tập cho giỏi   Túc chi vu lai 宿之于萊 Sóc cho vu-láy → Sống cho vẻ Chí chi vu đan 致之于單 Chí cho vu-đan → Chết cho vang

- Ngày xưa Việt Vương Câu-Tiễn đã nói "Tất cả tu lai mau..." Bây giờ nhờ vào tiếng Việt và tiếng Mân Việt (Tiếng Mân Việt ngày xưa khác với bây giờ, giống tiếng Việt Nam hiện nay nhiều hơn, ngày nay dù đã biến âm vì ảnh hưởng của Hoa ngữ-quan thoại nhiều nhưng không xa "nguồn gốc" lắm), cho nên tôi đã phục nguyên được Duy giáp lệnh.

Đối chiếu với các lời ghi chú – giải thích của các sử quan thời xưa ghi trong Duy giáp lệnh thì càng thấy bản phục nguyên của tôi là đúng. Dưới đây là lời giải thích của sử quan ngày xưa đã ghi trong Duy giáp lệnh mà chưa có ai giải nghĩa chính xác cũng bởi vì người ta không ngờ nhiều chữ chính là chữ Nôm cổ của tiếng Việt:

- "赤雞稽鯀"者也: "Xích Côi kê chưu" giả dã = Người "Xét côi tề tựu" vậy. (Kê 雞: chữ Nôm cổ đại đọc là "Côi"). Câu chú thích nầy dùng "chữ Nôm cổ đại" chứng tỏ được ý nghĩa "Tu lai mau". Người ra lệnh "Tụ lại mau" là người "Xét coi tề tựu".

- 越人謂"入鈠"也: Việt nhân vi "Nhập Sát" dã = Người Việt gọi "Nhanh" vậy. Chữ Nôm cổ đại: Nhập sát 入鈠 nghĩa là "nhát" hay "nhạt" (cổ ngữ không có cố định các thanh "sắc, huyền, hỏi, ngã, nặng") âm "nhạt" là nói về chữ "nhanh 入鈠"

- "買儀塵"者: "Mai nghi trần" giả = người "bày nghi trận". Chữ Nôm cổ đại "Nghi trần" hoàn toàn trùng âm với "Nghi trận". Chữ Mai 買 còn có âm đọc là "Bồi 買" bên tiếng Triều Châu. Tiếng Triều châu "mai 買 mải 賣" đọc là "bồi bôi" trong khi tiếng Việt Nam hiện giờ vẫn dùng "Buôn bán-買賣" cho Mai 買 và Mãi 賣 là mua vào và bán ra. "Mai nghi trần" là "bày nghi trận" trong "chữ Nôm cổ đại". Điều này càng thấy "Tu lai mau, phóng hàng cho thẳng" đúng là đang "bày nghi trận".

- 越人往如江也: Việt nhân vãng như giang dã. Câu chú thích nầy dùng từ Hán Việt, ý nói người Việt đến tụ họp rất đông, hàng hàng lớp lớp ...("vãng" là "vãng lai" "vãng" là đến: "Như giang" là "như nước sông" ý nói hàng hàng lớp lớp...)

- 越人謂船為"須慮": Việt nhân vi thuyền vi "tu lư" - người Việt gọi thuyền là "tu-lư". Sở dĩ có câu nầy là vì vùng Giang Tô tiếng Việt (Ngô Việt) gọi thuyền là "xuy 須-lùy 慮" phát âm tương đương tiếng "xuyềnh" của Quảng Đông và chữ "thuyền" bên tiếng Việt ngày nay. Câu nầy chỉ là phần giải nghĩa thêm chữ "thuyền" của một sử quan nào đó. Nó làm rõ nghĩa là "phóng hàng trật tự..." chứ không thể nào "phóng châu mà "trị" thuyền, sửa thuyền!

- 巫怒紛紛者怒貌也怒至: Cực nộ phân phân

giả nô mao dã nô chí - Câu chú thích bằng Hán Việt nói về những người lính đang tập họp phóng hàng là "Cực nô bừng bừng"... rõ ràng có dùng chữ "giả 者" là "người" vậy nó không thể nằm trong bản mệnh lệnh!

- "士击高文"者躍勇士也: "Sĩ kích cao văn" giả diêu dũng sĩ dã - Câu chú thích bằng tiếng Hán Việt nói về "sĩ khí dâng cao" của những người đã "phóng hàng trật tự", cũng có chữ "giả 者" là "người" nên không thể nằm trong mệnh lệnh!

- "夷"、"海"也: "Di", "Hỏi" (Hải) dã - chú thích nầy lai nói rõ "Di" nầy là "hải 海" là "hỏi" bên Hán Việt nhã ngữ. Chú thích nầy quá la. Không ngờ thời xưa "Di" lai đọc là "Hỏi". Nhờ vậy mà biết được "vu-hỏi" là "vỏi" tức là "giỏi" của ngày nay!

- "單"者堵也: "Đan" giả đồ dã - chú thích nầy khó hiểu nhất! Đan 單 giả là Đồ 單 dã! "Đồ" là đồ sát, là giết chết... Có lẽ sử quan ngày xưa hiểu được ý câu "Sống cho vẻ, chết cho vang" nên giải thích "đan" là "bị giết chết khi đánh giặc là vẻ vang". Ngày nay người Trung Hoa không hiểu nên diễn giải là "tấn công thành lũy, công quang, đến khi chiến thắng!

Phục nguyên Duy giáp lệnh không khó nếu như nắm vững qui luật đa âm thời cổ và đơn âm thời nay, cùng với các phương ngữ Việt. Nhưng trình bày cho rõ lại là chuyện không dễ! Việt nhân ca với Duy giáp lệnh là hai văn bản xa xưa cho thấy rằng khoảng 2.500 năm đến 3.000 năm về trước, người Việt đã có chữ "Nôm" rồi! Điều nầy phù hợp với "suy luận theo lý lẽ" của tôi là chữ "Nôm" có trước và chữ

"Hán-Việt" hay chữ "Hoa" là có sau! Bởi vì, chữ "Hoa" hay "Hán-Việt" toàn là đơn âm! Chẳng lẽ người xưa phải "chờ" đến khi ngôn ngữ biến thành đơn âm hết rồi mới có chuyện sáng chế ra chữ viết? Theo suy luận của tôi thì người xưa không chờ mà đã sáng chế ra chữ viết ngay khi còn dùng tiếng nói đa âm. Đó là chữ "Nôm"! Chắc chắn là không phải chỉ có riêng một người sáng tạo ra ngôn ngữ, vì không ai đủ sức và sống lâu ngàn năm để làm được như vậy! Chính bá tánh toàn dân đã sáng chế ra chữ viết "Nôm". Bởi vậy nên chữ Nôm không có tính thống nhất. Sau nầy các văn bản của triều đình được gọi là "nhã ngữ" đã thay thế dần rồi làm thất truyền đi "chữ Nôm". Do vậy sau nầy người ta mới không hiểu và giải nghĩa sai "Việt nhân ca" và "Duy giáp lệnh"! Có nhiều vết tích để lại là chữ "Nôm" có trước. Hy vọng thế kỷ 21 sẽ chứng minh được điều nầy.

IV Kết luận

Những trình bày ở trên đưa tới kết luận:

1. Khi đại bộ phận dân cư Việt đã tạo thành dân cư Trung Hoa thì đương nhiên, tiếng tiếng Việt trở thành tiếng nói của người Trung Hoa.

2. Do tiếp xúc lâu dài với người Mông Cổ, tiếng nói của một bộ phận người Việt vùng văn hóa Ngưỡng Thiều có pha trộn với tiếng Mông Cổ và các tộc người ở phía tây. Khi xâm lăng cao nguyên Hoàng Thổ lập vương triều Hoàng Đế, người Mông Cổ đã áp đặt cách nói Mông Cổ (Mongol parlance) cho vương quốc. Sau này, khi thành lập đế quốc, thực thi chiến lược thống nhất quốc gia *xa đồng quỹ, thư đồng văn*, trong khi

dùng tiếng Việt phương Nam - Nhã ngữ - làm ngôn ngữ chuẩn thì nhà Tần duy trì và áp đặt cách nói Mông Cổ cho toàn bộ những vùng mới chiếm được. Tiếp tục thể chế của nhà Tần, nhà Hán thống nhất quốc gia bằng Nhã ngữ. Lúc này cách nói phụ trước chính sau thành tập quán của đại bộ phận dân cư. Tuy nhiên, ở khu vực cư trú của người Việt phương Nam, cách nói Việt chính trước phụ sau vẫn được duy trì. Thậm chí không ít nơi còn duy trì tới hôm nay.

3. Đường âm là ngôn ngữ chuẩn của kinh đô Tràng An được hình thành thời nhà Đường, sau một quá trình lịch sử đặc biệt. Với ý nghĩa sâu xa và âm điệu tuyệt vời, nó là thành quả sáng tạo vĩ đại của người Việt trên đất Trung Hoa và góp phần quan trọng tạo nên thời kỳ rự rỡ nhất của thi ca Trung Quốc. Từ Đường âm cho thấy, đến thời Đường, tiếng Trung Hoa cũng có sáu thanh như tiếng Việt. Điều này cũng chứng tỏ, muộn nhất là từ thời Đường, tiếng Việt đã có sáu thanh.

4. Sau thời Đường, do biến động của lịch sử, nhiều tộc người phương Bắc vào chiếm đóng hay nhập cư khiến cho ngôn ngữ Trung Quốc ngày càng xa gốc Việt của mình. Nhà Nguyên kết hợp tiếng Nguyên với tiếng Bắc Kinh thành quan thoại thời Nguyên. Người Thanh kết hợp tiếng Mãn với tiếng Bắc Kinh thành quan thoại thời Thanh. Hệ quả là càng ngày người Trung Hoa càng xa cách phát âm tiếng Việt. Ngày nay người Trung Hoa không đọc đúng nhiều chữ trong những bản văn cổ như kinh Thi, Đạo đức kinh, Sở từ và Trung Hoa cũng mất luôn nghệ thuật thơ Đường trác tuyệt.

5. Chúng tôi cho rằng, đầu thế kỷ XX, khi xếp ngôn ngữ Trung Hoa vào gia đình Hán-Tạng, học giả Bernhard Karlgren chưa nắm được bản chất của ngôn

ngữ Trung Hoa. Ông lập thuyết dựa trên quan thoại đời nhà Thanh cùng việc phát hiện trong ngôn ngữ Trung Hoa có ít nhiều từ Tây Tạng. Mặt khác cũng nương theo quan niệm thống trị lúc đó là, tổ tiên người Trung Hoa do người tiền sử từ Tebet di cư tới. Nay sự thực trái lại. Không phải người từ Tây Tạng vào Trung Hoa mà là từ Trung Hoa sang Tây Tạng. Thực tế lịch sử này cùng với thực tế ngôn ngữ cho thấy tình hình phức tạp hơn. Dựa vào cách phát âm quan thoại hiện đại và một số Tạng ngữ trong tiếng Trung Hoa, có thể xếp ngôn ngữ Trung Hoa vào gia đình Hán Tạng. Tuy nhiên *không thể tìm thấy cái gọi là ngôn ngữ Nguyên Hán -Tạng (Proto-Sino-Tibetan) bởi thứ ngôn ngữ đó chưa hề có trên đời.* Theo chúng tôi, *ngôn ngữ Trung Hoa hình thành trên cơ sở từ vựng Việt cổ được nói theo cách nói Mông Cổ (Mongol parlance).* Sở dĩ những nghiên cứu lấy tiếng dân gian Quảng Đông để truy tìm ngôn ngữ gốc Quảng Đông không thành công là vì, tiếng dân gian Quảng Đông tuy cổ nhưng không phải là ngôn ngữ gốc sinh ra tiếng Quảng Đông. *Muốn tìm ngôn ngữ gốc của người Quảng Đông và cũng là ngôn ngữ gốc của Trung Quốc phải tìm đến ngôn ngữ đa âm của tộc Mường, Thái, Tày và thổ ngữ vùng Nghệ Tĩnh Việt Nam.*

6. Vấn đề lớn nhất của Ngôn ngữ học Trung Quốc hiện nay không phải là cố chứng minh nguồn gốc Nguyên Hán-Tạng của nó mà là cùng với học giả Việt Nam, học giả gốc Việt nói Việt ngữ, Ngô ngữ, Mân ngữ… tập trung công sức và trí tuệ phục nguyên tiếng Việt cổ. Trước hết để giải mã những văn bản cổ cho tới nay chưa được đọc thông, ngõ hầu giúp người đọc thưởng thức thực chất ý nghĩa của kinh Thi, Đạo đức kinh, Sở từ… Trên cơ sở từ ngữ tìm lại được, làm cuốn

Bách Việt đại từ điển phục nguyên tiếng nói của tổ tiên Việt. Từ đây cũng phát hiện, thống kê những từ gốc Việt mà tổ tiên chúng ta để lại trong ngôn ngữ phương Tây.

Tài liệu tham khảo:

1. History of the Chinese language http://en.wikipedia.org/wiki/History_of_the_Chinese_language

2. Chinese language http://en.wikipedia.org/wiki/Chinese_language

3. 吴语 http://zh.wikipedia.org/wiki/%E5%90%B4%E8%AF%AD

4. 粤语 http://zh.wikipedia.org/wiki/%E7%B2%A4%E8%AF%AD

5. 闽语 http://zh.wikipedia.org/wiki/%E9%97%BD%E8%AF%AD

6. 湘语 http://zh.wikipedia.org/wiki/%E6%B9%98%E8%AF%AD

7. 客家话 http://zh.wikipedia.org/wiki/%E5%AE%A2%E5%AE%B6%E8%AF%9D

8. 贛語 http://zh.wikipedia.org/zh-hant/%E8%B4%9B%E8%AA%9E

9. Cadiere R. P. Leopole (1877-1948) *Souvenirs d un vien annamitisant.* Indochine, Hanoi, N143, 8 Julliet 1945. Theo Cao Xuân Hạo: "Sự tích bốn chữ Chính trước phụ sau trong Việt ngữ học." (tài liệu riêng)

10. Kinh Thi. NXB thành phố Hồ Chí Minh 1990

11. Kinh Thư. Thẩm Quỳnh dịch, Trung tâm học liêu Bộ Giáo dục. Sài Gòn 1973

12. Kinh Dịch. Phan Bội Châu, NXB Văn hoá Thông tin 1996

13. Lê Mạnh Thát. Tổng tập Văn học Phật giáo Việt Nam tập I. Quangduc.com

CHƯƠNG VII

SỰ HÌNH THÀNH CHỮ VIẾT TRUNG HOA

Dân tộc Trung Hoa thụ đắc nền văn hóa phát triển cao và phong phú vào bậc nhất nhân loại, phần quan trọng vì họ có chữ viết từ rất sớm. Thêm vào đó, hơn bất kỳ dân tộc nào khác, loại chữ viết tượng hình của Trung Hoa hàm chứa ý nghĩa vô cùng sâu sắc, không chỉ là ký tự, bản thân nó cũng là sản phẩm văn hóa tuyệt vời. Vì vậy, nghiên cứu lịch sử chữ viết Trung Hoa là đối tượng ưu tiên của chúng tôi.

Từ thực trạng của tư liệu, chúng tôi khảo sát quá trình hình thành chữ viết Trung Hoa dựa trên ba nguồn sau: 1. Xuất thổ văn tự. 2. Văn tự hóa thạch sống và 3. Chữ Trung Hoa hiện đại.

I. Xuất thổ văn tự

Có nhiều truyền thuyết nói về nguồn gốc của chữ Hán. Một vài sách cổ nói do Thương Hiệt sáng chế. Nhìn thấy một vị thần, tướng mạo đặc biệt, khuôn mặt trông giống như một bức tranh bằng chữ, Thương Hiệt bèn phỏng theo những hình trên đó, sáng chế thành văn tự. Lại có sách cổ nói, sau khi Thương Hiệt chế ra chữ, do tiết lộ thiên cơ, trời rơi xuống hạt thóc nhỏ, quỷ thần đêm đêm khóc lóc. Lại có truyền thuyết nói, Thương Hiệt quan sát vết chân chim và động vật in trên đường đất, đã tạo ra linh cảm cho ông phát minh chữ viết... Các loại truyền thuyết đều là nói dựa, thiếu cơ sở. Văn tự là do khối lượng lớn người lao động căn cứ vào nhu cầu của thực tế cuộc sống, kinh qua hoạt động xã hội lâu dài mới tạo ra và phát triển dần dần.

Từ mùa thu năm 1954 đến mùa hè năm 1957, các nhà khảo cổ khai quật nhiều lần di chỉ Bán Pha (nay là làng Banpo Bắc, ngoại ô phía đông của thành phố Tây An), phát hiện là khoảng 6000 năm trước, người dân Bán Pha đã có cuộc sống và sản xuất lâu dài, tạo ra các ký tự chỉ giới tính, phù hiệu buộc tội và các bức tranh nghệ thuật, điêu khắc, trang trí. Nhiều phù hiệu của người Bán Pha khắc trên gốm sơn được giữ lại, điều này có thể được xem như các ký tự đầu tiên trên

đất Trung Quốc (1). Trong những năm gần đây, tại di chỉ văn hóa Đại Vấn Khẩu (Dawenkou) thuộc Lăng Dương Hà huyện Cử tỉnh Sơn Đông đã khai quật một số ngôi mộ có niên đại khoảng 4500 năm, phát hiện nhiều văn vật. Trong số những bức tượng gốm khắc, có một bức mang những hình tượng văn tự với tổng số hơn 10 từ đơn. Các ký tự phù hợp với hình dạng thực của các vật được mô tả, vì vậy có thể gọi là "chữ tượng hình". Tự dạng có kết cấu rất giống với chữ trên giáp cốt nhưng sớm hơn Giáp cốt văn hơn 1000 năm.

Tuy nhiên, đó chưa phải là những ký tự sớm nhất. Trên đất Trung Quốc, khảo cổ còn tìm được những di chỉ có chữ viết xưa hơn như sau:

1. Tại văn hóa Giả Hồ (2)

Trong 24 ngôi mộ được khai quật tại làng Giả Hồ, di chỉ có tuổi 6.600 đến 6200 năm TCN thuộc tỉnh

Hà Nam, tiến sĩ Garman Harbottle thuộc Phòng thí nghiệm Quốc gia Brookhaven, New York, Hoa Kỳ cùng nhóm khảo cổ Trường Đại học Khoa học và Công nghệ tỉnh An Huy xác định được 11 ký hiệu đặc biệt được khắc trên vỏ rùa. Harbottle cho biết: Điều rất có ý nghĩa là những ký hiệu trên có sự gần gũi với chữ Trung Quốc cổ. Trong những ký hiệu đó có cả biểu tượng về "mắt" và "cửa sổ", số Tám và 20, tương đồng với những ký tự được sử dụng hàng nghìn năm sau vào thời nhà Thương (1700 đến 1100 TCN). Chúng sớm hơn những ký tự được phát hiện tại Mesopotamia hơn 2000 năm.

ký tự Giả Hồ:

Trên cùng là chữ mắt (mục), dưới là chữ bát (số 8), chữ thứ ba hình tượng người cầm đuốc, là chữ Hỏa (lửa) và cuối cùng là chữ Nhật (mặt trời, ngày)

2. Tại di chỉ Cảm Tang Quảng Tây (3)

Tháng 11 năm 2011, tại Quảng Tây đã phát hiện được chữ của người Lạc Việt, theo bản tin của Lí Nhĩ Chân đăng trên website news.xinhuanet.com January

03, 2012 như sau:

"Hôm trước, Hội nghiên cứu văn hóa Lạc Việt - tỉnh Quảng Tây truyền phát tin tức là người Lạc Việt ở Trung Quốc đã sáng tạo chữ viết vào bốn nghìn năm trước, phá bỏ quan niệm tổ tiên của dân tộc Tráng là người Lạc Việt không có chữ viết. Phát hiện chữ viết của người Lạc Việt lần này sẽ viết lại lịch sử chữ viết ở Trung Quốc, chứng minh văn hóa Lạc Việt là một trong những nguồn gốc trọng yếu của văn hóa Trung Hoa.

Trước thời điểm này, giới sử học Trung Quốc đều cho rằng tổ tiên của dân tộc Tráng không có chữ viết. Hội trưởng Hội nghiên cứu văn hóa Lạc Việt là Tạ Thọ Cầu giới thiệu: chuyên gia của Hội nghiên cứu đã thu tập một số lượng lớn chứng cứ chứng thực người Lạc Việt cổ sáng tạo chữ viết biểu ý vào bốn nghìn năm trước. Chữ viết Lạc Việt này có mầm mống vào thời đầu của thời đại đồ đá mới, hình thành vào thời kí đỉnh cao của 'văn hóa xẻng đá lớn' (4000-6000 năm trước), và chắc chắn có nguồn gốc sâu xa với chữ Giáp cốt cổ cùng 'chữ Thủy' của dân tộc Thủy.

Tháng 10 năm nay, tại di chỉ cúng tế Xẻng đá lớn Cảm Tang, thị trấn Mã Đầu, huyện Bình Quả, thành phố Bách Sắc, chuyên gia của Hội nghiên cứu văn hóa Lạc Việt tỉnh Quảng Tây phát hiện mấy chục khối mảnh vỡ xẻng đá lớn và tấm đá có khắc đầy chữ viết cổ. Ngày 19 tháng 12, chuyên gia lại đi đến hiện trường tiến hành khảo sát. Nghiên cứu phát hiện, khối đá có chữ viết lớn nhất dài 103 cm, rộng 55 cm, trên bề mặt khắc đầy mấy trăm tự phù, phần lớn là chữ cúng tế và lời chiêm bốc.

Theo thống kê sơ qua, trên những phiến đá này có hơn 1000 tự phù.

Các chuyên gia dựa vào sự phân bố xẻng đá lớn hoàn chỉnh ở bên cạnh phiến đá có khắc chữ mà suy đoán, thời kì xuất hiện của phiến đá có khắc chữ giống nhau với thời kì xẻng đá lớn. Nó cho thấy trước mắt chữ của người Lạc Việt cổ ở di chỉ cúng tế Xẻng đá lớn Cảm Tang là một trong những văn tự hình thành thời xưa được phát hiện ở Trung Quốc.

Một phiến đá khắc chữ Lạc Việt

Theo tin, vào tháng 11 năm ngoái, chuyên gia của Hội nghiên cứu phát hiện đàn cúng tế loại lớn của người Lạc Việt cổ ở trên núi Đại Minh, tỉnh Quảng Tây, trên đàn cúng tế còn phát hiện được phù hiệu và bản vẽ. Quán trưởng Bác vật quán Quảng Tây, Chủ nhiệm Ủy viên Hội giám định văn vật Quảng Tây là Tưởng Đình Du cho rằng phù hiệu và bản vẽ này là phù hiệu khắc vẽ cúng tế của người Lạc Việt cổ thời đại đồ đá mới.

Sau đó, chuyên gia của Hội nghiên cứu cũng phát hiện một số lượng lớn phù hiệu chữ viết cổ khắc trên mảnh xương, đồ ngọc, đồ đá tại vùng đất có phân bố di chỉ cúng tế của người Lạc Việt là huyện Vũ Minh, huyện Long An của thành phố Nam Ninh, huyện Điền Đông, thành phố Bách Sắc thuộc tỉnh Quảng Tây. Những phù hiệu (câu bùa) này rõ ràng là một câu đơn hoặc đơn biệt, được chuyên gia cho là chữ viết của thời kì đầu." (hết trích)

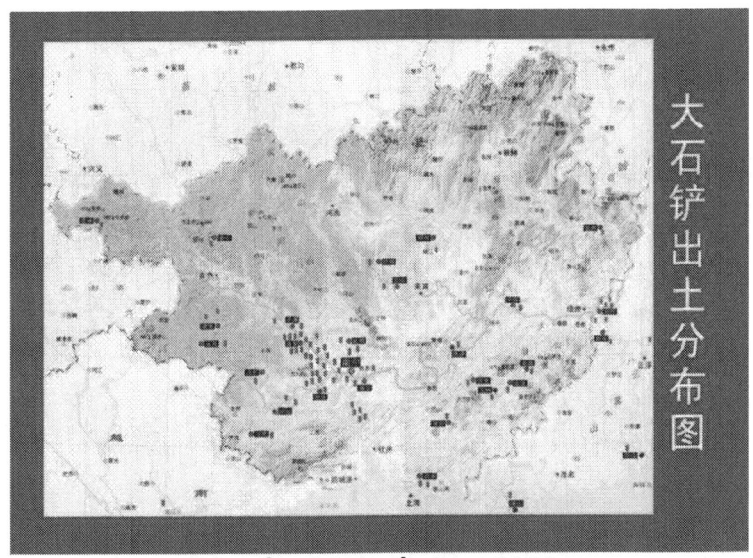

Bản đồ phân bố xẻng đá lớn
[www.luoyue.net]

3. Giáp cốt văn Ân Khư (4)

Vương Ý Vinh (王懿荣) là hàn lâm tiến sĩ cuối

đời Thanh, một người hiểu sâu văn học kim cổ. Năm Quang Tự thứ 24 (1898), ông tình cờ gặp những vỏ rùa mà người dân gọi là long cốt đem bán dùng để chữa bệnh. Thấy trên vỏ rùa có khắc chữ cổ, là loại chữ triện, thuộc hàng cổ vật quý giá đời Ân Thương, ông bắt đầu tìm mua. Tới mùa xuân năm Quang Tự 26 (1900), được 1500

Giáp cốt văn

mảnh trái và phải. Tuy nhiên Vương Ý Vinh chưa nghiên cứu sâu văn bản này bởi vì tháng Bảy năm đó, liên quân tám nước chiếm Bắc Kinh.

Tháng Tám năm 1928, dưới sự lãnh đạo của nhà khảo cổ học Đồng Tác Tân, lần đầu tiên di chỉ Ân Khư thôn Tiểu Đồn, huyện An Dương, tỉnh Hà Nam, kinh đô cũ của triều Ân, triều cuối của nhà Thương, được tiến hành khai quật khoa học. Cho tới năm 1937 trước khi chiến tranh bùng nổ, thu được 24.918 mảnh.

Đến nay đã khai quật được khoảng 154.000

mảnh xương có chữ, trong đó Trung Quốc đại lục giữ hơn 100.000. Đài Loan hơn 30.000. Hồng Kông hơn 100. 12 quốc gia khác như Nhật Bản, Anh, Thụy Điển... giữ khoảng 27.000 mảnh nữa. Từ năm 1954. cũng tìm được khoảng 300 mảnh xương tại Sơn Tây, Bắc Kinh, di chỉ Chu Nguyên. Hiện đã xác định được 4.500 chữ đơn, trong đó có hơn 2.500 từ đọc được và 4.000 văn bản đồ họa khác nhau. Các từ hình thanh chiếm khoảng 27%, cho thấy rằng Giáp cốt văn là một hệ thống chữ viết khá trưởng thành.

Nội dung của Giáp cốt văn vô cùng phong phú với nhiều khía cạnh liên quan đến đời sống xã hội triều đại nhà Thương. Không chỉ bao gồm chính trị, quân sự, văn hóa, tập quán xã hội, mà còn thiên văn, lịch pháp, y học, khoa học kỹ thuật. Ở Giáp cốt văn đã có phép tạo "chữ tượng hình, hội ý, hình thanh, chỉ sự, sao chép, giả tá", bộc lộ nét duyên dáng độc đáo của các ký tự. Thời Thương và thời đầu nhà Tây Chu (thế kỷ XVI đến thế kỷ X TCN) dùng yếm rùa, xương thú để chuyển tải văn hiến. Văn tự khắc trên vỏ rùa trước đó đã được gọi là khế văn, chữ khắc giáp cốt, bốc từ, quy bản văn, Ân Khư văn tự v.v...Sau cùng được gọi chung là Giáp cốt văn.

Nội dung ghi lại lời chiêm bốc từ việc Bàn Canh thiên đô sang đất Ân tới Ân vương trong khoảng 270 năm. Các vua triều Thương Chu rất mê tín, mọi sự đều dùng quy giáp (yếm rùa) hoặc xương thú (xương vai bò) tiến hành chiêm bốc. Sau đó, bói những sự việc có quan hệ (như bói thời gian, bói người, bói việc, tùy thuộc vào kết quả, xác minh sự việc...) rồi khắc trên vỏ rùa để lưu trữ tài liệu. Ngoài những câu về bói toán, trong Giáp cốt văn còn một số ít bài ký sự. Nội dung đề cập tới thiên văn, lịch pháp, địa lý, đất nước, thế hệ, gia tộc, nhân vật, quan chức, chinh phục, hình ngục, nông nghiệp, chăn nuôi, săn bắn, giao thông, tôn giáo, nghi lễ, ốm đau, thai sản, nhân văn, thiên tai... Là tư liệu quý giá hàng đầu trong việc nghiên cứu lịch sử, văn hóa, ngôn ngữ, văn tự xã hội cổ đại, đặc biệt là triều Thương.

Khảo sát số lượng và phương thức kết cấu của tự thể cho thấy Giáp cốt văn đã phát triển một hệ thống văn tự chặt chẽ. Nguyên tắc "lục thư" của chữ Hán, được phản ánh trong Giáp cốt văn. Tuy nhiên, dấu vết của văn bản tượng hình ban đầu là khá rõ ràng. Các tính năng chính của nó:

a. Về phương diện cấu tạo của từ, một số chữ tượng hình chỉ chú trọng đột xuất đặc trưng vật thực, còn nét bút nhiều ít, chính phản không thống nhất.

b. Một số Giáp cốt văn thuộc loại chữ hội ý, chỉ yêu cầu nghiêng về hội hợp tạo nên ý nghĩa minh xác mà không yêu cầu cố định.

c. Hình thể Giáp cốt văn thường để bày tỏ phồn giản (đơn giản hay phức tạp) quyết định kích thước của vật. Bởi vì ký tự được dùng dao khắc lên xương động vật cứng, nên nét họa nhỏ hơn và nét vuông nhiều hơn.

Do Giáp cốt văn dùng dao khắc thành, nên dao phải vừa sắc vừa nhụt, xương có loại mỏng loại dầy, có cứng có mềm, vì vậy độ dầy vết khắc cũng khác nhau, thậm chí có những nét mảnh như sợi tóc, có khi nét bút bị nứt, trở nên thô thiển. Về mặt kết cấu, dài ngắn, lớn nhỏ không xác định, hoặc là thưa thớt, rất khác nhau; hoặc dầy lớp lớp rất kỹ lưỡng trang trọng, có thể xuất hiện những hình cổ phác rất vui mắt. Giáp cốt văn, mặc dù hình thể lớn nhỏ không nhất định, biến hóa phức tạp, nhưng rất đối xứng, trong một mô thức ổn định. Sở dĩ có người cho rằng, thư pháp của Trung Quốc, được khai sinh từ Giáp cốt văn, chính vì Giáp cốt văn đã tạo ra ba yếu tố của thư pháp: ấn dụng bút (即用笔), kết tự (结字) và chương pháp (章法).

Triều Thương đã có mực viết tốt, các bản sách được khắc với những cách viết sắc nét, có những mũi dao nhọn tinh tế. Thấy rõ văn phong bị ảnh hưởng của sự thịnh suy (thụ đáo văn phong thịnh suy chi ảnh hưởng), đại để có thể chia làm năm thời kỳ:

- Hùng vĩ kỳ: từ Bàn Canh tới Vũ Đinh, ước độ 100 năm, chịu ảnh hưởng thịnh thế của thời Vũ Đinh, thư pháp phong phú hoành phóng hùng vĩ, nên thư pháp giáp cốt khéo và kỹ. Nói chung, bắt đầu có thêm hình tròn, thu bút mũi nhọn nhiều (hơn) và cong, thẳng lẫn lộn, với nhiều biến hóa, bất kể đậm hay mảnh, đều rất hùng mạnh.

- Cẩn sức kỳ:

Từ Tổ Canh đến tổ Giáp, khoảng 40 năm. Hai người có thể được coi là thủ thành hiền lương, trong giai đoạn này thư pháp cẩn trọng và trang sức, có lẽ được thừa hưởng từ giai đoạn trước đó, tuân thủ thành quy, hiếm có nét mới, nhưng không còn cái khí hùng mạnh hào phóng của thời kỳ trước.

- Thời suy đồi xa xỉ

Từ Lẫm Tân đến Khang Đinh, khoảng 40 năm. Giai đoạn này có thể nói là phong cách văn phong triều Ân đến độ suy tàn, mặc dù có rất nhiều bản sách gọn gàng ngay ngắn, tuy nhiên, bài viết phân đoạn rải rác hỗn tạp.

- Thời kỳ kình tiểu (cứng và cao)

Từ Vũ Ất tới Văn Vũ Đinh, khoảng 70 năm. Văn Vũ Đinh quyết ý phục cổ, nên cố gắng khôi phục kiểu thức hùng vĩ thời Vũ Đinh, phong cách thư pháp thời "Kình tiểu" mạnh mẽ, thể hiện ý chí trung hưng, nét bút mảnh mai hơn nhưng với phong cách táo bạo.

- Thời kỳ nghiêm chỉnh

Từ Đế Ất đến Đế Tân, khoảng 89 năm. Phong cách thư pháp có xu hướng nghiêm chỉnh, hơi gần giai đoạn thứ hai; sách dài hơn, nghiêm cẩn, không suy đồi bệnh tật, và thiếu sắc nét, hùng mạnh.

Nét bút mảnh trên giáp cốt, cũng do ảnh hưởng của dao khắc. Chiêm bốc thường dùng "thị" hoặc "bĩ" khắc lên giáp cốt đường dọc ở giữa trên cả hai phía, kể từ đường giữa hướng tới bên trái và bên phải của văn bản, khiến cho cả hai bên hài hòa, tạo nên vẻ đẹp đối xứng của các dòng. Bản khắc sau thời Tổ Tiết, kích thước của chữ điền bằng màu đen hay đỏ, hoặc các điểm tích cực, tiêu cực điền bằng mực đỏ và đen, càng thêm ý vị của nghệ thuật, được gọi là phép lạ trong những cuốn sách lịch sử.

II. Từ văn tự hóa thạch sống

Ngoài những ký tự trong lòng đất được phát hiện, ở Trung Quốc còn có văn tự cổ, như một thứ tử ngữ, tử thư chỉ tồn tại trong những tộc người thiểu số. Không những thế, loại chữ hay sách này chỉ có một số rất ít người đọc được, nhờ sự truyền dạy trong gia đình hay dòng họ. Do vậy, giới chuyên môn gọi đó là văn tự hóa thạch sống. Chữ và sách của bộ lạc Thủy là thí dụ tiêu biểu.

Người Thủy là một tộc thiểu số, chủ yếu phân bố ở tỉnh Quý Châu với 340.000 người, nói Thủy ngữ, trong gia đình ngôn ngữ Zhuang, có quan hệ cội nguồn với cổ Lạc Việt.

Thủy thư (5) là chữ viết và ngôn ngữ của tộc Thủy, được gọi là "Lặc Tuy," do tiên nhân của Thủy thư truyền đời này sang đời khác, hình dạng giống Giáp cốt, Kim văn, chủ yếu dùng để ghi lại quan niệm của tộc Thủy về thiên văn, địa lý, tôn giáo, dân tục, luân lý, triết học cùng thông tin về văn hóa.

Nghiên cứu khảo cổ mới nhất cho thấy, chữ viết của tộc Thủy và phù hiệu trên gốm đời nhà Ha ở di chỉ Yến Sư Nhi Lý Đầu, tỉnh Hà Nam có sự tương thông. Các vị tiên sinh của Thủy thư đã đọc được tân nghĩa của sách khiến cho giới khảo cổ học nể trọng. Từ đó dẫn tới ý kiến cho rằng, tổ tiên của tộc Thủy đến từ phương Bắc và có khả năng, phù hiệu trên gốm nhà Ha là một loại văn tự. Tháng 3 năm 2002, Thủy thư được đưa vào "Danh mục chữ khắc ván quý của Trung Quốc."

Thủy thư còn được gọi là "Quỷ thư", 'Phản thư". thứ nhất là do kết cấu, tuy có sự phỏng theo Hán tự nhưng lại viết ngược, viết đảo, hay cải biến phép viết tự hình của chữ Hán. Chữ của Thủy thư không giống chữ Hán về hình dạng còn cách viết thì tương phản, nay rất ít người đọc được. Hiện nay, trên thế giới, Thủy thư và Hán tự là loại văn tự duy nhất không bính âm

Thủy thư

Có nhiều ý kiến khác nhau về số chữ của Thủy thư. Cuốn "Thủy tộc gian sử" xuất bản năm 1986 nói có 400 chữ. Sách "Trung quốc Thủy tộc văn hóa nghiên cứu" nói khoảng 500 chữ. Các chuyên gia khảo cứu nói có hơn 2000 chữ, phát hiện chữ dị thể chủ yếu tập trung tại 12 Địa chi, Xuân, Hạ, Thu, Đông, Thiên can, cửu tinh cùng chữ đơn, biệt lệ. Trước mắt phát hiện "Dần, Mão" cùng hơn 30 chữ dị thể. Đối với chữ dị thể trong văn tự cổ của tộc Thủy, có ý kiến cho rằng mỗi chữ có ít nhất một biến thể, tổng số chữ Thủy khoảng 1600 chữ.

Giới học thuật Trung Quốc cho là có khả năng Giáp cốt văn. Kim văn có "quan hệ nhân duyên" với Thủy tự, trong đó Giáp cốt văn là cha. Tiến sĩ Vương Ý Vinh phát hiện Giáp cốt văn vào năm 1898, tới nay mới 105 năm. Thời Minh phát hiện hai tấm bia văn tự Thủy tộc. Trong thời đại Hoàng Trị đều phát hiện Thủy thư mộc khắc bản. Như vậy, không có nghĩa là chỉ sau khi Giáp cốt văn được phát hiện mới tìm thấy Thủy thư. Giới khảo cổ vất vả hơn 40 năm khảo sát 24 phù hiệu trên đồ gốm nhà Hạ, sau đó cơ quan hữu quan tỉnh Hà Nam xem xét báo cáo về Thủy thư của Quý Châu và so sánh các ván khắc, tìm thấy có hơn mười biểu tượng phù hiệu tương ứng. Chữ cổ Thủy tộc và văn hóa phù hiệu còn lại của nhà Hạ có một mối tương quan.

Thủy thư

Thủy thư ghi chép lại, phần lớn là các ngày tôn giáo tín ngưỡng nguyên thủy, phương vị, cát hung, triệu tương đuổi quỷ xưa tà do vu sư thi hành công cụ của pháp sư. Do người Thủy tộc rất tin quỷ thần, nên Thủy thư được dùng rất rộng. Thủy thư có công năng đặc biệt, thúc đẩy người Thủy sùng bái quỷ thần. Tại nơi tụ cư của Thủy tộc, người đọc được và biết sử dụng Thủy thư (tất cả là nam giới) được người dân tôn trọng, gọi là "thầy quỷ" (quỷ sư). Trong dân gian, họ có địa vị rất cao, được mọi người sùng bái. Thủy thư cùng với "quỷ sư" được tổ truyền, là bảo vật trân quý, chỉ truyền nam không truyền nữ. Tuyệt đối không truyền cho người ngoài. Thủy thư là cuốn sách giáo khoa, quỷ sư là giáo sư. Quỷ sư và Thủy thư kết hợp là thuộc hệ tôn giáo tín ngưỡng nguyên thủy của Thủy tộc. Mối liên kết của thế giới quỷ thần, là nhân tố vật chất được truyền thừa của văn hóa vu thuật và duy trì lâu dài một thế giới thần bí.

Ngoài nội dung tôn giáo tín ngưỡng nguyên thủy, Thủy thư còn chứa rất nhiều thông tin về các thiên tượng, tư liệu lịch pháp cùng văn tự cổ, là di sản văn hóa lịch sử vô giá của Thủy tộc. Một số trong đó là lý thuyết hiện nay như Cửu tinh, Nhị thập bát tú, Bát quái cửu cung, Thiên can địa chi, nhật nguyệt ngũ tinh, Âm Dương ngũ hành, Lục thập giáp tử, tứ thời ngũ phương. Quy chế thất nguyên lịch được đề cập trong Chính nguyệt kiến Tuất của Thủy lịch, cho thấy tổ tiên Thủy tộc đã kết tinh trí tuệ và nghệ thuật cao, bao hàm triết học của khoa học luân lý và biện chứng duy vật sử quan. Trong văn hóa Trung Quốc nó được xem là những trang sáng lạn nhất.

Kết cấu của văn tự cổ Thủy tộc đại loại có ba loại hình: thứ nhất là chữ tượng hình, giống như Giáp cốt và Kim văn; thứ nhì là chữ phỏng theo Hán ngữ, tức là cách viết ngược, viết đảo hay cải biến chữ Hán; ba là văn tự tôn giáo, tức các phù hiệu biểu thị mật mã của tôn giáo Thủy tộc cổ truyền. Sách được viết theo hình thức từ phải sang trái, từ trên xuống dưới, không có dấu chấm câu. Văn tự Thủy tộc có ba hình thức lưu truyền chủ yếu: khẩu truyền, viết trên giấy, thêu, viết lên da, khắc trên ván gỗ, viết trên gốm rồi nung v.v…Thủy thư chủ yếu dựa vào viết tay, truyền khẩu lưu truyền tới nay, vì vậy được các chuyên gia học giả thế giới khen ngợi là văn tự tượng hình "hóa thạch sống." Do là kết cấu tượng hình, chủ yếu chúng mô tả hoa, chim, trùng, cá và những thứ khác trong thế giới tự nhiên, cũng như một số totems như con rồng và bằng văn bản cùng các miêu tả vẫn giữ được nền văn minh cổ xưa của nó.

III. Từ chữ Trung Hoa hiện đại

Những tài liệu từ văn tự xuất thổ, văn tự hóa thạch sống nêu trên là chứng cứ khó phản bác cho thấy, tiếng Việt là chủ thể tạo nên ngôn ngữ Trung Hoa. Tuy nhiên cũng không thể bỏ qua việc tìm gốc tích chữ Trung Hoa qua nghiên cứu chữ Hán, văn tự mà ngày nay người Trung Hoa đang dùng.

Chúng tôi xin phép mượn bài viết của học giả Đỗ Ngọc Thành, một công trình nghiên cứu xuất sắc trong cuộc truy tìm nguồn gốc chữ Trung Hoa

ĐI TÌM NGUỒN GỐC CHỮ NÔM

Đỗ Ngọc Thành

Tôi sinh ra trong dân gian Mân Việt, Lạc Việt, nơi tiếng Việt là tiếng nói hàng ngày, lại được học chữ Hán nên từ xưa cảm nhận rằng vẫn có một thứ chữ của người Việt tồn tại trước khi chữ Hán ra đời. Nhưng cảm giác như vậy không dễ nói ra và cũng hơn một lần mở miệng định nói thì bị chặn lại.

Gần đây, nhờ động viên của nhiều người Việt trong và ngoài nước tìm về cội nguồn và văn hóa dòng giống Việt, tôi mạnh dạn viết ra những điều mình nhiều năm trăn trở. Hai bài "Phát hiện lại Việt nhân ca" và "Phục nguyên Duy giáp lệnh của Việt vương Câu Tiễn" ra đời trong hoàn cảnh đó.

Tuy nhiên một vấn đề lớn của văn hóa Việt cần làm rõ là chữ Nôm ra đời như thế nào? Trong bài viết này tôi thử đưa ra một vài suy nghĩ. (7)

Cho đến nay, chữ Nôm là vấn đề lớn của văn hóa Việt. Người Kinh có một di sản văn bản chữ Nôm lớn. Và không chỉ người Kinh mà người Mân Việt, Việt Quảng Đông, người Tày, người Thái cũng có chữ Nôm riêng của mình. Tuy nhiên, chữ Nôm xuất hiện từ bao giờ và do ai sáng tạo vẫn là câu hỏi chưa lời đáp. Trong công trình Tổng tập văn học Phật giáo, Tiến sĩ Lê Mạnh Thát dựa vào một tài liệu lưu trữ tại Nhật cho rằng chữ Nôm có từ đầu Công nguyên. Phát hiện đưa chữ Nôm lui về khoảng thời gian xa như vậy thật đáng chú ý nhưng do chứng lý còn yếu nên chưa thực thuyết phục.

Để truy tìm gốc tích chữ Việt cổ, tôi dựa vào hai nguồn: cuốn Thuyết văn giải tự của Hứa Thận và cách phát âm một số chữ cổ của người Mân Việt, Việt Quảng Đông và Việt Nam.

"Thuyết văn giải tự" do Hứa Thận thời Đông Hán biên soạn, bao gồm hai phần là Thuyết văn và Trọng Văn.

- Phần Thuyết văn gồm 9.353 chữ, chia theo 540 bộ thủ.

- Phần Trọng Văn gồm 1.163 chữ, chỉ ra những chữ cùng âm cùng nghĩa nhưng mà cách viết khác nhau.

Sách Thuyết văn gồm 14 chương chính và chương mục lục, tổng cộng có 133.441 chữ trong lời ghi chú để giải thích chữ nghĩa. Năm Vĩnh Nguyên thứ 12 (Công nguyên, năm 100), sách Thuyết văn được hoàn tất nhưng mãi đến năm Kiến Quang thứ nhất (Công nguyên, năm 121), Hứa Thận mới giao cho con là Hứa Xung dâng lên triều đình Hán.

Nguyên bản của Thuyết văn đã thất lạc, cũng là nhờ các thư tịch khác thời Hán và các đời sau đã dùng Thuyết văn để dẫn chứng nhiều, cho nên, sau nầy người ta có tài liệu biên soạn lại sách Thuyết văn. Thời Bắc Tống rồi đến thời Mãn Thanh đều có người nghiên cứu và hiệu đính.

Thuyết Văn dùng hai phương pháp "Phản" và "Thiết" để tra chữ rồi giải thích nghĩa, tạo ra tiền lệ và trở thành quyển từ điển đầu tiên. Các từ điển sau nầy là phỏng theo phương cách của Thuyết văn.

- "Phản" là cách nói phản-nghịch (nói lái): dùng từ phản (nói lái) để đọc ra phát âm của chữ cần tra cứu. Ví dụ: chữ "Thiên 天" được đọc theo cách nói lái của chữ Tha 他 và chữ Tiền 前, là "Thiên Tà". Thiên 天 = 他前.

- "Thiết" là nhất thiết, là tất cả: chữ đầu lại dùng

luôn âm vần của chữ thứ hai để phiên âm ra giọng đọc của chữ cần tra cứu.

Ví dụ: phát âm chữ "Thiên 天" là dùng chữ "Tha-Tiền 他前". Với cách đánh vần chữ "Tha 他" dùng luôn âm "iên" của chữ "tiền 前" thì sẽ được Tha-iên → Thiên: 天 = 他前.

Hai phương pháp "phản" và "thiết" trái ngược nhau nhưng nhập chung lại thì cách nào cũng được và gọi chung là phương pháp phản-thiết để phiên âm.

Nhờ cách phiên âm phản-thiết của Hứa Thận, cho nên người ta có thể căn cứ vào cách đọc của Thuyết văn để phục nguyên âm đọc Hán ngữ cổ và cách giải tự trong Thuyết văn trở nên có nhiều đóng góp cho việc khảo cứu ngôn ngữ học. Đời nhà Thanh có bốn học giả nổi tiếng đã nghiên cứu và hiệu đính sách Thuyết văn. Có hiện tượng "không bình thường" là khi dùng chữ Hoa ngày nay để đọc "Hán ngữ" cổ thì khó khăn, không thích hợp còn dùng tiếng Việt để đọc chữ Hán cổ lại dễ dàng. Từ đó rút ra kết luận: đọc Thuyết văn theo tiếng Việt thì đúng, mà đọc theo tiếng Hoa thì sai vì không hoặc khó lòng phiên âm đúng.

Chính vì tiếng "Hoa" không đọc nổi Thuyết văn giải tự cho nên các đời sau nầy khi biên soạn lại sách Thuyết văn, người ta thêm vào cách phiên âm "mới" hơn so với thời cổ. Dù là như vậy nhưng những âm Trung cổ đại lại một lần nữa cũng gần với âm Việt hơn là tiếng Hoa ngày nay. Chúng ta có thể nhận ra những phần phiên âm theo cách "phản-thiết" mà người đời sau thêm vào. Khi đọc sách Thuyết văn, thấy đã có hướng dẫn cách đọc chữ của Hứa Thận rồi mà lại có thêm ba chữ "X X thiết" nữa là bản được soạn lại! Bản nào được biên soạn vào đời nhà Thanh thì có thêm phần "XX thiết," đọc theo tiếng quan thoại-phổ thông được.

Liệu có còn bản chính của Thuyết văn do Hứa Thận thời nhà Hán viết ra không? Không! Bản Thuyết văn xưa nhất hiện thời, cho dù được gọi là "nguyên bản," được chụp hình đăng lên Internet hay in thành sách thì cũng là bản được biên soạn vào thời nhà Tống!

Nhưng dù sao đi nữa, sách Thuyết văn có giá trị là nhờ nó giữ được nhiều nguyên văn cổ xưa của Hứa Thận và nhiều điển tích trong những lời giải thích. Đồng thời sách cũng đưa ra quy tắc "chữ viết cùng một bộ thì phát âm giống nhau" v.v... Tôi nhận thấy, đọc Thuyết văn theo tiếng Hoa-quan thoại thì không phiên âm được chữ như chú dẫn của Hứa Thận còn khi đọc theo các tiếng Việt thì đọc đúng! Điều này chứng tỏ *sách thuyết văn được viết để đọc chữ thời Hán, khi đó còn đọc theo âm Việt mà chưa bị biến đổi đi như ngày nay.*

Ví dụ:

- Chữ 夏, tiếng Hoa ngày nay đọc là "Xia". Thuyết văn ghi: 夏 : 中 國之人也. 從 夊從頁從��. ��,兩手. 夊,兩足也. (Hạ: Trung Quốc chi nhân dã. Tùng xuôi tùng hiệt tùng cúc. Cúc, lưỡng thủ. Xuôi, lưỡng túc dã. Hồ nhã thiết. Nghĩa là: Hạ 夏: người Trung Quốc vậy. Viết theo 夊 xuôi theo 頁 hiệt theo cúc. Cúc, hai tay (cúc: khép, chấp 2 tay). Xuôi, hai chân vậy. Hồ nhã thiết.

- Phiên âm theo cách phản: Hồ nhã = Hà nhỗ, âm : "Hạ"

- Phiên âm theo cách thiết: Hồ-nhã = Hồ-a-ha, âm: "Hạ".

Một đoạn ngắn nêu trên khi tra chữ Hạ 夏 cho thấy thời cổ đại cho đến Hán triều thì chữ 夏 xia của tiếng Hoa bây giờ, ngày xưa đọc là "Hạ". Như vậy rõ ràng là dùng tiếng "Xia" khi tra Thuyết văn là trật, là không thích hợp. "Hồ nhã" không bao giờ phiên âm ra thành "Xia". Đọc theo tiếng Hoa-quan thoại thì "胡雅 (Hủa + yã)" không thể nào đánh vần ra "Xia" theo cách "phản và thiết". Cũng nhờ phần chú thích giải tự thì biết được ngày xưa khép tay, khoanh tay, hay chắp tay gọi là Cúc và hai chân xuôi thì viết là 夊 xuôi.

Bây giờ ta thử xét một vài chữ có cách đọc khó và lạ xưa nay: chữ Bôn 譒

譒也。从言番聲。《商書》曰："王譒告之."
補過切 譒 Boa - dã. Tùng ngôn bàn thanh. (Thương thư) viết: "Vương bôn cáo chi". Bổ qua thiết, là " Bổ-ua=bua".

Bua (Bổ qua thiết là phiên âm của đời sau). Nguyên văn của Thuyết văn là "ngôn-bàn thanh 言番聲." = Bôn.

Bây giờ người ta đọc chữ Bôn (bua) 譒 là "Phiên" hay là "Phồn". Đọc là "phồn" thì còn hợp với Thuyết văn đã ghi là "ngôn, bàn thanh". Bôn hay Phôn hay Phồn giống nhau, chỉ là đọc giọng nặng nhẹ khác nhau theo từng miền. Người ta đọc 譒 phiên theo âm chữ ghép bên phải là "phiên 番"; cách đọc "phồn 譒" là vì ghép vần 番 phiên và 言 ngôn. Nhưng thời xưa lại đọc chữ 番 phiên là "bàn 番".

Xin giải thích thêm: 譒 vết tích của âm "Boa", còn được dùng trong tiếng Triều Châu - Mân Việt ngày nay. Hiện giờ tiếng Triều Châu vẫn gọi "bàn chân" là "kha-bóa" (Kha là kẳng/cẳng, Boa là bôn/bàn, bàn là bàn tay, bàn chân). Từ nguyên văn "tùng ngôn "bàn" thanh" của Thuyết văn thì chúng ta biết được ở thời Cổ đại đọc là "Bôn, Bồn, Bàn", đến thời Trung cổ người ta "biên soạn" lại Thuyết văn thì thêm vào "Bổ qua thiết = Bua = Boa" phù hợp với "kha-boa (bàn chân)", bên tiếng Triều Châu còn dùng cho đến ngày nay. Âm của các "Nho gia" từ từ biến thành "Phiên - như tên của nước "Thổ Phiên" hay "Phồn - tức là nước "Thổ Phồn".

"Phiên" hay "Phồn" có sau và được dùng cho đến ngày nay. Người ta lại đặt tên gọi đó là "từ Hán-Việt"! Tên gọi là gì cũng được, điều rõ ràng là "Hán-Việt" của "phiên" hay "phồn" có sau, còn chữ Nôm "bóa" "boa" "bàn" mới là có trước và đã được ghi trong sách Thuyết văn. Cho nên nếu nói rằng "bàn" là "Nôm" thì rõ ràng là Nôm có trước.

Dưới đây sẽ xét đến âm chữ Bàn trong Thuyết văn:

番:獸足謂之番。从采;田，象其掌。附袁切
Phiên: Thú túc vị chi phiên. Tùng thể; điền, tượng kỳ chưởng. Phù viên thiết.

Phiên: Chân thú gọi là phiên, viết theo thể; theo điền, như là chưởng (chưởng: bàn, bàn tay).

Phần trên là tôi phiên dịch theo "đa số" hiện giờ! Và "phù viên thiết" cũng là do đời sau thêm vào mà phiên âm như vậy, chứ thật ra thì đoạn văn trên phải phiên dịch là "Bàn: thú túc vị chi bàn, tùng thể; điền, tượng kỳ chưởng."

Đây là vết tích của chữ Phiên 番 trước và ngay thời Hán, vào lúc ông Hứa Thận còn sống thì đọc là Bàn. Cho nên còn cách giải nghĩa phần nầy như sau: { Bàn番: Thú túc gọi là Bàn. Theo (thể) 釆 bẻ ; (Điền) 田 đàn, tựa như cái chưởng. Bàn: chân thú gọi là bàn (bàn chân), viết theo bẻ 釆 (thể) và đàn 田 (điền), tựa cái bàn (tay, chân)...} Vì sao lại "diễn nôm" như vậy? Vì Thuyết văn đã viết đây là "ngôn - bàn thanh" (Chữ bẻ - thể quá đặc biệt! "thể" là "hái" là "bẻ"). Tiếng Triều Châu đọc là "bboi" hay "bbé" hay "tiaé", tiếng Quảng Đông là "chsỗi", tiếng Bắc Kinh là "chsài". Chsổi hay chsài y như đọc "thể" không chuẩn mà thành "chsể, chsề", còn "thể" đọc không chuẩn qua vần "T" sẽ thành "tể" hay "Tiae" ; "bbé" hay "bẻ" là giống nhau. Xin hỏi ai là chuyên gia về Hán-Nôm thì những âm của một chữ "đặc biệt" như vậy, âm nào là "Hán", âm nào là "Nôm" và chữ Hán có trước hay là Nôm có trước?

Điều thú vị khi nghiên cứu Thuyết văn giải tự của Hứa Thận để phục nguyên cổ Hán ngữ thì thấy rõ phát âm thời Tần và Hán giống như tiếng nói Việt Nam và Quảng Đông (Việt), Phước Kiến-Triều Châu (Mân-Việt) ngày nay; đồng thời cũng phát giác những biến âm đã khác tiếng Việt thời cổ đại mà các phương ngôn Việt Nam, Quảng Đông, Triều Châu còn giữ được. Ví dụ tiếng Việt Nam còn giữ được tiếng "bàn" tay, "bàn" chân; Triều Châu giữ được "boa-boá" hay là "póa" Trung cổ đại mà thời Hán đã được ghi lại trong "Thuyết văn". Biến âm của Bàn-bồn-bôn/ tùng "ngôn" "bàn" thanh trở thành bua-boa-bóa-poá, trở thành "biên" rồi thành "phiên" và "phồn"! Thực ra thì từ "bàn-bèn" biến thành "biên, bua, phàn, phền, phồn, phiên v v..." đó là quy luật biến âm thường tình của ngôn ngữ theo miền và theo thời đại. Cổ âm xưa là Bàn, Giáp cốt-kim văn đã vẽ rõ chữ nầy bằng hình bàn chân thú. Ngày nay chỉ có tiếng Việt Nam còn dùng "bàn" là "bàn tay - bàn chân" thì rõ ràng là tiếng Việt Nam còn giữ được âm cổ xưa nhất, và cũng là một minh chứng giọng "Nôm" của chữ "Nôm" là có trước.

Cổ văn vẽ chữ tượng hình: 番 phiên là "bàn - 番", chữ xưa là tượng hình, vẽ "chữ phiên" là bàn chân thú có móng vuốt. Ngày nay đọc 附袁切 phù viên thiết" thì làm sao đúng với ngày xưa? Nếu đọc là "bùa vang- 附袁" là "bàn (vua)" thì hoàn toàn đúng là "bàn" như chú thích trong Thuyết văn vậy! Bởi vì chính chữ "bùa" của bùa chú là chữ bùa (附) đó thôi.

- Xét thêm: Thảo bộ 艸部繫 kỷ (hệ) 狗毒也 cẩu độc dã 从艸繫聲 tùng thảo kỷ (Hệ) thanh. 古詣切 Cổ chỉ thiết.

Cổ chỉ (nghĩ) kỷ, ngày nay dùng chữ nầy cho ý nghĩa "liên kết", mà có khi hai chữ "liên kết" lại đọc là "liên hệ 繫". Thật ra thì xưa Trung Cổ ghi là "古 詣 cổ nghĩ = kỷ" và biến âm "kỷ" thành ra "kết" nhưng sau nầy thành ra "hệ" như ngày nay. Ngày xưa đọc chữ "詣 chỉ" là "nghĩ 詣": Ngôn 言 chỉ 旨 = nghĩ và phiên âm là 五計 / Ngũ kế. Phân tích kỹ lưỡng lời trong Thuyết văn sẽ thấy rõ là "nọc độc của chó gọi là "cẩu kỷ (nọc độc)" và "Tùng thảo kỷ thanh" lại là viết theo bộ thảo 艸 với là âm "kỷ hay kỳ". Vì tiếng xưa không cố định thanh sắc, huyền, hỏi, ngã, nặng nên âm "kỳ" gần với "kề" và hoàn toàn phù hợp với "liền kề" cũng có nghĩa tương tự như "liên hệ". Qua khảo cứu kỹ lưỡng, sẽ có đủ lý do để phục nguyên chữ Nôm cổ đại "kề 繋" đã có trước âm "hệ" quá mới, và âm "kỳ" với "kết" cổ đại vẫn có sau âm "kề". Vậy: "liền kề" là có trước "liên hệ"

Ngôn bộ 言部 詣 nghĩ (chỉ) 至也 chí dã。从言旨聲 tùng ngôn kỷ thanh。五 計 ngũ kế = nghễ 切 . Từ khảo cứu nầy thấy "thánh chỉ" thời Cổ đại gọi là "thánh nghĩ", đến thời Trung cổ là "thánh nghễ" cho nên phiên âm là "Ngũ Kế" = Nghễ, ngày nay là "chỉ."

Chỉ bộ 旨部 旨 kỷ 美也 mỹ dã。从甘匕聲 tùng cam tỉ thanh; âm cam theo tỉ thanh là "kỷ". 凡旨之屬皆从旨 phàm chỉ chi thuộc giai tùng chỉ 職雉切 chức thị = chỉ (biến âm thành chỉ): xưa đọc là "kỷ" vì là "cam" với "tỉ thanh". Nay đọc là "chỉ"

Tỷ Bộ 匕部 匕 tỷ 相與比敘也 tương dĩ tỉ tự dã。从反人 Tùng phản nhân (cách viết như chữ nhân 人 bị lộn ngược (匕) 。亦所以用比取飯. Tỷ, diệc sở dĩ dụng tỉ thủ phạn - "tỷ" có thể dùng để đựng cơm. Tiếng Việt ngày nay còn dùng "kỷ" trà, kỷ đựng trầu cau. 一名柶 (nhất danh mứ/máng) còn gọi là "mứ" (hay là "máng" ngày nay). Ngày nay tiếng Triều Châu vẫn dùng chữ "tỷ-đọc thành Teaá" là cái "chảo" để chiên cơm, còn tiếng Việt Nam thì lại dùng "máng" là "máng" đựng thức ăn cho gia súc như cái "máng" dùng cho heo ăn. 凡匕之屬皆从匕 phàm tỷ chi thuộc giai tùng tỷ. 卑履切 ty lý thiết (ty lý = âm "tí-tỉ") → "匕 tỷ" có sau, nên được giải thích rõ là còn gọi là "mứ/ máng".

Mộc bộ 木 部 柶 Tỷ (mứ, máng) si4《禮 lễ》有柶 hữu tư. 柶 tứ (mứ), 匕也 tỉ dã。从木四聲 (tùng "mộc" " tứ" thanh) âm cổ là theo mộc, với "tứ" thanh, tức là "mứ" hay "máng", cái "máng" đựng thức ăn, cái "máng" hay cái "mứ" hay cái "tỷ", cái "kỷ" lại là dùng để đựng thức ăn trong dịp lễ 禮. 息利切 tức lị = tỷ (利 đọc là "lị", chỉ đến khi có vua tên Lê Lị thì kỵ húy nên lị mới đổi đọc thành lợi). 从木四聲 Tùng mộc tứ thanh: mộc + tứ là "桝 mứ"/ máng là "chữ Nôm" có trước, âm "tỷ" có sau.

Ví dụ chữ "gần 近" ở Triều Châu đọc là "gìn/ kìn 近", ở Phiên Ngung đọc là "khạnh/ cạnh 近", ở Bắc Kinh đọc là "Jín 近", và thời nhà Đường nhiều nơi lại đọc là "cận 近"; chữ "tiệm 店" ở Triều Châu đọc là "tiệm 店", ở Quảng Châu đọc là "tiêm 店", ở Bắc Kinh đọc là "tiién 店", thời nhà Đường nhiều nơi lại đọc là "điếm 店". Gần-gìn, khạnh/cạnh với "jín" cũng chính là "gìn", cùng với "tiệm" "tiêm" "tiệm" "tiién"... Xin nhấn mạnh là riêng ở bên "tiếng Hoa" thì đã chứng minh và công nhận rằng tiếng Quảng Đông và Triều Châu là có trước tiếng Hoa-Bắc Kinh mấy ngàn năm. Như vậy cũng có nghĩa là chữ "gần/ cạnh" có trước chữ "cận hay jín" và "tiệm/ tiêm" có trước "tién" hay "điếm" của "Hán - Việt" vậy.

Chữ Nôm hay giọng Việt có âm "Nôm" là có trước Hán-Việt và có trước chữ Hán-Hoa.

Có thể kể ra thật nhiều trường hợp nữa nhưng tôi tạm dừng ở đây, vì muốn nói cho cùng, phải làm một công trình quy mô khảo cứu và dịch toàn bộ sách Thuyết văn. Nhưng để chứng minh chữ Nôm của người Việt có trước chữ Hán của người Hoa thì có lẽ cũng là đủ.

Thứ chữ mà tôi gọi là chữ Nôm thì nhiều người gọi là chữ Việt cổ. Không sao, chỉ là cách gọi. Một câu hỏi đặt ra: chữ Nôm có từ khi nào? Khảo cổ học cho thấy, 9.000 năm trước, tại Giả Hồ, ký tự được khắc trên mai rùa, hình tượng gần với chữ đời Thương. Như vậy, muộn nhất, cách nay 9.000 năm, nghĩa là 4.500 năm trước khi người Hoa Hạ ra đời, người Việt đã có chữ, được gọi là chữ Việt cổ. Tôi cũng như người Triều Châu, Việt Đông gọi đó là chữ Nôm, với nghĩa tiếng nói và chữ viết của người phương Nam. Như vậy, người Hoa Hạ đã dùng chữ Nôm của người Việt cổ phương Nam chế ra chữ Hán. Quá trình chuyển tiếp còn được ghi nhận vào đời Hán qua sách Thuyết văn giải tự. Với thời gian, trong thực tế sử dụng, chữ bị biến âm tới mức khác hẳn với cuốn từ điển gốc 2.000 năm trước. Trong khi đó, dù bị xâm lược và đồng hóa, các dòng người Việt vẫn âm thầm giữ chữ viết của tổ tiên mình, đó là hệ thống chữ Nôm, như một phản ứng chống sự đồng hóa và bảo tồn văn hóa của tộc Việt. Do mất đất đai và lịch sử nên người Việt không hiểu cội nguồn chữ viết của tổ tiên. Lớp hậu sinh khi thấy bên chữ Hán, chữ Quốc ngữ lại có chữ Nôm tá âm dựa vào chữ Hán nên trách lầm cha ông nhiêu khê, sao không dùng quách chữ Hán cho rồi lại sinh ra thứ chữ khó đọc khó học là chữ Nôm cho con cháu vất vả!

Khi tìm ra cội nguồn chữ Nôm, ta càng hiểu sức sống mãnh liệt của tộc Việt, càng cảm thông và kính phục cha ông mất bao trí tuệ và công sức bảo tồn cho chúng ta chữ của tổ tiên.

IV. Nhận định

Trình bày ở trên cho thấy, trên đất Trung Hoa,

văn tự hình thành từ rất sớm và liên tục. Từ ký tự cổ nhất tìm được ở Bán Pha cho tới văn tự Giả Hồ, Chữ của tộc Thủy, chữ Cảm Tang, Giáp cốt văn Ân Khư...tuy từ đơn giản đến phức tạp nhưng là sự nhất quán nghiêm nhặt. Do sự nhất quán kỳ diệu đó mà từ cấu trúc của Giáp cốt văn, nhà chuyên môn đã giải mã được phù tự Giả Hồ, văn tế Cảm Tang và đặc biệt là đọc được văn bản trên bình gốm Bán Pha 12.000 năm trước. Sự nhất quán tuyệt vời như vậy chứng tỏ rằng, chúng do một chủ nhân duy nhất tạo nên.

Câu hỏi được đặt ra: ai là chủ nhân những văn tự tượng hình này?

Trong tài liệu của mình, học giả Zhou Jixu khẳng định:

"Lịch sử được ghi trong tài liệu truyền thống mà chỉ duy nhất tính đến việc người của Hoàng Đế đi vào trong thung lũng Hoàng Hà và phát triển văn minh ở đó. Những người đã sống trước đó và tạo dựng nền văn minh tiền sử huy hoàng của hai con sông (Hoàng Hà và Dương Tử) đã bị chìm sâu sau màn sương lịch sử. Họ đã bị loại trừ khỏi sử biên niên truyền thống, trong đó bao gồm hầu như tất cả các sách lịch sử Trung Quốc, từ Thượng Thư, kinh Thi đến Sử ký v.v..."

"Đây là một lịch sử mang xu hướng đảo lộn vị trí giữa chủ và khách. Một trong những lý do cho tình trạng này là sự đàn áp và loại trừ do phe đảng mạnh của Hoàng Đế. Các lý do khác là, trong khi các dân khác đã không sáng chế ra hệ thống chữ viết của mình thì các quốc gia của Hoàng Đế đã làm được; một trong số đó đã được người dân Trung Quốc sử dụng cho đến nay. *Những ký tự Trung Hoa cổ được ghi nhận chỉ hình thành và suy thoái trong dân tộc của Hoàng Đế thời cổ* (HVT viết nghiêng). Đó là lý do tại sao có sự chênh lệch lớn giữa các di chỉ khảo cổ khu vực Hoàng Hà, Dương Tử và các hồ sơ lịch sử truyền thống chỉ liên quan đến những ngày đầu của ngành nông nghiệp trong khu vực. Liên quan đến nền văn minh của "Hai sông Đông Á," được tạo ra bởi những người đến trước. Chúng tôi cũng có thể tìm thấy một số đáng kể thông tin từ những văn bản lịch sử mà có thể cùng xác nhận bởi những khám phá của khảo cổ và bằng chứng ngôn ngữ học lịch sử. Sự khác biệt trong lối sống, phong tục, ngôn ngữ giữa các cư dân bản địa và người dân của Hoàng Đế cung cấp cho chúng tôi thêm bằng chứng rằng người dân của Hoàng Đế đã chiếm đoạt một nền văn hóa đang tồn tại."

Như vậy, học giả Zhou Jixu cho rằng: "Trong khi các dân khác đã không sáng chế ra hệ thống chữ viết của mình thì các quốc gia của Hoàng Đế đã làm được; một trong số đó đã được người dân Trung Quốc sử dụng cho đến nay. Những ký tự Trung Hoa cổ được ghi nhận chỉ hình thành và suy thoái trong dân tộc của Hoàng Đế thời cổ"

Xin hỏi, điều đó có chính xác?

Phù hiệu trên gốm nhà Hạ không phải là văn tự. Kế tục nhà Hạ, suốt hơn 360 năm, từ Thành Thang đến Tổ Ất, già nửa thời gian của vương triều, nhà Thương không có chữ. Vậy do đâu mà khi di đô tới đất Ân, bỗng xuất hiện khối lượng chữ viết vừa nhiều vừa hoàn chỉnh như vậy? Nếu chữ viết do Thương Hiệt làm ra theo lệnh của Hoàng Đế thì sao mãi tới thời Ân mới xuất hiện? Chữ viết không phải do một người làm ra trong một sáng một chiều mà phải là quá trình lao động và sáng tạo của hàng vạn người trong hàng vạn năm. Như vậy, chữ tượng hình trên đất Trung Hoa không phải được ra đời vào thời Thương mà là kết quả sáng tạo từ rất lâu của những chủ nhân văn hóa Bán Pha, Giả Hồ, Cảm Tang... Nghĩa là, người Việt, chủ nhân tiền nhiệm của Trung Quốc, đã làm ra chữ, từ đơn giản đến phức tạp mà chữ Ân Khư là sự phát triển cao nhất! Khi tiến về phía đông chiếm đất Ân, nhà Thương không chỉ chiếm giang sơn mà còn chiếm đoạt văn tự, một sáng tạo lớn của người Việt.

Chúng tôi giả định kịch bản hình thành chữ Việt cổ như sau:

Làm ra chữ viết để ghi lại tư tưởng là khát vọng của loài người. Là tộc người có lịch sử lâu dài, từng là chủ nhân công cụ đá mới rồi phát minh nông nghiệp lúa nước, hơn ai hết, người Việt cổ thấy cần ghi lại tư tưởng của mình để truyền khối kinh nghiệm lớn lao cho hậu thế. Như được nói trong kinh Thư, tổ tiên người Việt đã từ những hiện tượng trong trời đất để chế ra chữ thắt nút, chữ hình chân chim, chữ nòng nọc, chữ hỏa tự... Trên những tảng đá ở Sapa, cùng với những hình vẽ ghi lại cảnh sinh hoạt của mình, người Việt đã phác họa ký tự tượng hình. Những ký tự tượng hình đầu tiên đã được người Việt di cư theo con đường tây bắc mang tới vùng Bán Pha. Cũng từ Sapa, chữ hình vẽ được mang lên nam Dương Tử, Quảng Tây và Giả Hồ. Tại đây, chữ được cải tiến và khắc trên xẻng đá, rìu đá. Tiếp đó, chữ được đưa lên vùng Hà Nam, thành chữ khắc trên yếm rùa và xương thú.

Vào Trung Nguyên năm 2700 TCN, người du mục phải đối mặt với hai vấn nạn là lũ lụt hàng năm của Hoàng Hà và cuộc chống trả dai dẳng của người bản địa. Vì vậy, những triều đại đầu tiên họ vẫn đóng đô ở bờ phía bắc đồng thời ra sức dánh dẹp các cuộc nổi dậy. Cố nhiên họ phải lo học tiếng Việt và nghề nông. Cũng lúc này, thế hệ con lai Mông – Việt ra đời, tự gọi là Hoa Hạ, dần dần thay thế cha ông lãnh đạo vương triều. Đến thời Thương, người Hoa Hạ được Việt hóa một cách triệt để, giữa người Hoa Hạ và người Việt gần như đã hòa đồng. Không chỉ Thành Thang là ông vua người Việt mà người dân nhà Thương cũng đã thấm nhuần văn hóa Việt, trong đó có tiếng Việt, tục thờ quỷ thần, bói toán. Việc bói toán chắc đã có từ trước thời vua Nghiêu với tích thần quy do Việt Thường thị tặng, trên lưng mang Hà đồ và Quy lịch. Do thế lực đã mạnh và nhờ trị thủy thành công nên Bàn Canh dời đô sang đất Ân, vùng mới chiếm được của người bản địa. Gặp ở đây nhiều gia đình quý tộc dùng chữ giáp cốt và tục bói toán, triều đình nhà Ân học theo và phát triển mạnh trong vương triều. Số bản văn giáp cốt lớn đến vậy ở Ân Khư, nhiều khả năng triều đình thu gom trong dân gian mang về, vừa để học tập vừa làm tư liệu tìm hiểu lịch sử, văn hóa, phong tục vùng mới chiếm được.

Rõ ràng là, không như ông Zhou Jixu nói: "Những ký tự Trung Hoa cổ được ghi nhận chỉ hình thành và suy thoái trong dân tộc của Hoàng Đế thời cổ."

Trên thực tế, cái gọi là "những ký tự Trung Hoa cổ" đã được người bản địa chế tác tại nhiều nơi, từ rất lâu trước khi người du mục vào Trung Nguyên. Một phần Giáp cốt văn Ân Khư là sự sáng tạo tiếp tục của người Việt cộng tác với trí thức Hoa Hạ.

Trên nền tảng kinh tế văn hóa phát triển của nhà Thương, triều Chu thực thi vương đạo, tôi trung, chúa thánh, mở ra thời kỳ rực rỡ nhất của văn hóa Trung Hoa cổ. Tiếp tục truyền thống triều Thương, nhà Chu vẫn dùng giáp cốt văn một thời gian. Nhưng sau đó chuyển sang dùng thẻ tre. Đây chính là thời kỳ mà những kinh điển vĩ đại trong lịch sử phương Đông được đúc kết.

Một vấn đề cần làm rõ: phải chăng từ đây sinh ra Thủy tự và Thủy thư?

Nhiều sách cho rằng:

"Tại thời Hạ, Thương, trong quần thể dân tộc Hoa Hạ bao hàm tổ tiên Thủy tộc." "Nhưng sớm nhất là thời kỳ Thương Ân đã có văn tự của tộc Thủy. Kể từ đó, như một kết quả của hai hoạt động đại di cư quốc gia, khiến ngôn ngữ văn hóa của Thủy tộc xuất hiện, do phân hóa từ một nguồn chung, sau đó hấp thu hồi nhập dần dần của hiện tượng này." "Các vương triều trung ương xác nhận Thủy tộc từ đầu, cũng là Thủy tộc diễn hóa thành dân tộc duy nhất kiện chứng trong lịch sử."

Từ "Lặc tuy" tiếng Thủy được giải thích: "Lặc, nguyên là cổ Hán ngữ; Tuy, tộc Thủy từ cổ chí kim tự cho là phát sinh từ lưu vực sông Tuy."

[水语称水书为"泐睢"。泐，源于古汉语，是母语

遗存：睢．是水族从古至今的自称读音．是发祥于睢水流域的烙印。*(Thủy nglữ xưng Thủy thư vi "Lặc tuy." Lặc. nguyên vu cổ Hán ngữ. thị mẫu ngữ di tồn: Tuy. thị Thủy tộc tòng cổ chí kim đích tự xưng độc âm, thị phát tường vu Tuy thủy lưu vực đích Lạc ấn)]*

  Đó là quan niệm chính thống của phần đông giới học giả Trung Quốc nương theo chủ nghĩa sô vanh đại Hán: Hoa Hạ là rốn vũ trụ. mọi thứ đều bắt đầu từ Hoa Hạ! Đến nay. kiểm định điều này trở nên quá đơn giản bởi chỉ cần khảo sát ADN của vài người Thủy. sẽ biết chính xác tổ tiên họ là ai. từ đâu tới. Trong khi chưa có được tư liệu như vậy, chúng tôi xin lý giải như sau:

  Các tài liệu dân tộc học cho thấy. tộc Thủy là di duệ của người Lạc Việt, chủng người đại đa số trong dân cư phương đông cổ. Truy nguyên. họ là bộ lạc "Chuối". trong tiếng Việt cổ. "chuối" cũng có nghĩa là "nước". Do vậy sau này, theo Đường âm. họ được gọi là "Thủy". Chính họ đồng tộc với chủ nhân của di chỉ Cảm Tang. Trong khi người Cảm Tang đưa chữ tượng hình lên Hà Nam và giữ lại trên những rìu. xẻng đá thì người Thủy tạo ra Thủy thư truyền cho con cháu. Từ cuộc xâm lăng của Tần Hán. trong khi phần lớn đồng bào của họ chịu sự cai trị của ngoại xâm mà biến đổi dần thành "người Hán" thì do ý chí độc lập cộng với điều kiện thiên nhiên. họ sống cô lập trong rừng núi. dần biến thành người thiểu số nhưng giữ được văn hóa trong đó có chữ và sách của mình. Hiện tượng thiểu số hóa dân cư Việt trên đất Trung Hoa xảy ra ở vùng núi phía nam Hoàng Hà bắt đầu từ cuộc xâm lăng của tộc Hiên Viên. Ngay từ thời ấy, nhiều bộ lạc người Việt, do không chịu ách áp bức của kẻ xâm lăng, đã vào rừng, dần biến thành các tộc thiểu số. Trong khi đó, một số bộ lạc vùng Quảng Tây, Quý Châu, nhờ sống cô lập thời gian dài nên đã giữ được văn hóa của tổ tiên, trong đó có tiếng nói và chữ viết.

Vì lẽ đó, có thể tin rằng, tộc Thủy là người Lạc Việt bản địa, bị thiểu số hóa từ sau thời Hán mà không phải từ Trung Nguyên xuống. Chữ Thủy chính là chữ Việt, cũng gốc với chữ trên xẻng đá Cảm Tang.

Những điều trình bày trên cho thấy, từ "xuất thổ văn tự" tại Bán Pha, Giả Hồ, Cảm Tang, Ân Khư tới "văn tự hóa thạch sống" của tộc Thủy đều là sản phẩm của người Việt, những dân cư đông đảo, từ Việt Nam đi lên và sống nhiều vạn năm trên đất Trung Hoa. Không những thế, từ văn tự Trung Hoa hiện đại càng có nhiều hơn cơ sở để chứng minh rằng, nó được người Việt làm ra để ký âm tiếng Việt

Tài liệu tham khảo:

1. *Origin of the Chinese Script* http://www.chinavista.com/experience/hanzi/hanzi.htm

2. *Archaeology of Writing* .www.geocities.com/cvas.geo/china.html:
3. Theo tin của Lí Nhĩ Chân đăng trên website news.xinhuanet.com January 03. 2012
4. 甲骨文 http://baike.baidu.com/view/8170.htm6.
5. 水书 http://baike.baidu.com/view/95537.htm

CHƯƠNG VIII

HAI NỀN VĂN HÓA TRÊN ĐẤT TRUNG HOA

Tại văn hóa Giả Hồ, người ta phát hiện ra trong một bình gốm, hương rượu gạo dầm mật ong và táo gai. Từ hương thơm vương qua 9000 năm, người Mỹ đã chế ra thứ rượu vang xa xưa ấy! Rượu nấu từ gạo nhưng rượu không còn là gạo mà là hồn cốt của gạo được thăng hoa. Do là tinh hoa, là hồn cốt... nên rượu không dễ nắm bắt và lại càng không dễ thưởng thức. Văn hóa cũng như vậy.

Đồng thay đá rồi sắt thay đồng... nhân loại từng bước đi lên trên nấc thang tiến hóa để hôm nay, dưới mái nhà chung Trái đất, các dân tộc hòa đồng trong văn minh điện tử. Tuy nhiên, có một điều rõ ràng, dù văn minh có chung thì dân tộc vẫn riêng, dân tộc này không lẫn với dân tộc khác. Cái gì là dấu ấn để mỗi dân tộc vẫn là mình? Nói cách khác, cái gì làm nên một dân tộc? Đó chính là văn hóa, cái cuối cùng mà khi nó mất đi thì một dân tộc không còn là mình nữa! Ngày nay, nhiều người nhận ra rằng, văn hóa không chỉ là bản sắc mà còn là vận mệnh của dân tộc, là mũi tên chỉ đường dẫn dắt dân tộc trong cuộc hành trình gian nan tới tương lai.

Tuy nhiên, văn hóa không tự nhiên mà có. Nó chỉ xuất hiện khi cộng đồng đạt tới tiến bộ nhất định trên đường tiến hóa. Người phương Tây gọi trồng trọt là culture và sau này, culture cũng được dùng để định nghĩa văn hóa. Như vậy là văn hóa chỉ được sinh ra cùng với trồng trọt. Tuy sinh sau nhưng rồi văn hóa trở thành nhân tố quan trọng nhất dẫn dắt dân tộc. Có điều ít ai nghĩ tới, là khi chưa có văn hóa thì cái gì dẫn dắt cộng đồng? Ít nghĩ tới vì khi chúng ta sinh ra thì văn hóa đã có rồi, hiển nhiên như trăng sao, gần gũi như khí trời, đến độ ta không hề nghĩ từ đâu có văn hóa! Nhưng đó là điều không thể không biết nếu muốn đi tới tận cùng lịch sử.

Từ 70.000 năm trước, sau hành trình dài về phía mặt trời mọc, người tiền sử đặt chân tới đồng bằng Hainanland, là thềm Biển Đông của Việt Nam hôm nay. Do điều kiện tự nhiên chi phối, con người sống định cư và sớm hình thành xã hội. Và cũng do vậy mà sớm biết thuần dưỡng cây kê, cây lúa, nuôi gà, nuôi chó, nuôi lợn... Sống định cư và làm nông nghiệp lúa nước, người Việt buộc phải quan tâm tới sự tác động của mặt trời, trăng, sao, nắng, mưa, nóng, lạnh, bão gió... tới cuộc sống của mình và cây trồng, vật nuôi mình chăm sóc. Từ đó, rút ra kết luận, *con người chỉ có thể tồn tại trong mối quan hệ hài hòa giữa các yếu tố khác nhau của thiên nhiên.* Điều này tạo nên cho người phương Đông thói quen *tư duy tổng hợp hay còn gọi là tư duy chủ toàn*, là sự nhận biết nhanh mối liên quan giữa các yếu tố khác nhau của môi sinh.

Mặt khác, nghề nông sớm hình thành dẫn tới vai trò quan trọng của người mẹ, người phụ nữ trong thị tộc. Có thể nói, hai đặc điểm trên là yếu tố di truyền quần thể (fenotype) sớm xuất hiện và làm nên bản sắc của văn hóa phương Đông. Khi di cư sang châu Mỹ, người

Việt đã mang theo hai tập tính đó. Điều này đã được nhà nhân học lớn Levis Strauss viết trong cuốn Nhiệt đới buồn: "Người thổ dân Caduevo phía bắc Canada có thói quen tôn trọng phụ nữ và sự hài hòa giữa các yếu tố khác nhau của môi trường, giống với người phía nam Trung Quốc."

Từ phương thức tư duy tổng hợp, người Việt nhận ra vũ trụ được làm nên bằng hai yếu tố *Yn* và *Yang* tức Âm và Dương: "Nhất Âm nhất Dương chi vị đạo." Âm là tĩnh, tiêu cực. Dương là động, tích cực. Tuy động tĩnh, tích cực, tiêu cực là trái ngược nhau nhưng cả hai không tách rời mà thống nhất hài hòa trong cùng một sự vật. Ngay trên những công cụ đá mới nguyên sơ nhất, ta đã thấy người Hòa Bình khắc lên đó hai vạch song song mà khảo cổ học gọi là *dấu Hòa Bình*. Đó là dấu ấn mã hóa tư tưởng khởi nguyên của vũ trụ quan Việt: Vũ trụ tồn tại trong sự hài hòa giữa Âm và Dương, hay là sự song trùng lưỡng hợp. Từ nền kinh tế sung túc và chiều sâu minh triết như vậy, cho tới 3000 năm TCN, người Đông Á đã đạt tới nền văn hóa nông nghiệp phát triển rực rỡ nhất thế giới. Nhưng hơn 2000 năm nay, tinh hoa của văn hóa đó lại nằm trong những Kinh, Thư của các thánh nhân Trung Hoa khiến cho không chỉ người Đông Á mà cả nhân loại tin rằng, nền minh triết ấy được nảy sinh từ Trung Hoa rồi ban phát cho các dân tộc khác.

Nửa thế kỷ trước, từ đào sâu nghiên cứu văn hóa phương Đông, qua khảo cổ học, qua lịch sử và giải mã truyền thuyết, triết gia Kim Định khám phá ra rằng, do chiếm lĩnh Trung Hoa trước nên người Việt đã xây dựng trên đất Trung Hoa nền văn hóa nông nghiệp lúa nước nhân bản và minh triết mà ông gọi là Nho nguyên thủy hay Việt nho. Chiếm giang sơn của tộc Việt, người Hoa Hạ đã học văn hóa Việt để rồi các thánh nhân như Chu Công, Khổng Tử tổng kết thành những Kinh, Thư. Nhưng rồi, do bản chất du mục, tới khúc quanh lịch sử, người Hoa đi theo con đường văn minh du mục của tổ tiên nên làm sa đọa Việt nho, trở thành Nho giáo xu phụ vương quyền, đàn áp người bình dân và phụ nữ, mở rộng xâm lăng các nước láng giềng. Vì vậy, nền văn hóa Đông Á hiện tại lẫn lộn giữa Nho nguyên thủy và Nho giáo suy đồi. Nhiệm vụ của hôm nay là phân biệt, là tách biệt hai thứ Nho ấy để xây dựng văn hóa cho thế giới tương lai. Vì vậy, ở đây, trước khi đi sâu vào văn hóa Trung Hoa, chúng tôi trình bày những nét cơ bản của Việt nho.

I. Việt nho, nền văn hóa nguyên thủy của phương Đông

Trong những ngụ ngôn nổi tiếng của Aesop có câu chuyện Aesop thách đố đối phương tách nước sông khỏi nước biển. Cố nhiên đối phương của ông thua cuộc. Hơn 2000 năm nhân loại đã thua khi thừa nhận, nền văn hóa vĩ đại của Trung Hoa là sản phẩm của duy nhất dân tộc Hán. Chỉ với thiên tài trác tuyệt của mình, triết gia Kim Định, lần đầu tiên chỉ ra rằng, nền văn hóa Hán được bắt đầu bằng văn hóa của tộc Việt, người chủ đầu tiên của đất nước Trung Hoa. Đấy là vấn đề không chỉ quá mới mà còn có vẻ ngược đời, nên nửa thế kỷ trôi qua, nó vẫn xa lạ với phần đông nhân loại. Do vấn đề quá lớn, ở ngoài phạm vi cuốn sách nên ở đây chúng tôi chỉ đề cập những nét chính yếu.

Theo triết gia Kim Định, Việt nho mang những đặc tính sau:

1. Quan niệm về vũ trụ tham thiên lưỡng địa.

"Nhất âm, nhất dương chi vị đạo": Âm và Dương đó là đạo! Đạo ấy là bản thể và sự vận hành của vũ trụ. Đúng là Âm và Dương làm nên đạo. Nhưng cái "đạo" đang lưu hành trong vũ trụ là bao nhiêu Âm cùng với bao nhiêu Dương? Nếu là cân bằng tĩnh một Âm (-1) + một Dương (+1) thì vũ trụ triệt tiêu, không tồn tại! Trên thực tế, vũ trụ vận hành theo chiều hướng đi lên, tích cực, có nghĩa là Dương chiếm ưu thế. Nhưng ưu thế tới mức nào? Người phương Đông khôn ngoan đã nhận ra Âm và Dương vận động hòa hợp trong phạm vi con số 5: Dương + Âm = 5 = con số vũ trụ! Nhưng vấn đề đặt ra là, trong con số vũ trụ đó, Dương bao nhiêu và Âm bao nhiêu? Chỉ có 2 đáp án: hoặc Dương 4, Âm 1 hoặc Dương 3, Âm 2! Đó là hai cách lựa chọn của con người cho sự phát triển. Minh triết phương Đông nhận ra 3 Dương + 2 Âm là con số vàng của vận hành vũ trụ. Cuộc sống là đi lên, là tăng trưởng, là Dương nhưng trong đó phần của Dương, của Trời là 3 còn giành cho Đất, cho Mẹ 2 phần, sẽ đạt tới sự hài hòa cao nhất. Nhận thức ra bí mật lớn này của vũ trụ nhưng phương Đông không cứng nhắc nói "tam thiên nhị địa" mà ghi nhận theo minh triết "tham thiên lưỡng địa": đúng là 3/2 đấy nhưng không phải là tương quan toán học cứng nhắc mà là tương quan biện chứng: lúc 3 nhưng có khi du di lớn hoặc nhỏ hơn 3 chút ít, đảm bảo sự năng động của phát triển.

Quan niệm như vậy của phương Đông khác hẳn quan niệm phương Tây. Vốn từ những người săn bắt hái lượm trọng động, chuyển sang du mục cũng trọng động, phương Tây quan niệm về một phương thức sống năng động, triệt để khai thác thiên nhiên cùng cạnh tranh sinh tồn. Trong con mắt của người phương Tây, vũ trụ cũng như cuộc sống vận hành theo tỷ lệ Dương 4, Âm 1. Đó là sự phát triển nóng, dẫn tới Dương cực thịnh, Âm cực suy, cuối cùng là phá vỡ cân bằng của thiên nhiên, của xã hội, gây ra thảm họa cho thiên nhiên và con người.

2. Quan niệm nhân sinh: Nhân chủ, Thái hòa, Tâm linh.

Từ văn hóa nông nghiệp lúa nước quán chiếu nhân sinh cùng vũ trụ, người phương Đông thấy rằng, vũ trụ hợp thành từ 3 yếu tố: Thiên, Địa và Nhân, trong đó con người là trung tâm. Là chủ thể của vũ trụ, con người giữ quan hệ thái hòa với thiên nhiên vũ trụ cũng như với đồng loại. Và một khi con người đã Nhân chủ, Thái hòa như vậy thì đó là con người Tâm linh, cảm thông, linh ứng với những thế giới siêu nhiên khác.

3. Đạo Việt an vi.

Để sống được trong mối quan hệ như vậy với vũ trụ và đồng loại, con người cần thi hành đạo An vi. Trái với hữu vi là mọi hoạt động đều vì mối lợi nên tranh giành, chiếm đoạt. Trái với vô vi bị động, tiêu cực không ước mơ, không ham muốn, bàng quan, lánh đời... An vi là đạo sống tích cực hết lòng nhưng không phải do thôi thúc từ tư lợi mà do sự cần thiết của lợi ích chung.

Trong khi phương Tây làm việc và sáng tạo vì lợi ích cá nhân thì phương Đông cũng làm việc, sáng tạo hết mình vì lợi ích chung trong sự đam mê của niềm vui và danh dự.

4. Bình sản

Ba hạt nhân trên sở dĩ tồn tại được là do đứng trên cơ chế bình sản. Đó là cơ chế đảm bảo sự công bằng tối ưu trong phân chia thu nhập của cộng đồng. Không hề là chủ nghĩa bình quân vì không có ai toàn quyền phân phối của cải mà là bình sản nhằm đạt tới sự công bằng tương đối về tài sản. Trong ký ức phương Đông còn ghi lại cách phân chia tài sản thời cổ, đó là tỉnh điền: Cộng đồng chung tay vỡ khu ruộng, người ta cố làm cho ruộng vuông vức, sau đó chia làm 9 phần đều nhau. Tám gia đình cày cấy 8 phần xung quanh đồng thời chung tay chăm sóc phần ruộng giữa, gọi là ruộng giếng (tỉnh điền). Phần thu hoạch từ "tỉnh điền" được nộp vua. Sau này, cơ chế bình sản được chuyển sang hình thức công điền. Đến trước năm 1945 ở Việt Nam vẫn còn 20% công điền, ba năm một lần làng chia cho người nghèo cày cấy.

Trong sự đa tạp của văn hóa phương Đông hôm nay, việc qua *kính chiếu yêu* nhìn ra bốn thuộc tính trên của văn hóa Việt nho là đóng góp lớn của triết gia Kim Định. Nhờ sự phân biệt, nhờ tìm ra ngọn nguồn này, thế hệ tương lai sẽ xác định được mục tiêu để phục hưng văn hóa phương Đông, dẫn dắt nhân loại trên đường đi tới.

II Tồn tại hai nền văn hóa

Bốn yếu tố kể trên là hạt nhân minh triết của văn hóa nông nghiệp Việt tộc. Vấn đề đặt ra là trên đất Trung Hoa, văn hóa đã hình thành và phát triển như thế nào?

Ta thấy rằng, các nền văn hóa đá mới trên đất Trung Hoa có chung đặc điểm là, sống định cư, trồng trọt là chủ yếu, kết hợp với chăn nuôi và săn bắn. Cùng có một bộ dụng cụ đá mài chuẩn với rìu, búa, xẻng, cuốc, đục, dao, liềm, bàn nghiền và những dụng cụ canh tác bằng xương. Đồ gốm gồm có chậu, vại, chén, cốc, nồi, bình… tuy ít nhiều khác nhau về phong cách nhưng cùng được chế tác bằng đất sét trộn thêm than hay trấu. Ở những di chỉ lớn còn có lượng đáng kể đồ trang trí bằng ngọc, ngà. Như vậy, có thể nói, văn hóa đá mới ở Đông Á nói chung và trên đất Trung Hoa nói riêng, là nền văn hóa thống nhất, hay nói cách khác, là cùng một nền văn hóa.

Nhưng văn hóa thời kỳ đồ đồng có sự khác nhau giữa trung lưu Hoàng Hà và phần còn lại của Trung Quốc. Tại những di chỉ văn hóa đồng ở Trung Nguyên, phát hiện thấy những khí cụ đồng mô phỏng công cụ thời đồ đá. Đó là những chiếc lịch, chén uống rượu và phổ biến hơn cả là rìu đồng, búa đồng. Rìu búa bằng đồng thay thế cho rìu, búa bằng đá. Vừa là công cụ canh tác, búa và rìu đồng còn là vũ khí hiệu quả. Nhưng rìu và búa cũng là phủ việt, biểu trưng cho uy quyền của thủ lĩnh và vương quyền. Bên cạnh đó, tại đây xuất hiện những vạc đồng, đỉnh đồng trong vai trò vừa là thờ khí vừa biểu trưng cho uy quyền của thủ lĩnh. Rõ ràng là văn hóa thanh đồng đã kế thừa truyền thống từ văn hóa đá mới đề cao vài trò cây búa. Nét khác biệt rõ ràng của văn hóa Trung Nguyên với khu vực còn lại là đồ đồng ở đây chỉ pha thiếc, trong khi đó, đồ đồng ngoài Trung Nguyên của Văn Lang, Ba Thục ngoài thiếc còn có chì. Đáng chú ý là tại khu vực này xuất hiện vết tích những bánh xe bằng gỗ, công cụ đặc trưng của văn minh du mục. Điều này nói rằng, ở thời kỳ đồ đồng, vùng trung du Hoàng Hà xuất hiện yếu tố văn minh du mục.

Trong khi đó, ở những khu vực còn lại của Trung Hoa, công cụ đồng về cơ bản cũng giống với Trung Nguyên, nghĩa là phần lớn mô phỏng công cụ thời đồ đá nhưng cây gươm thay cho cây búa trong vai trò vũ khí ưu việt. Đặc biệt là xuất hiện trống đồng, một khí cụ thiêng liêng trong thờ cúng, đồng thời cũng là nhạc khí và là một thứ quyền trượng biểu trưng cho quyền uy của thủ lĩnh. Trong chế phẩm đồng, ngoài thiếc có pha thêm chì cũng là nét đặc trưng của phương Nam.

Qua đó, có thể thấy, sang thời đồ đồng, ở phương Đông hình thành hai nền văn hóa. Trong khi đại bộ phận vẫn là văn hóa nông nghiệp truyền thống thì tại thung lũng Hoàng Hà xuất hiện nền văn minh khác. Thử xem nền văn minh này là gì?

Khảo cứu mã di truyền của dân cư cùng lịch sử Trung Quốc, ta thấy:

Khoảng 2700 năm TCN một sự biến trọng đại xảy ra là cuộc xâm lăng của thị tộc Hiên Viên vào nam Hoàng Hà. Cùng sống trên lưu vực Hoàng Hà, người dân nông nghiệp phía nam hàng ngàn năm từng chịu nhiều cuộc cướp phá xâm lấn của dân du mục phương bắc. Với quyết tâm mở đường sống về phía nam, nhiều thị tộc người Mông Cổ đã liên minh thành lực lượng mạnh. Đại thắng ở trận Trác Lộc, quân Mông Cổ do tộc Hiên Viên dẫn đầu, vào chiếm cao nguyên Hoàng Thổ, lập vương triều Hoàng Đế.

Truyền thuyết trung Hoa cho rằng Hoàng Đế nằm trong liên minh bộ lạc do Viêm Đế lãnh đạo. Khi mạnh lên, Hoàng Đế đánh bại Viêm đế ở Phản Tuyền, giành vị trí bá chủ liên minh. Sau đó, Si Vưu trong bộ lạc Viêm Đế làm phản. Hoàng Đế xuất quân tiêu diệt Si Vưu tại Trác Lộc. Truyền thuyết có nói Hoàng Đế và Viêm Đế là anh em và người Trung Hoa là Viêm Hoàng tử tôn... Trong truyền thuyết có một phần sự thật là trận Trác Lộc phía nam Hoàng Hà và người Hoa Hạ đúng là hậu duệ của Viêm Hoàng. Nhưng lại có những điều được biến chế theo tâm lý người đời nhằm một xu hướng nào đó.

Thực tế cho thấy, phía nam Hoàng Hà là nơi cư trú lâu đời của người Việt, thường xuyên bị người Mông Cổ du mục ở phía bắc cướp phá, xâm lấn. Trác Lộc là trận đánh tàn khốc. Sau chiến thắng, người Mông Cổ vào chiếm cao nguyên Hoàng Thổ, lập vương triều Hoàng Đế. Hoàng Đế trị vì từ 2697 đến năm 2599 TCN rồi truyền cho Thiếu Hạo (2598 - trước 2525); Thiếu Hạo truyền cho Chuyên Húc (2514 - 2436 TCN) còn được gọi là Thiên Đế ở phương Bắc, tên là Cao Dương. Chuyên Húc truyền cho Đế Khốc (2412 - 2343 TCN). Đế Khốc truyền cho Đế Nghiêu (2337 - 2258 TCN) rồi Nghiêu truyền cho Thuấn...

Nhìn phả hệ trên, thấy một điều không bình thường: từ một thủ lĩnh du mục chuyên cưỡi ngựa, bắn cung xung trận để xâm chiếm, cướp đoạt ở bờ bắc thì khi xuống phía nam Hoàng Hà hơn 300 năm, con cháu 4-5 đời sau trở thành ông thánh của văn hóa nông nghiệp! Một câu hỏi nảy sinh: điều gì làm nên sự thay đổi thần kỳ này? Có lẽ chưa ai đặt ra câu hỏi như vậy nên cũng chưa có lời đáp! Tôi cho rằng, có hai nguyên nhân. Điều dễ nhận hơn, đó là sự hòa huyết với dân bản địa để tạo ra lớp người mới Hoa Hạ. Nếu Hoàng Đế, Thiếu Hạo và Chuyên Húc là Mongoloid phương Bắc thì Đế Khốc đã là Mongoloid phương Nam của tộc Việt. Không chỉ sắc da đen của tổ tiên châu Phi mà cả cái tên cũng Việt, tên con chim cốc. Đế Nghiêu vì vậy càng Việt hơn. Có thể đã diễn ra một tình huống thế này: sau cuộc tiến quân của Hoàng Đế, nhiều bộ lạc du mục Mông Cổ tràn qua sông chiếm đất, sống xen kẽ với những làng Việt cứng đầu. Tất cả đều bành trướng đất của mình nên không lâu sau, một hàng rào được tạo lập, ngăn không cho người du mục từ phương bắc xâm lấn. Vì vậy, ở phía nam, trong thời gian dài không có thêm dân cư Mông Cổ. Và với nhân số ít ỏi trong cuộc xâm lăng, người Mông Cổ nhanh chóng bị hòa huyết thành chủng Mongoloid phương Nam, khiến nhân số người Hoa Hạ tăng lên, trở thành lực lượng lãnh đạo vương quốc.

Nguyên nhân thứ hai là người Hoa Hạ là Viêm Hoàng tử tôn - con cháu của Thần Nông Viêm Đế và Hiên Viên Hoàng Đế, được nuôi bằng sữa mẹ Việt cùng tiếng nói, lối sống, phong tục tập quán Việt. Do nhân chi sơ, tính bản thiện, người Hoa Hạ những thế hệ này thấm nhuần tính thiện lương của văn hóa Việt. Phẩm chất nhân bản Việt tộc kết hợp với tinh hoa văn minh du mục đã sinh ra những vị thánh như Nghiêu, Thuấn để tạo dựng thời Hoàng Kim trong lịch sử Trung Hoa. Sau Nghiêu Thuấn, tư tưởng của thời Hoàng Kim còn truyền qua Hạ, Thương và Chu, tạo nên văn minh Trung Hoa rực rỡ.

Trong chuyên luận của mình, học giả Zhou jixu nhận xét:

"Lịch sử được ghi trong tài liệu truyền thống mà chỉ duy nhất tính đến việc người của Hoàng Đế đi vào trong thung lũng Hoàng Hà và phát triển văn minh ở đó. Những người đã sống trước đó và tạo dựng nền văn minh tiền sử huy hoàng của hai con sông (Hoàng Hà và Dương Tử) đã bị chìm sâu sau màn sương lịch sử. Họ đã bị loại trừ khỏi sử biên niên truyền thống, trong đó bao gồm hầu như tất cả các sách lịch sử Trung Quốc, từ Thượng Thư, kinh Thi đến Sử ký vv... Đây là một lịch sử mang xu hướng đảo lộn vị trí giữa chủ và khách. Một trong những lý do cho tình trạng này là sự đàn áp và loại trừ do phe đảng mạnh của Hoàng Đế."

Đó là nhận định sâu sắc và thấu đáo. Nhưng muốn thấu hiểu một nhận định như vậy, cần phải khảo sát sự cố khác diễn ra hơn nghìn năm sau. Đó là cuộc xâm lăng của người Arian từ Ba Tư vào đất Ấn Độ. Là lực lượng thiện chiến hùng mạnh và văn minh, với chữ Sancrit, đạo Bàlamôn và xã hội phân chia đẳng cấp, người Arian thực hành cuộc hủy diệt dân Dravidian bản địa: chiếm đất, giết tróc, bắt thổ dân làm nô lệ, dồn họ xuống miền nam. Trong vùng đất chiếm được thì áp đặt đạo Bàlamôn, kinh Veda cùng uy quyền tối thượng của đẳng cấp tăng lữ đồng thời thực thi triệt để cấm ngoại hôn, giữ tinh khiết dòng máu Arian. Việc này đã làm thay đổi hẳn lịch sử và văn hóa Ấn Độ, biến tiểu lục địa thành xã hội dựa trên sản xuất nông nghiệp nhưng thượng tầng lại mang sắc thái điển hình của văn minh du mục, tạo sự phân cách sắc tộc, tôn giáo tàn khốc, dai dẳng suốt trong lịch sử.

Khác với người Arian, người Mông Cổ tuy thiện chiến nhưng số dân ít và văn hóa thấp. Điều quan trọng nữa là họ gần gũi về huyết thống với người bản địa. Khi vào đất của Bách Việt, họ gặp vùng đất mênh mông, kinh tế trù phú, người đông đảo, văn hóa cao, kháng chiến chống trả mãnh liệt. Vì vậy, kẻ xâm lăng rút ra cách hành xử thích hợp: không cần chiếm quá nhiều đất, không cần bắt dân làm nô lệ… Họ để cho người bản địa được cày cấy trên đất của mình trong việc chấp nhận đi lính, đóng thuế và lao dịch. Người Mông Cổ cai trị, buôn bán và làm công nghiệp. Do gần gũi về huyết thống, người Mông Cổ không ngăn cấm việc hôn nhân với dân bản địa. Và lớp con lai ra đời, tự nhận là người Hoa Hạ. Sống trong cộng đồng mà người Việt chiếm đa số, người Hoa Hạ đã học tiếng nói và văn hóa của người Việt đồng thời học phương cách cai trị của cha ông Mông Cổ. Lúc đầu, số lượng chưa nhiều, họ chưa có vai trò đáng kể trong xã hội. Sau Hoàng Đế và hai đời vua Chuyên Húc, Thiếu Hạo là người Mông Cổ, vương quyền được chuyển cho Đế Khốc, một người Hoa Hạ. Sau Đế Khốc là Đế Chí. Nhưng vì bất tài, Đế Chí bị truất phế, vương quyền chuyển cho người con khác của Đế Khốc là Nghiêu, vào năm 2337 TCN.

Nghiêu dùng đức trị, xây dựng thời kỳ thái bình thịnh trị trên đất Trung Hoa. Sau đó Nghiêu truyền ngôi cho Đế Thuấn. Tiếp tục nền đạo lý của vua Nghiêu, Thuấn làm nhiều việc tốt đẹp cho nhân dân rồi theo phương thức truyền hiền, truyền ngôi cho Hạ Vũ. Vua Hạ Vũ tiếp tục thực hiện đức trị, có công lớn trị thủy đem lại hạnh phúc cho dân Trung Quốc. Vũ không theo lối truyền hiền mà truyền ngôi cho con là Khải. Nhà Hạ từ 2205 đến 1767 năm TCN. Ba triều Nghiêu, Thuấn, Vũ kéo dài 1205 năm. Thời Hoàng Kim bắt đầu từ Nghiêu, Thuấn và đạt mức phát triển cao nhất vào thời Chu. Lúc này trí thức người Việt cùng với trí thức Hoa Hạ cải tiến chữ viết trên xương thú và yếm rùa thành chữ viết trên thẻ tre và lụa để trước tác Thượng thư, ghi chép những bài ca dao trong dân thành kinh Thi, kết hợp các quái thành sách Dịch và ghi chép kinh Nhạc, kinh Lễ...

Cuối thời Chu, nền nhân bản đức trị hình thành từ Nghiêu, Thuấn bị phai nhạt, dòng máu sói du mục Mông Cổ tiềm ẩn trong huyết quản một số thủ lĩnh không còn được kiềm chế, đã đưa họ trở lại với lòng tham, với khát vọng tranh chấp, chiếm đoạt. Những cuộc chiến tranh khốc liệt nổ ra, đẩy Trung Quốc vào thời Chiến Quốc, dẫn tới việc thành lập nhà nước Tần khét tiếng tàn bạo. Bằng việc đốt sách, chôn học trò, nền văn hóa nhân bản của Việt tộc bị khai tử trên phương diện chính thống. Tiếp tục thể chế nhà Tần, nhà Hán biến Nho giáo thành công cụ xu phụ vương quyền với chủ trương trung thành tuyệt đối với quân chủ, đề cao gia trưởng, đàn áp phụ nữ và các sắc dân thiểu số. Sau triều Hán, do hoàn cảnh lịch sử, nhiều triệu người du mục từ các bộ lạc thiểu số phía bắc vào định cư hoặc thống trị Trung Quốc. Các tộc du mục phương bắc liên tiếp xâm lấn và thống trị, dẫn Trung Quốc ngày càng đi sâu vào tư tưởng của văn minh du mục. Rồi sau đó dưới sự thống trị của người Nguyên, người Thanh, Trung Quốc càng dấn sâu vào tệ trạng tham lam tàn bạo.

Đúng là *một lịch sử đảo lộn vị trí giữa chủ và khách.* Tuy nhiên, không phải do phe đảng mạnh của Hoàng Đế mà do tài năng của nó đã học hỏi thành công văn hóa nông nghiệp Việt tộc, hòa đồng với người Việt để xây dựng thời hoàng kim tốt đẹp nhất trong lịch sử, mang lại vinh quang cho tộc Hoa Hạ. Do đồng chủng đồng văn, khối dân Việt khổng lồ cũng mang niềm tự hào Hoa Hạ. Những thủ lãnh vương triều Hoàng Đế hiểu rất rõ xuất thân của người Hoa Hạ với hai dòng máu nên thay vì độc tôn huyết thống Mông Cổ, họ đã chủ trương khuyến khích hòa huyết Mông-Việt. Không những thế, họ còn lấy lòng người Việt bằng cách thừa nhận người Hoa Hạ là con cháu Viêm Hoàng và suy tôn những vị tổ xa xưa của người Việt từ Toại Nhân, tới Phục Hy, Thần Nông. Thành công này lớn đến nỗi nó mê hoặc được nhiều bộ lạc người Việt vốn không dính líu gì tới Hoàng Đế. Điển hình là nhà Tần, một tộc người Việt, suốt các thời Hạ, Thương, Chu bị coi là Tây Di nhưng khi vào làm chủ Trung Nguyên cũng nhận mình là Hoa Hạ. Nhà Hán cũng vậy. Người Hán vốn là những bộ lạc người Việt độc lập sống trên lưu vực Hán Thủy, chỉ bị thôn tính vào nhà Tần. Nhưng khi lật đổ nhà Tần, cả Lưu Bang và dân Việt của ông cũng tự xưng là Hoa Hạ!

Như vậy, nếu công bằng, sẽ nói về lịch sử văn hóa Trung Hoa như sau:

Trên nền văn hóa lâu đời của tộc Việt, vào thời đồ đồng, người Hoa Hạ xuất hiện. Là con lai Mông-Việt sinh ra từ cuộc xâm lăng của Hoàng Đế, người Hoa Hạ học nghề nông, tiếng nói, chữ viết cùng nền văn hóa nông nghiệp phong phú của tộc Việt, tức họ được Việt hóa tới mức trở thành người Việt cả về di truyền cả về văn hóa. Do tiếp nhận những yếu tố ưu tú của hai nền văn hóa, người Hoa Hạ thu phục được khối người Việt đông đảo dưới sự lãnh đạo của mình, xây dựng nền văn minh Trung Hoa rực rỡ. Với cách đặt vấn đề như vậy, văn hóa Trung Hoa không phải là sự chiếm đoạt văn hóa của tộc người tiền nhiệm mà là nền văn hóa chung do bộ phận lớn người Việt cùng người Hoa Hạ chung tay xây dựng.

Cố nhiên, một bộ phận không nhỏ Bách Việt bị chiếm đoạt. Đó là những bộ lạc người Việt không nằm trong đế quốc Trung Hoa. Tuy giữ được đất đai của tổ tiên nhưng họ thường bị các vương triều Trung Hoa xâm lăng, áp bách. Họ cũng bị tước đoạt chữ viết và nền văn hóa do tổ tiên sáng tạo. Sự thực này càng đúng với người Việt Nam: bị người Trung Hoa đô hộ ngót nghìn năm, bị chiếm đoạt chữ viết và cả tiếng nói! Cũng phải kể đến những lộ lạc người Việt sống trên đất Trung Hoa trong sự áp bức sắc tộc, bị đè nén về văn hóa suốt trong lịch sử.

III. Những hạn chế của văn minh Trung Hoa

Người Hoa Hạ tiếp thu những nhân tố của văn

minh nông nghiệp Việt tộc gồm tiếng nói, chữ tượng hình từ Giáp cốt và Kim văn cùng những tư tưởng triết học trong các kinh văn của Việt nho rồi trên cơ sở đó xây dựng văn minh Trung Hoa. Tuy nhiên, chỉ là người thừa kế nên người Hoa Hạ và sau đó hậu duệ của họ không thể thấu hiểu bản thể của văn hóa nông nghiệp Việt tộc.

Trước hết, do ngôn ngữ Trung Hoa biến đổi quá nhanh theo hướng du mục hóa, nhiều từ gốc Việt bị mai một. Những từ được cổ nhân ký tự bằng chữ vuông họ không đọc được và không hiểu được. Từ đó không ít văn bản trong cổ thư mà sau này các học giả Trung Hoa không đọc nổi, buộc phải thay bằng những nghĩa giả tạm để lừa người đọc. Điều này thấy ở trong kinh Thi, Đạo đức kinh, Sở từ của Khuất Nguyên cùng nhiều bản văn khác như Việt nhân ca hay Duy giáp lệnh đã dẫn trong chương trước.

Cũng do là người thừa kế và cướp đoạt mà không phải là chủ nhân sáng tạo đích thực nên người Trung Hoa cho đến nay vẫn loay hoay trong thuyết Ngũ hành phổ cập, một quan niệm sai về Ngũ hành, từ đó dẫn tới những lầm lẫn trong khi giải mã kinh Dịch cùng khoa Tử vi. Cho đến nay, nhiều mâu thuẫn trong lý thuyết Ngũ hành, Ngũ hành nạp âm, trong kinh Dịch được phát hiện nhưng học giả Trung Hoa không thể giải thích một cách thuyết phục và vẫn duy trì sự tồn nghi. Một điều nghịch lý là cho đến nay, mang danh là người chủ của kinh Dịch, người Trung Hoa chưa biết ai là người sáng tạo kinh Dịch...

Trong tình hình như vậy, ở đây, chúng tôi xin giới

thiệu những phát hiện mới về Ngũ hành, về Lục thập hoa giáp và Dịch của Tiến sĩ Hà Hưng Quốc. Những phát hiện của Tiến sĩ Hà Hưng Quốc là chứng cứ vững chắc khẳng định, Dịch chính do người Lạc Việt sống tại Việt Nam sáng tạo ra...

PHỤC DỰNG TIÊN THIÊN ĐỒ, HẬU THIÊN ĐỒ, HÀ ĐỒ, NGŨ HÀNH ĐỒ CỦA VIỆT DỊCH
Hà Hưng Quốc

Một trong những công trình tâm đắc của Hà Hưng Quốc là Việt Dịch. Một phần lớn nội dung nhằm giải mã hai câu khẩu quyết tổng cộng 67 lời trong 2 vế để phục dựng lại 4 đồ hình quan trọng là Tiên Thiên Đồ, Hậu Thiên Đồ, Hà Đồ, Ngũ Hành Đồ cùng với hầu hết những đồ hình căn bản khác trong lý học đông phương.

Vế khẩu quyết thứ nhất được nói tới là "*Vô Cực nhi Thái Cực, Thái Cực sinh Lưỡng Nghi, Lưỡng Nghi sinh Tứ Tượng, Tứ Tượng sinh Bát Quái, Bát Quái sinh càn khôn vạn vật.*" và vế khẩu quyết thứ hai là "*Thiên Nhất sanh Thủy, Địa Lục thành chi, Địa Nhị sanh Hỏa, Thiên Thất thành chi, Thiên Tam sanh Mộc, Địa Bát thành chi, Địa Tứ sanh Kim, Thiên Cửu thành chi, Thiên Ngũ sanh Thổ, Địa Thập thành chi.*" Toàn bộ Việt Dịch nói chung, và những đồ hình nói riêng, được phục dựng từ 67 lời bí nhiệm nằm trong hai vế này.

Tiên Thiên Đồ của Việt Dịch hoàn toàn trùng khớp với Tiên Thiên Bát Quái mà chúng ta biết ngày hôm nay, giống như hình H2. Điều này chứng tỏ nó chưa bị sửa đổi đầu là bản thân nó trôi nổi ở xứ người và căn cước của nó đã bị mất.

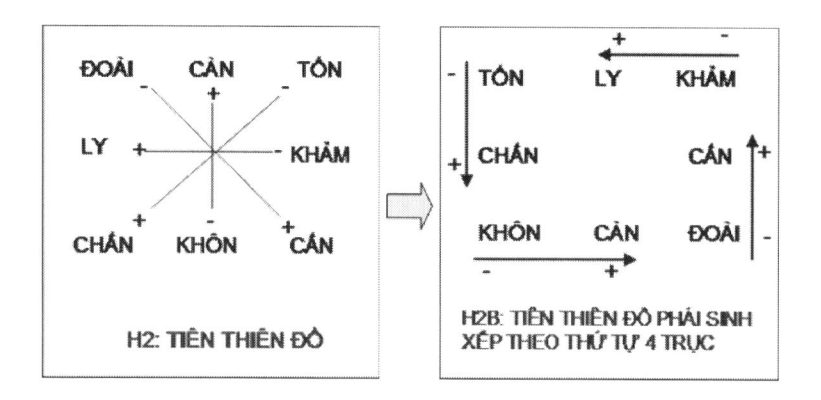

```
ĐOÀI   CÀN   TỐN           -  TỐN    LY    KHẢM
   -    +    -                     +
 LY  +─────── KHẢM          +  CHẤN          CÁN  +
       ╱│╲
      ╱ │ ╲
 CHẤN  KHÔN  CÁN              KHÔN   CÀN   ĐOÀI  -
  +     -     +                       +

 H2: TIÊN THIÊN ĐỒ          H2B: TIÊN THIÊN ĐỒ PHÁI SINH
                            XẾP THEO THỨ TỰ 4 TRỤC
```

Việt Dịch Đồ thì không giống với bất cứ một đồ hình từ xưa đến nay. Nó là một đồ hình có thể gọi là Thái Đồ (a grand model) trong đó chứa đựng toàn bộ tinh túy của Đông Phương bao gồm cả Hậu Thiên Bát Quái và Hà Đồ, bao gồm cả thuyết âm dương và thuyết ngũ hành, bao gồm cả thiên can và địa chi, bao gồm cả thiên văn và mùa tiết, bao gồm cả nội giới và ngoại giới, bao gồm cả . . . thế giới vi diệu sinh hoá. Tất cả hợp nhất một cách thần kỳ trong một tổng thể đơn giản như cho thấy trong hình H27/ 27B.

VIẾT LẠI LỊCH SỬ TRUNG HOA

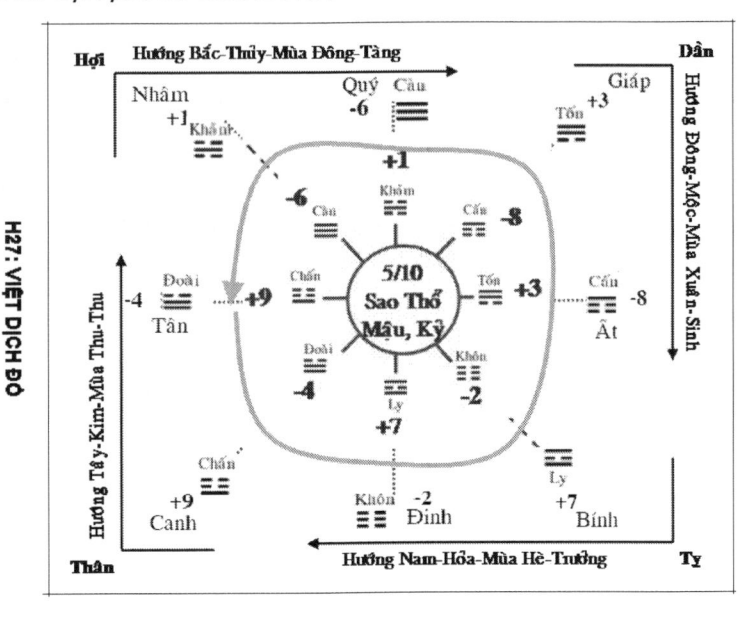

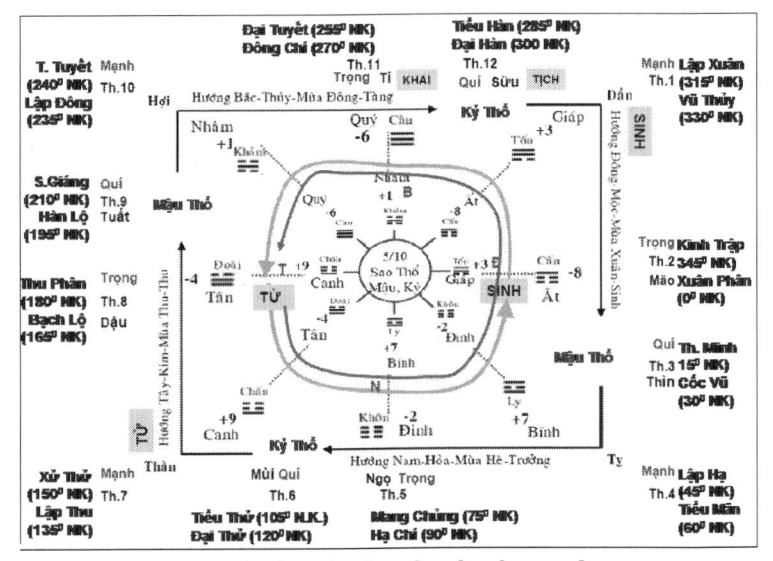

H27B: VIỆT DỊCH ĐỒ VỚI CHÚ GIẢI THỜI TIẾT VÀ SINH TỬ KHAI TỊCH

Điều đáng chú ý ở đây là khái niệm 4 Trục trong Việt Dịch, còn gọi là 4 Nguyên Tố hoặc là Tứ Tượng, trong phần giải trình về cấu trúc và qui luật thành lập Tiên Thiên Đồ, được tìm thấy trong Trung Thiên Đồ của NTD (HHQ giúp hoàn chỉnh) phục dựng từ huyền sử Lạc Long Âu Cơ. Và Hậu Thiên Đồ, ẩn trong Việt Dịch Đồ, của Việt Dịch lại hoàn toàn trùng khớp với Hậu Thiên Đồ của TQB (HHQ giúp hoàn chỉnh) phục dựng từ huyền thoại Nữ Oa lấy đá vá trời. Đây có phải là những trùng hợp ngẫu nhiên? Chắc chắn là không phải!

Việt Dịch từ đầu đến cuối hoàn toàn không có bóng dáng Kinh Dịch. Vâng, hoàn toàn không có Kinh Dịch (tức 64 quẻ). Điều này làm ngạc nhiên nhiều người vì theo quan điểm của đa số một cuốn sách viết về Dịch phải có Kinh Dịch. Không có gì là ngạc nhiên. Bởi vì, VIỆT DỊCH vốn là ĐỒ DỊCH không phải là KINH DỊCH.

ĐỒ và KINH của DỊCH có thể ví như một cuộn phim của máy ảnh. Kéo ra hình thành 64 quẻ thì gọi là Kinh. Còn nguyên cuộn trong võ bọc thì gọi là Đồ. Mỗi lần kéo ra là thành một phiên bản mà những thông tin trên đó phản ảnh tri thức, tâm lý và chủ ý của người kéo và của một thời đại mà người đó có mặt. Người đời sau tôn xưng đó là Kinh. Nhưng thực ra nó chỉ là phế phẩm quá hạn được chế tác từ một thời đại xa xưa.

Nếu ví Kinh với hàng phế phẩm thì Đồ có thể ví với một máy chế tác đang luôn sẵn sàng để chế tác. Cổ Thánh Việt hiểu rõ lý lẽ này nên không để lại Kinh mà chỉ để lại Đồ. Huyền thoại Nữ Oa vá trời là chìa khóa để Việt nhận lại Đồ Dịch của Việt. Huyền sử Lạc

Long và Âu Cơ là chìa khóa để Việt nhận lại Đồ Dịch của Việt. Khẩu quyết 67 lời trong hai vế là chìa khóa để Việt nhận lại Đồ Dịch của Việt. Và còn nhiều chiếc chìa khóa khác nữa vẫn còn nằm đâu đó trong mớ di sản văn hóa phi vật thể của người Việt mà chúng ta chưa khám phá.

Vì mỗi lần kéo ra là có một phiên bản cho nên Kinh có thể và thường là có nhiều phiên bản. Đúng có, sai có, sâu có, cạn có, nguyên bản gốc có, bị sửa đổi có. Người ta đã say mê với Kinh mà lạt lẽo với Đồ cho nên càng ngày càng xa gốc Dịch, nhưng càng ồn ào hơn về Dịch.

Kinh là ngọn của Dịch. Đồ là gốc của Dịch. Có Đồ mới có Kinh. Có Đồ Dịch mới có Kinh Dịch. Người Tàu ôm giữ cái ngọn và trân trọng tôn thờ Kinh Dịch. Tiền nhân Việt bảo quản cái gốc do mình sáng tạo nên đem mã hóa Đồ Dịch và truyền thừa di sản cho con cháu suốt mấy ngàn năm qua.

Vì Việt Dịch không có 64 quẻ nên có người bảo Đồ không thể sánh bằng Kinh. Ai dám bảo trong Đồ không có Kinh? Ai dám bảo Đồ chẳng bằng Kinh? Chẳng phải tổ tiên Việt đã gọi Đồ Dịch là Trời trong chuyện Nữ Oa lấy đá vá Trời đó sao? Không phải tổ tiên Việt, trong truyện Nữ Oa lấy đá vá Trời, đã gởi lại thông điệp Đồ Dịch là cội nguồn của minh triết và phải có nó thì từ đó mới có được an bình đó sao? Đồ Dịch là một loại "vô tự thiên thư" ngàn Kinh không thể sánh. Đồ Dịch là của thượng căn thượng trí phàm phu không thể thấu.

Đồ Dịch xưa nhất được sử Tàu ghi nhận [năm 2361 TCN, tức năm Mậu Thân thứ 5 đời Đường Nghiêu. Nguồn: Sách Cương Mục Tiền Biên của Kim Lý Tường; Thuật Dị Ký trong sách Thông Chí của sử gia Trịnh Triều (1104-1162)] là Đồ Dịch chép trên lưng thần qui, viết bằng cách dùng vật nóng cháy áp lên mai rùa, và văn bản viết bằng cách này gọi là lạc thư [không viết hoa], của Việt Thường dâng tặng vua Nghiêu hơn 4370 năm trước. Không phải tổ tiên Việt cũng đã xác nhận "bắt con rùa đội Trời lên" trong huyền thoại Nữ Oa lấy đá vá trời đó sao? Đó không phải là thông tin khẳng định Đồ Dịch là của Việt đó sao?

Nguồn gốc của Kinh Dịch, tất cả các Kinh Dịch, đều xuất phát từ Đồ Dịch của Việt Thường. Minh triết của phương Đông gói gọn trong Đồ Dịch của Việt Thường. Văn hóa rạng ngời của Trung Quốc nảy sinh từ Đồ Dịch của Việt Thường. Đồ Dịch đã là của Việt thì dù cho Kinh Dịch có là của ai hay do ai trước tác đi nữa thì Dịch vẫn là Việt Dịch. Vì thế Dịch chỉ có một là Việt Dịch.

Việt Dịch tuy là không trưng 64 quẻ cũng không một lời bàn về 64 quẻ nhưng lại có rất nhiều quẻ, nhiều gấp ngàn lần. Kinh Dịch dù là Kinh Dịch Phục Hy hay là Kinh Dịch Chu Văn cũng chỉ mới vận dụng đến tầng thứ 2 [(2x2x2)^2 hay 8x8 = 64 quẻ] của Đồ Dịch. Còn Việt Dịch vận dụng đến tầng thứ 8 [(2x2x2)^8 trừ đi trùng quái, tức là 8! = 8x7x6x5x4x3x2x1] của Tiên Thiên Đồ và của cả Hậu Thiên Đồ. Việt Dịch không dùng hào âm hào dương trong một quẻ để phỏng đoán ý nghĩa của quẻ. Việt Dịch dùng trọn quái và toàn cục diện của quẻ, tức thứ tự của các quái phân bố trong một quẻ, để nghiệm lý.

Tiên Thiên Đồ và Hậu Thiên Đồ ẩn trong Việt Dịch Đồ chỉ là một vế của sự khám phá và phục dựng. Một vế khác không kém quan trọng là Ngũ Hành Đồ và Hà Đồ. Ngũ Hành Đồ và Hà Đồ được phục dựng chính yếu là từ vế thứ hai của 67 lời khẩu quyết. Hai đồ hình này cung cấp thông tin ngũ hành và độ số của Việt Dịch Đồ. Ở bài viết này chúng ta sẽ không chú ý tới Hà Đồ mà đặc biệt chú ý tới Lý Thuyết Ngũ Hành Nguyên Thủy rút ra từ Ngũ Hành Đồ của Việt Dịch.

Lý thuyết ngũ hành mà mọi người đều biết HHQ gọi nó là Lý Thuyết Ngũ Hành Phổ Cập. Lý thuyết phổ cập này là sản phẩm của văn hóa Trung Hoa. Toàn bộ lý thuyết được xây dựng trên nền tảng của 5 loại vật chất và 2 qui luật vận hành. Năm loại vật chất là Kim, Mộc, Thủy, Hỏa, Thổ. Hai qui luật vận hành là qui luật Tương Sinh và qui luật Tương Khắc. Tương Sinh là Thủy sinh Mộc, Mộc sinh Hỏa, Hỏa sinh Thổ, Thổ sinh Kim và Kim sinh Thủy. Chữ tương sinh ở đây đã bị lạm dụng, vì chỉ có một chiều sinh nên không thể nói là tương sinh. Tương Khắc là Thủy khắc Hỏa, Hỏa khắc Kim, Kim khắc Mộc, Mộc khắc Thổ, Thổ khắc Thủy. Cũng vậy, chữ tương khắc ở đây đã bị lạm dụng, vì chỉ có một chiều khắc nên không thể nói là tương khắc. Toàn bộ Lý Thuyết Ngũ Hành Phổ Cập được tóm gọn trong hình phía bên trái của H30.

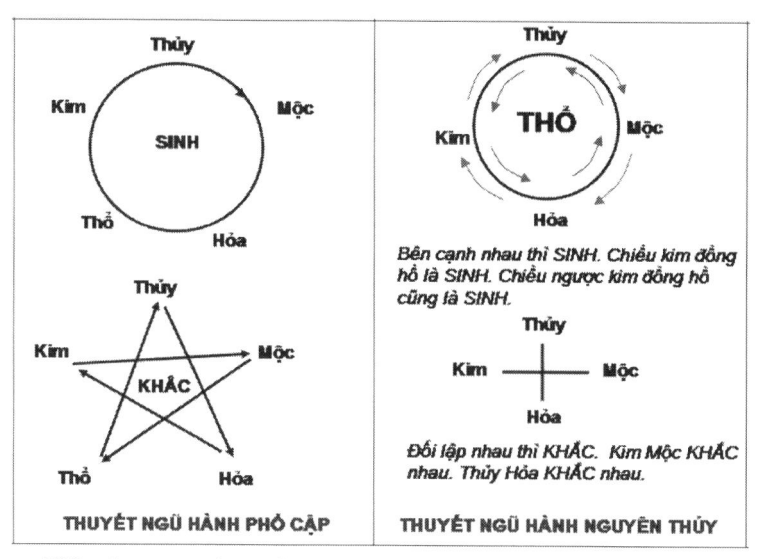

H30: TÓM LƯỢC VÀ SO SÁNH SỰ KHÁC BIỆT GIỮA HAI THUYẾT NGŨ HÀNH

Lý Thuyết Ngũ Hành Nguyên Thủy hiện nay có rất ít người biết đến. Như đã nói, nó được phục dựng từ vế thứ hai của 67 lời bí nhiệm. Và nó là của Việt. Khác với lý thuyết của người Hoa, tuy Ngũ Hành cũng là Kim, Mộc, Thủy, Hỏa, Thổ nhưng Lý Thuyết Ngũ Hành Nguyên Thủy được xây dựng trên nền tảng của thiên văn và tuy cũng có hai qui luật vận hành Tương Sinh và Tương Khắc nhưng sự vận hành hoàn toàn khác. Hai hành trong số 4 hành Kim, Thủy, Mộc, Hỏa nằm cạnh nhau sẽ Tương Sinh cho nhau theo hai chiều thuận và nghịch kim đồng hồ, đó mới thực sự đúng nghĩa "tương sinh." Hai hành trong số 4 hành Kim, Mộc, Thủy, Hỏa nằm đối diện nhau sẽ Tương Khắc nhau theo hai chiều qua lại, đó mới thực sự đúng nghĩa "tương khắc." Còn hành Thổ quan trọng hơn cả nằm ở trung cung của Ngũ Hành Đồ. Nó trung dung, trung hòa và trung lập. Nó điều hợp, điều giải và điều tiết 4 hành Kim, Thủy, Mộc, Hỏa. Về tính chất tương tác thì Thổ đại diện cho Trung Đạo. Về cấu trúc thì Thổ là Trung Tâm. Toàn bộ Lý Thuyết Ngũ Hành Nguyên Thủy được tóm gọn trong hình phía bên phải của H30.

Việt Dịch không giống với bất cứ một sản phẩm Kinh Dịch nào ra đời từ trước tới nay. Nó thành lập một cái nhìn mới về Dịch và một tiêu chuẩn mới cho lý số. Tuy là hiện tại chưa có nhiều người biết nhưng về lâu về dài tự thân Việt Dịch sẽ chứng minh điều này. Nhưng cái mới này thật ra là không mới bởi vì như đã nói là nó được phục dựng từ di sản của tiền nhân Việt để lại. Nói cách khác, chỉ có tính cách "phản động" của nó là mới. Hoặc gián tiếp hoặc trực tiếp, Việt Dịch phủ nhận giá trị lạm phát của Kinh Dịch do người Tàu phỏng tác, phủ nhận bản quyền Dịch là của Tàu, phủ nhận Tiên Thiên Bát Quái và Hậu Thiên Bát Quái là của Tàu, phủ nhận Lý Thuyết Âm Dương là của tàu, phủ nhận Hà Đồ là của Tàu, phủ nhận giá trị Lý Thuyết Ngũ Hành Phổ Cập của Tàu, phủ nhận giả thuyết nền văn hóa Việt là con đẻ của nền văn hóa Tàu, phủ nhận ngay cả Tiên Đạo là của Tàu bởi vì Đạo Dịch đã có trước khi Lão Tử ra đời rất lâu. Những điều này, theo thời gian, kết hợp với những khám phá khác hiện nay và sau này sẽ thành lập một cái nhìn tự tin hơn về cội nguồn dân tộc.

Việt Dịch là một sản phẩm được phục dựng từ công trình giải mã hai cụm chữ chứa 67 lời khẩu quyết đã tồn tại từ rất lâu trong văn hóa dân gian được Khổng Tử thu thập và ghi chép vào Kinh Dịch. Văn hóa đó phát sinh từ văn minh của phương Nam (Khổng Tử nói, không phải HHQ nói). Cũng giống như công trình của NTD và của TQB, phương pháp giải mã di sản văn hóa phi vật thể để phục dựng sản phẩm văn hoá phi vật thể và chính sản phẩm được phục dựng có một giá trị nhất định.

Ngũ Hành Nguyên Thủy Trong Lục Thập Hoa Giáp: Phục Dựng Từ Qui Luật Ngũ Hành Nạp Âm

Ngũ Hành Đồ và Lý Thuyết Ngũ Hành Nguyên Thủy không chỉ có mặt trong Việt Dịch mà nó có mặt trong rất nhiều sản phẩm lý học, mà Bảng Lục Thập Hoa Giáp là một trong số đó. Trong cuốn Giải Mã Bí Ẩn Lục Thập Hoa Giáp, tuy không phải là chủ ý từ lúc đầu nhưng xuyên qua công trình giải mã HHQ đã nhận diện và phục dựng lại Ngũ Hành Đồ và Lý Thuyết Ngũ Hành Nguyên Thủy trong Lục Thập Hoa Giáp.

Phương pháp Ngũ Hành Nạp Âm là một bí ẩn lớn trong nhiều thiên niên kỷ đối với học giả và danh sư lý số người Hoa. Sách Khảo Nguyên đã viết ". . . *chẳng biết nó ở đâu đến. Khảo sát rõ nghĩa của nó, đại để là theo lời dạy của tổ tiên lấy ý của Dịch tượng, tức là lý của Tiên Thiên – Hậu Thiên Bát Quái vậy.*"[1] Thiệu Vĩ Hoa, một nhà nghiên cứu gốc Hoa hiện đại và rất nổi

---

[1] Trích trong Bí Ẩn 60 Hoa Giáp của Nguyễn Vũ Tuấn Anh - Trung Tâm Nghiên Cứu Lý Học Đông Phương

tiếng, cũng thừa nhận *"Nạp âm ngũ hành trong bảng 60 Giáp Tý căn cứ theo nguyên tắc gì để xác định; người xưa tuy có bàn đến nhưng không có căn cứ rõ ràng và cũng chưa bàn được minh bạch. Do đó vẫn là huyền bí khó hiểu. Bảng 60 Giáp Tý biến hoá vô cùng; đối với giới học thuật của Trung Quốc cho đến nay vẫn là huyền bí khó hiểu."*[2] Bảng 60 Giáp Tý là một cách gọi khác của bảng LTHG. Thẩm Quát cũng nói *"Nạp Âm lục thập Giáp Tí, rất ít người biết nguyên lý của nó."*

Thẩm Quát giải thích là hành khí Dương bắt đầu ở phương Đông mà xoay vần theo chiều kim đồng hồ còn hành khí âm khởi từ phương Tây mà xoay vần theo chiều ngược kim đồng hồ. Có thế Âm Dương mới đan xen nhau mà sinh biến hóa. Theo đó, tiến trình nạp âm [tức là nạp hành khí Âm] sẽ nạp từ Kim rồi tới Hỏa tới Mộc tới Thủy tới Thổ theo thứ tự. Còn phương pháp nạp âm thì khởi đầu là nạp Kim vào Giáp Tí. Rồi lìa vị trí Giáp Tí đếm 8 ["cách bát"] nạp Kim cho Nhâm Thân, rồi lìa vị trí Nhâm Thân đếm 8 nạp Kim cho Canh Thìn. Nạp đủ ba lần Kim ["tam nguyên"] xong thì chuyển qua hành Hỏa. Lìa vị trí Canh Thìn đếm 8 nạp Hỏa cho Mậu Tý, rồi Bính Thân, rồi Giáp Thìn. Và tiếp tục như vậy cho đến hết 30 năm của nửa chu kỳ đầu. Rồi quay lại nạp Kim vào Giáp Ngọ cho đến hết 30 năm của nửa chu kỳ sau. Đủ 60 năm hoa giáp. Tuân thủ

---

[2] Tái trích: Chu Dịch và Dự Đoán Học của Thiệu Vĩ Hoa, trang 68, NXB Văn Hoá Thông Tin 1996. Nguồn: Bí Ẩn 60 Hoa Giáp của Nguyễn Vũ Tuấn Anh - Trung Tâm Nghiên Cứu Lý Học Đông Phương.

quy luật thứ tự của 5 hành. Trong mỗi hành tuân thủ quy luật Cách Bát và quy luật Tam Nguyên. Và, Can Chi vợ nằm sát bên dưới của Can Chi chồng sẽ lấy theo hành khí của Can Chi chồng. Từng cặp một giống như vậy và cho tất cả. Tuy Thẩm Quát đã giải thích qui trình nạp âm rất rành mạch nhưng qua một số lời luận giải của ông thì đồng thời cũng bộc lộ cho thấy là bản thân của Thẩm Quát cũng mơ hồ như bao nhiêu danh sư học giả người Hoa khác. Bởi vì, nếu Thẩm Quát hiểu rõ thì đã không nói *"chỗ gọi là khí bắt đầu ở phương Đông nầy là bốn mùa bắt đầu ở Mộc, đi về bên phải chuyển tới Hỏa, Hỏa chuyển tới Thổ, Thổ chuyển tới ở Kim, Kim chuyển tới ở Thủy. Chỗ bảo rằng Âm bắt đầu ở phương Tây nầy là Ngũ Âm bắt đầu ở Kim, chuyển xoay về bên trái tới Hỏa, Hỏa chuyển tới Mộc, Mộc chuyển tới Thủy, Thủy chuyển tới Thổ."* Tại sao? Bởi vì chỉ với bao nhiêu lời vỏn vẹn nằm ngay trong hai câu nói này đã bộ lộ cho thấy sự lúng túng của ông. Ở vế đầu *"chỗ gọi là khí . . . tới ở Thủy"* là phần vận hành thuận chiều kim đồng hồ thì Thẩm Quát vẫn còn nương náu trong quy luật Sinh của Lý Thuyết Ngũ Hành Phổ Cập [qua thứ tự Mộc → Hỏa → Thổ → Kim → Thủy do chính ông xác nhận] nhưng tới vế thứ hai *"Chỗ bảo rằng Âm . . . chuyển tới Thổ"* là phần vận hành nghịch chiều kim đồng hồ thì Thẩm Quát lại phải xuôi theo "một quy luật khác" [qua thứ tự Kim → Hỏa → Mộc → Thủy → Thổ] hoàn toàn khác với quy luật Khắc của Lý Thuyết Ngũ Hành Phổ Cập mà Thẩm Quát nương tựa. Không thể nói là ông không nhìn ra điều này. Nhưng ông không thể nào "ngộ" ra được một chút manh mối nào về "một quy luật khác" đó. Ông lại không thể phủ nhận hoặc bỏ đi cái gọi là "một qui luật khác" đó vì nếu phủ nhận thì không còn có cách nào khác để giải thích những quy luật nạp âm làm nên cái cấu trúc của bảng LTHG còn bỏ đi thì không biết phải thay thế bằng cái gì khi mà vòng Khắc của Lý Thuyết Ngũ Hành Phổ Cập đã không có khả năng để giải thích cấu trúc của bảng LTHG.

Thẩm Quát cũng không dám dựa trên quy luật Khắc của Lý Thuyết Ngũ Hành Phổ Cập để sửa đổi bảng LTHG, dầu là ông tin và nương tựa vào lý thuyết đó, vì thực tế chứng minh là bảng LTHG có một giá trị nhất định mới tồn tại được cả ngàn năm qua.

Lã Hải Tập, cũng giống như trường hợp của Thẩm Quát, tuy là có nắm vững những quy luật nạp âm nhưng bản thân ông lại không hiểu rõ nguyên lý nào đã làm nền tảng cho những quy luật đó. Vì vậy những giải thích của ông chỉ là "gọt chân cho vừa giày" [theo ngôn ngữ của Nguyễn Vũ Tuấn Anh]. Chỉ trong hai câu vỏn vẹn *"Thuận hành là Thể của Ngũ Hành, lấy tương sinh làm thứ tự vì vậy dựa theo thứ tự làm Kim, Thủy, Mộc, Hỏa, Thổ. Nghịch hành là Dụng của Ngũ Hành, đem phù trợ làm gốc . . . vì vậy thứ tự đó là Kim Hỏa Mộc, Thủy Thổ"* thì sự mù mờ của ông đã bộc lộ. Ở vế thứ nhất *"Thuận hành là . . . Kim, Thủy, Mộc, Hỏa, Thổ"* cho thấy quá rõ là Lã Hải Tập nói tới quy luật Sinh của Lý Thuyết Ngũ Hành Phổ Cập và đồng hóa "thuận hành" với "tương sinh" [Kim sinh Thủy, Thủy sinh Mộc, Mộc sinh Hỏa, Hỏa sinh Thổ, Thổ sinh Kim]. Ở vế thứ hai *"Nghịch hành là . . . Kim, Hỏa, Mộc, Thủy, Thổ"* tuy ông nói "nghịch hành" nhưng lại không đồng hóa với "tương khắc." Nếu đồng hoá nó với tương khắc thì ông đã không nói *"vì vậy thứ tự đó là Kim Hỏa Mộc Thủy Thổ"* mà thứ tự này thì không phải là thứ tự của quy luật

Khắc của Lý Thuyết Ngũ Hành Phổ Cập [quy luật Khắc của Lý Thuyết Ngũ Hành Phổ Cập phải là Kim khắc Mộc, Mộc khắc Thổ, Thổ khắc Thủy, Thủy khắc Hỏa, Hỏa khắc Kim = thứ tự Kim, Mộc, Thổ, Thủy, Hỏa]. Còn như muốn hiểu nghịch hành là ngược lại thứ tự của tương sinh thì cũng không phải vì với thứ tự Kim, Thủy, Mộc, Hỏa, Thổ [tưởng tượng 5 hành nằm trên vòng tròn có thứ tự theo chiều kim đồng hồ] thì chiều ngược lại của thứ tự này [ngược lại chứ không phải Khắc] phải là Kim, Thổ, Hỏa, Mộc, Thủy [tưởng tượng 5 hành nằm trên vòng tròn có thứ tự theo chiều ngược kim đồng hồ]. Như vậy, phân tích thế nào đi nữa thì đoạn văn của Lã Hải tập vẫn không che dấu nổi những bất cập và lúng túng. Càng tệ hơn là ông ta đã nhập nhằng Sinh với Khắc trong đoạn *"Nghịch hành là Dụng của Ngũ Hành, đem phù trợ làm gốc. Như Kim nhân Hỏa bắt đầu mà có thể thành hữu dụng, Hỏa tất bắt đầu từ Mộc mới có thể phát sinh, Mộc không có Thủy tức không được phong phú tốt tươi, Thủy hẳn thác gửi vào Thổ mới có thể dừng mà tích giữ được thành sông nước, vì vậy thứ tự đó là Kim Hỏa Mộc, Thủy Thổ."* để cố gắng đi đến *"vì vậy thứ tự đó là Kim Hỏa Mộc Thủy Thổ".* Lập luận kiểu đó là khiên cưỡng và gian lận, chưa nói tới những điều sai bét khác nằm trong những câu nói trên. Rõ ràng là một cố gắng rất . . . tuyệt vọng.

Trong những người nghiên cứu về quy luật nạp âm của LTHG có một số rất thành thực và đã không ngại công khai sự mù mờ của mình, trong đó thì có Lý Quang Địa. Trong sách Khảo Nguyên ông đã viết: *Nạp Âm Ngũ Hành bắt đầu Kim, thứ đến Hỏa, thứ đến Mộc, thứ đến Thủy, thứ đến Thổ, đã không có gốc đầu - cuối của nó, lại không dùng sinh khắc, vì vậy thuyết nầy chẳng biết nó ở đâu đến. Khảo sát rõ nghĩa của nó, đại để là theo lời dạy của tổ tiên lấy ý của Dịch tượng, tức là lý của Tiên Thiên – Hậu Thiên Bát Quái vậy.*" Trong đoạn văn ngắn này Lý Quang Địa xác nhận 4 điều: Thứ nhất, cụm chữ *"Nạp Âm Ngũ Hành bắt đầu Kim, thứ đến Hỏa, thứ đến Mộc, thứ đến Thủy, thứ đến Thổ"* xác định thứ tự của ngũ hành trong nạp âm là Kim tới Hỏa tới Mộc tới Thủy tới Thổ; Thứ hai, cụm chữ *"không có gốc đầu-cuối của nở"* xác định thứ tự của ngũ hành trong nạp âm là theo cấu trúc của một vòng tròn; Thứ ba, cụm chữ *"lại không dùng sinh khắc"* xác định là lý thuyết ngũ hành phổ cập không có chỗ đứng trong LTHG; Thứ tư, cụm chữ *"thuyết này chẳng biết nó ở đâu đến"* xác định là toàn bộ kiến thức chứa đựng trong tất cả Hán thư không thể giải thích về cái vòng tròn Kim → Hỏa → Mộc → Thủy và cuối cùng là Thổ.

Nói tóm lại là học giả và danh sư lý số người Hoa đưa ra làm thí dụ ở trên đều tự thú nhận là họ không biết nguồn gốc của Ngũ Hành Nạp Âm và tự bộc lộ cho thấy Lý Thuyết Ngũ Hành Phổ Cập không có chỗ đứng trong Lục Thập Hoa Giáp.

Tại sao? Tại vì họ không phải là chủ nhân "đích thực" của lý thuyết ngũ hành "thứ thiệt" như nhiều người đã tin và đã muốn tin. Chính vì sự điều này mà học giả NVTA của Việt Nam đã có nhận xét *"bảng nạp âm hoa giáp 60 năm . . . cũng không tránh khỏi một hiện tượng chung cho tất cả các phương pháp ứng dụng khác của thuyết Âm Dương Ngũ hành là không có một nguyên lý lý thuyết làm tiền đề cho sự tồn tại của nó. Và là một* điều bí ẩn trải hàng ngàn năm - Kể từ khi nền văn hiến vĩ đại của người Lạc Việt sụp đổ ở miền nam sông Dương Tử." Và ông mạnh miệng cho rằng *"Bức màn huyền bí của văn minh Đông phương chỉ có thể được hé mở khi tìm về cội nguồn đích thực của nó là lịch sử 5000 văn hiến của người Lạc Việt."*[3]

Tuy cái vòng tròn Ngũ Hành Nạp Âm ngược kim đồng hồ theo thứ tự Kim-> Hỏa-> Mộc-> Thủy-> Thổ là một bí ẩn đã làm nhọc trí những học giả và danh sư lý số người Hoa nhưng công việc giải mã để xác định căn cước của nó thì chẳng có gì là khó nhọc cả. Nếu được trang bị với Việt Dịch bất cứ ai cũng sẽ dễ dàng nhìn thấy đồ hình và lý thuyết "ngũ hành ngoại đạo" đó chính là Ngũ Hành Đồ Nguyên Thủy và Lý Thuyết Ngũ Hành Nguyên Thủy ẩn trong Việt Dịch Đồ. Như cho thấy trong hình H31. Tương sinh hai chiều là dấu ấn của Lý Thuyết Ngũ Hành Nguyên Thủy. Ngũ Hành Nạp Âm trong Lục Thập Hoa Giáp chính là chiều sinh ngược kim đồng hồ của Ngũ Hành Nguyên Thủy. Nạp âm tức là nạp theo dòng hành khí ngược kim đồng thể hiện trong Việt Dịch Đồ. Hai dòng hành khí chuyển dịch ngược chiều nhau trong Việt Dịch Đồ là một dấu ấn đặc thù của Việt Dịch.

---

[3] Nguồn: Bí Ẩn 60 Hoa Giáp của Nguyễn Vũ Tuấn Anh - Trung Tâm Nghiên Cứu Lý Học Đông Phương.

H31: SO SÁNH TƯƠNG ĐỒNG GIỮA HAI ĐỒ HÌNH

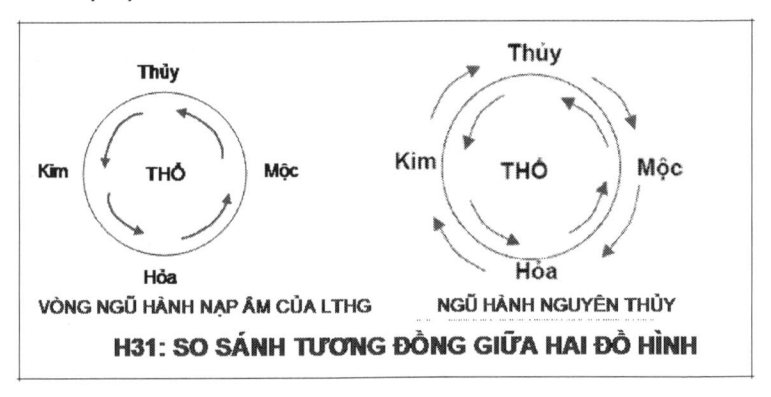

(Bên trái: VÒNG NGŨ HÀNH NẠP ÂM CỦA LTHG; Bên phải: NGŨ HÀNH NGUYÊN THỦY)

Muốn nói là Ngũ Hành Đồ Nguyên Thủy và Lý Thuyết Ngũ Hành Nguyên Thủy được phục dựng từ Ngũ Hành Nạp Âm trong Lục Thập Hoa Giáp cũng được hoặc nói nó phục dựng từ khẩu quyết 67 lời cũng được vì sản phẩm được phục dựng không hai không khác.

Công trình giải mã những bí ẩn trong Bảng Lục Thập Hoa Giáp không những khám phá và phục dựng lại Lý Thuyết Ngũ Hành Nguyên Thủy mà còn khám phá ra gốc gác của người trước tác Bảng Lục Thập Hoa Giáp. Kết hợp Bảng Lục Thập Hoa Giáp với chiếc chìa khóa Hậu Thiên Bát Quái trong Việt Dịch Đồ cho ra 30 cụm thông tin thuộc vào thành 5 nhóm đã tiết lộ cho thấy bức chân dung của vùng đất và nền văn hóa của người làm ra Bảng Lục Thập Hoa Giáp. Bản địa đó nằm ở vùng duyên hải, có nhiều núi lửa, khí hậu nhiệt đới nhiều mưa và ẩm, có sông lớn và đồng bằng canh tác lúa nước, có một nền công nghệ chế tác dụng cụ kim loại phục vụ cho nông nghiệp, có văn hóa táng liệm bằng mộ thuyền, có một trình độ kỹ thuật rất cao — đừng quên rằng biết cách chọn lựa những thông tin quan trọng và sắp xếp những thông tin đó một cách khéo léo rồi đem mã hóa thành một sản phẩm tuyệt vời chính là kỹ thuật rất cao— và còn nhiều yếu tố khác để giúp xác định xuất xứ. Không cần nói chúng ta cũng tự hiểu bản địa đó nằm ở đâu.

Kết hợp Lục Thập Hoa Giáp với Việt Dịch Đồ để giải mã không phải là "làm càn" vì như Lý Quang Địa đã xác nhận: Muốn *"khảo sát rõ nghĩa của nó, đại để là theo lời dạy của tổ tiên lấy ý của Dịch tượng, tức là lý của Tiên Thiên – Hậu Thiên Bát Quái vậy."* Lục Thập Hoa Giáp là lý sự của thế giới hậu thiên. Mà Hậu Thiên Đồ chính thống của Việt thì nằm trong câu chuyện Nữ Oa lấy đá vá Trời đã được TQB giải mã tìm thấy và trong 67 lời khẩu quyết bí nhiệm được HHQ giải mã tìm thấy. Không có Hậu Thiên Việt Dịch Đồ thì không thể nào giải mã được Lục Thập Hoa Giáp của Việt.

Như chúng ta đã thấy, sản phẩm văn hóa phi vật thể được phục dựng lại từ di sản phi vật thể đã trỏ ngón tay về phía cội nguồn Việt. Tổ tiên của chúng ta nói rằng Bảng Lục Thập Hoa Giáp là của Việt, Ngũ Hành Đồ Nguyên Thủy là của Việt, Lý Thuyết Ngũ Hành Nguyên Thủy là của Việt, phương pháp Ngũ Hành Nạp Âm là của Việt, Đồ Dịch là của Việt, Đạo Dịch là của Việt, Lý Thuyết Âm Dương là của Việt, Âm Dương Lịch Pháp là của Việt, nền văn minh lúa nước là của Việt, những kỹ thuật tiên tiến vào thời đó là của Việt. Và những điểm này đều có chứng cứ hổ trợ.

Công trình giải mã những bí ẩn trong Lục Thập

Hoa Giáp thêm một lần nữa cho thấy phương pháp giải mã di sản văn hóa phi vật thể để phục dựng sản phẩm văn hoá phi vật thể có một giá trị nhất định và chính sản phẩm được phục dựng từ phương pháp giải mã cũng có một giá trị nhất định.

Ngũ Hành Nguyên Thủy Trong Tranh Ngũ Hổ Hàng Trống: Phục Dựng Từ Tín Ngưỡng Dân Gian

Như đã nói, Lý Thuyết Ngũ Hành Nguyên Thủy không chỉ có mặt trong Việt Dịch mà nó có mặt trong rất nhiều sản phẩm lý học. Tranh Ngũ Hổ Hàng Trống cũng là một trong số đó. Từ việc phân tích cấu trúc của bức tranh qua tư thế, vị trí, màu sắc, vóc dáng của 5 con hổ trong tương quan với nhau và với những hình ảnh khác được chọn lọc để đưa vào tranh một cách chuẩn xác theo dụng ý, nội dung của tranh Ngũ Hổ Hàng Trống đã được giải mã. Bên trong bức tranh là một lý thuyết tinh vi được mã hoá dưới dạng 5 cọp: lý thuyết ngũ hành. Quá trình giải mã được tóm lược trong hai hình H31 và H32.

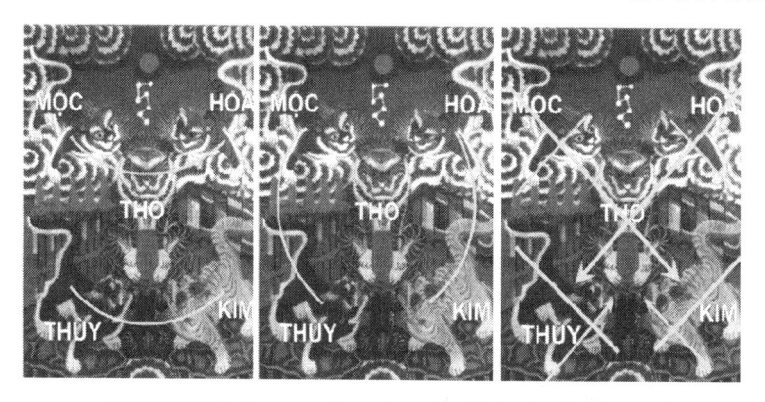

H31- NGŨ HỔ TRONG NHỮNG TƯ THẾ LIÊN MINH VÀ KÌNH CHỐNG

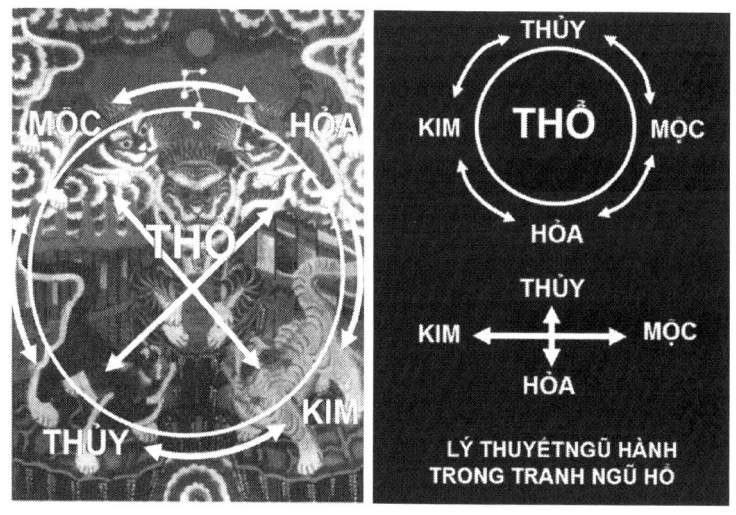

H32: ĐỒ HÌNH VÀ LÝ THUYẾT NGŨ HÀNH NGUYÊN THỦY ẨN TRONG TRANH NGŨ HỔ HÀNG TRỐNG

Bất kỳ là ai, nếu đã được trang bị với Việt Dịch thì đều có thể dễ dàng nhận ra là lý thuyết ngũ hành ẩn bên trong bức tranh Ngũ Hổ Hàng Trống chính là Lý Thuyết Ngũ Hành Nguyên Thủy như cho thấy trong hình H33.

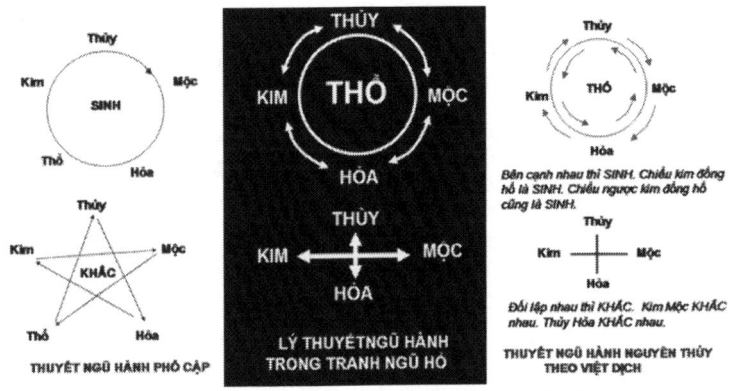

H33: SO SÁNH LÝ THUYẾT NGŨ HÀNH PHỔ CẬP, NGŨ HÀNH NGUYÊN THỦY VỚI NGŨ HÀNH TRONG TRANH NGŨ HỔ HÀNG TRỐNG

    Con hổ hành Thổ ngồi ở trung tâm của vòng tròn được phóng lớn gấp đôi so với những con hổ khác không phải chỉ là *"to lớn, uy nghiêm, quắc thước . . . biểu hiện bản lĩnh vững vàng, thành, tín"* như Lê Hướng Quỳ nhận xét (Nguồn: *Mạn Đàm Tranh 'Ngũ Hổ'*) mà còn là biểu hiện chỗ trọng tâm của vấn đề, chỗ trọng điểm của lý thuyết, chỗ trọng yếu của nội dung. Vai trò nổi bật của hành Thổ ở trung ương là dấu ấn đặc thù của Lý Thuyết Ngũ Hành Nguyên Thủy. Vai trò nổi bật đó, đại diện bởi con hổ nâu thật to ở trung ương, không tìm được nơi và không thể giải thích được bởi Lý Thuyết Ngũ Hành Phổ Cập. Trên căn bản cốt lõi của Lý Thuyết Ngũ Hành Phổ Cập thì Thổ chỉ là một hành trong số 5 hành vật chất, tức là bình đẳng với những hành khác. Điều này càng rõ hơn khi nhìn vào sự tương tác (cũng bình đẳng) của các hành trong hai qui luật sinh khắc. Một khi nền tảng của Lý Thuyết Ngũ Hành Phổ Cập đã khẳng định là hành Thổ không quan trọng hơn những hành khác thì bất cứ biện luận nào cho rằng con hổ nâu nằm ở trung ương là đại diện cho hành Thổ của Lý Thuyết Ngũ Hành Phổ Cập đều là hý luận.

Tiền nhân không những đã chú ý "làm nổi cộm" sự khác biệt cực kỳ quan trọng qua hình ảnh con hổ hành Thổ thật lớn ở trung tâm. Tiền nhân còn chú ý "nói cho biết" là 5 con hổ trong tranh có nguồn gốc từ thiên văn. Đây là một dấu ấn đặc thù khác của Lý Thuyết Ngũ Hành Nguyên Thủy không thể tìm thấy nơi cũng không thể giải thích được bởi Lý Thuyết Ngũ Hành Phổ Cập.

Như vậy thì, nội dung cụm ảnh 5 con hổ của bức tranh Ngũ Hổ Hàng Trống đã được làm sáng tỏ. Lý thuyết ngũ hành được cố ý mã hóa vào trong tranh và giấu sau vỏ bọc tính ngưỡng dân gian nhất định phải là Lý Thuyết Ngũ Hành Nguyên Thủy.

Nhưng vì sao tiền nhân lại chọn hình ảnh 5 con hổ để làm phương tiện mã hóa mà không chọn 5 vật hoặc 5 con gì khác? Và tại sao chòm Bắc Đẩu và Thái Dương lại được chọn đặt trong tranh chung với hình ảnh 5 con cọp?

Chúng ta biết 5 Hổ còn có cách gọi khác là 5 Dần. Trong chu kỳ 60 năm gọi là Lục Thập Hoa Giáp cũng có 5 mốc Dần. Thứ tự từ đầu chu kỳ cho đến cuối là Bính Dần, Mậu Dần, Canh Dần, Nhâm Dần và Giáp Dần. Người ta dùng 5 mốc Dần này để độn/tìm Ngũ Hành Nạp Âm trong những ứng dụng lý số, và gọi đó là Ngũ Hổ Độn Pháp. Như vậy thì, một mặt cụm hình 5 con hổ đi cùng với cụm hình Bắc Đẩu-Thái Dương là để xác định lý thuyết ngũ hành trong tranh Ngũ Hổ Hàng

Trống có nguồn gốc từ thiên văn và xác định vị trí phía Bắc hành Thủy cho con hổ đen. Vấn đề này rõ ràng như ban ngày. Một mặt khác, cụm hình 5 Dần đi cùng với cụm hình Bắc Đẩu và Thái Dương còn trỏ vào "một cái gì đó" có liên quan đến lịch pháp, theo đó liên quan đến sự vận hành của mùa tiết, và có liên quan đến lý thuyết ngũ hành, theo đó liên quan đến sự ứng dụng của lý thuyết ngũ hành. Một cái gì đó rất "nặng ký" và có một giá trị không kém giá trị của lý thuyết ngũ hành. Và "cái gì đó" chính là Bảng Lục Thập Hoa Giáp.

Như đã nói nhiều lần, Bảng Lục Thập Hoa Giáp được kiến tạo trên nền tảng của Lý Thuyết Ngũ Hành Nguyên Thủy. Như vậy thì sợi dây liên kết đầu tiên giữa tranh Ngũ Hổ Hàng Trống và Bảng Lục Thập Hoa Giáp chính là cái Lý Thuyết Ngũ Hành Nguyên Thủy. Sợi dây liên hệ thứ hai giữa tranh Ngũ Hổ Hàng Trống và Bảng Lục Thập Hoa Giáp nằm ở chỗ cả hai sản phẩm đều được cẩn thận mã hóa và mã hóa một cách tinh vi để che giấu "bản lai diện mục" và "cội nguồn trước tác" của hai sản phẩm. Hai sợi dây liên kết đó không dừng lại ở hai sản phẩm được phục dựng này mà còn chạy xuyên suốt tới tất cả những sản phẩm được phục dựng khác đã trình bày từ dòng đầu tiên cho đến cuối trong bài viết này.

Như vậy thì, nó không khó để cho chúng ta nhận ra tính hệ thống trong chủ ý của tiền nhân trước tác ra chúng và tính thuộc về hệ thống trên bản thân của mỗi sản phẩm được phục dựng.

Dưới điều kiện lịch sử của một dân tộc luôn bị xâm lược và bị tàn phá một cách có hệ thống và có tính toán thâm độc thì nhu cầu mã hoá những di sản văn hoá phi vật thể dưới nhiều hình thức như khẩu quyết, huyền thoại, tranh vẽ, lý số, tín ngưỡng nhân gian... không có gì là khó hiểu. Cũng như những sản phẩm khác được tiền nhân mã hóa, tranh Ngũ Hổ Hàng Trống là bức mộc bản giản dị của dân gian dấu sau vỏ bọc tín ngưỡng dân gian nhưng chứa đựng một di sản lớn của Việt.

Lý Thuyết Ngũ Hành Nguyên Thủy có thực sự là bản Việt chính thống? Câu hỏi này dẫn chúng ta đến bước giải mã ý nghĩa của cụm hình cờ, gươm và hòm ấn. Cờ, gươm, ấn là biểu tượng của quyền lực. Với con hổ vĩ đại hành Thổ ngồi ở trung ương thì quyền lực này phải được hiểu là quyền lực tuyệt đối. Cụm hình này không đứng riêng lẽ mà là đứng chung với hai cụm hình kia để tạo thành bố cục và nội dung của bức tranh Ngũ Hổ Hàng Trống. Vì vậy, cái quyền lực tuyệt đối mà cụm hình muốn biểu thị chắc chắn là phải được hiểu và diễn giải ý nghĩa trong tương quan với ý nghĩa của hai cụm hình ảnh kia. Vậy thì, quyền lực đó là quyền lực gì? Không, chắc chắn không phải là quyền lực *"sức mạnh vũ trụ thiên nhiên, tiết mùa, thời vận của quy luật tự nhiên"* như Lê Hướng Quỳ nhận xét. Quyền lực đó là quyền lực "văn hóa chính thống," là quyền lực "sáng tạo ra bản gốc," là quyền lực "nắm giữ tinh yếu" của Lý Thuyết Ngũ Hành Nguyên Thủy. Là quyền lực của tiền nhân Việt vốn là chủ nhân đích thực của một di sản văn hóa phi vật thể rất là đồ sộ.

Tóm lại, với công trình giải mã bí ẩn trong tranh Ngũ Hổ Hàng Trống, dựa trên những bằng chứng vừa khám phá, chúng ta có thể kết luận tranh Ngũ Hổ Hàng

Trống không phải là một bức tranh chỉ đơn giản "khắc hoạ hình tượng những vị nhiên thần vừa cao quý vừa gần gũi với con người" như Đặng Nghiêm Vạn đã nhận xét khi viết về Tranh Nhân Gian Hàng Trống. Tiền nhân Việt đã mã hoá Lý Thuyết Ngũ Hành Nguyên Thủy vào bức tranh Ngũ Hổ Hàng Trống. Tiền nhân Việt đã chủ ý mượn hình ảnh 5 con hổ để dễ dàng "thần hóa" bức tranh. Và nhờ đã khoát lên chiếc áo tín ngưỡng dân gian nên "nguyên tác" mới sống sót đến ngày hôm nay để đến tay chúng ta, những hậu duệ đích thực, qua sự truyền thừa "không canh cải" từ thế hệ trước qua thế hệ sau. Và văn bản đó thì thầm: "Hãy trân trọng Lý Thuyết Ngũ Hành Nguyên Thủy mà ta đã gởi gấm vào đây. Nó mới thực sự là bản gốc của lý thuyết ngũ hành sáng tạo từ tổ tiên của các ngươi, là một phần của nền văn hóa chính thống của các ngươi. Lần theo dấu tích để tìm lại cội nguồn minh triết của tổ tiên. May mắn cho ngươi được kế thừa một di sản văn hóa phi vật thể vô cùng đồ sộ."

Công trình Giải Mã Bí Ẩn Trong Tranh Ngũ Hổ Hàng Trống của HHQ thêm một lần nữa cho thấy phương pháp giải mã di sản văn hóa phi vật thể để phục dựng sản phẩm văn hoá phi vật thể có một giá trị nhất định và chính sản phẩm được phục dựng từ phương pháp giải mã cũng có một giá trị nhất định.

Ngũ Hành Nguyên Thủy Trong Tranh Ngũ Hổ Đông Hồ: Phục Dựng Từ Tín Ngưỡng Dân Gian

Tranh Đông Hồ là một dòng tranh khác trong ba dòng tranh dân gian Việt Nam. Cũng giống như tranh Ngũ Hổ trong dòng tranh Hàng Trống, Lý Thuyết Ngũ

Hành Nguyên Thủy cũng đã được mã hóa thành những bức tranh Ngũ Hổ và giấu kín sau vỏ bọc tín ngưỡng của dòng tranh Đông Hồ. Những bức tranh Ngũ Hổ Đông Hồ thoạt nhìn vào sẽ thấy hình ảnh và màu sắc của nó rất gần gũi với Tranh Ngũ Hổ Hàng Trống (dĩ nhiên là ở đây chỉ muốn nói những gì liên quan tới lý thuyết ngũ hành). Nhưng khi chú ý quan sát thì sẽ thấy dường như chúng không được xếp đặt theo một trật tự nào của lý thuyết ngũ hành, dầu là Lý Thuyết Ngũ Hành Phổ Cập hay là Lý Thuyết Ngũ Hành Nguyên Thủy. Đó là lý do mà Nguyễn Vũ Tuấn Anh đã đi đến kết luận: *"Sự sai lệch về vị trí màu sắc tạo nên Ngũ hành tương sinh ngược chiều kim đồng hồ."* Với NVTA thì "tương sinh" có nghĩa là qui luật tương sinh theo Lý Thuyết Ngũ Hành Phổ Cập, như cho thấy trong tranh Ngũ Hổ bản A bên dưới.

P1: TRANH NGŨ HỔ ĐÔNG HỒ
BẢN A

Tuy nhiên, bên sau *"sự sai lệch về vị trí màu sắc"*

trong hình P1 đó thật ra là một sự sai lệch có chủ ý do mã hóa để che giâu một lý thuyết tinh vi. Và cách mã hóa cũng rất tinh vi, hơn cả cách mã hóa của tranh Ngũ Hổ Hàng Trống. Điều này đúng với cả bức tranh Ngũ Hổ Đông Hồ bản B trong hình P2 bên dưới.

**P2: TRANH NGŨ HỔ ĐÔNG HỒ
BẢN B**

Lý thuyết ngũ hành ẩn trong hai bức tranh Ngũ Hổ Đông Hồ đã được mã hóa hai lớp. Với lớp mã hóa thứ nhất, cũng giống như cách mã hóa của tranh Ngũ Hổ Hàng Trống, qui luật tương sinh và qui luật tương khắc được "biểu hình hóa" với khái niệm "thân thiện" và "chống đối" trong tương quan tư thế của 4 hổ Kim, Mộc, Thủy, Hỏa cộng với con hổ to hành Thổ ở trung ương làm nên toàn thể bố cục của ngũ hành. Với lớp mã hóa thứ hai, khái niệm vận hành hai chiều được "biểu động hóa" qua cấu trúc _/ (hình chữ U bẹt) của hai gương phản chiếu với bức tranh nền ở giữa. Với lớp mã hóa thứ hai này, dầu có nhận ra hay không nhận ra qui luật tương sinh và qui luật tương khắc đã được "biểu hình hóa" trong lớp mã hoá thứ nhất, thì qui luật sinh khắc hai chiều cũng sẽ phải hiển lộ với khái niệm vận hành hai chiều đã được "biểu động hóa" ở lớp mã hóa thứ hai một khi mà người giải mã đã khám phá ra đúng cái chìa khoá dùng để giải mã bức tranh. Biểu hình hóa là một phương pháp mã hóa phải nhờ vào chiếc chìa khóa "hình ảnh biểu thị" để giải mã. Biểu động hóa là phương pháp mã hóa phải nhờ vào chiếc chìa khoá "động tác biểu kiến" để giải mã.

Kết quả giải mã bức tranh Ngũ Hổ Đông Hồ bản A cho thấy lý thuyết ngũ hành ẩn bên trong tranh chính là Lý Thuyết Ngũ Hành Nguyên Thủy, như cho thấy trong hình P3.

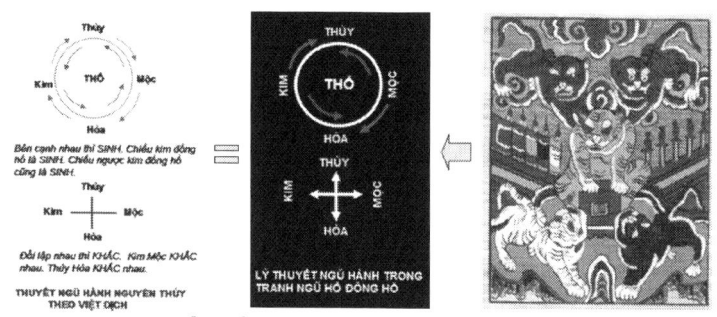

P3: SO SÁNH LÝ THUYẾT NGŨ HÀNH TRONG TRANH NGŨ HỔ ĐÔNG HỒ VỚI LÝ THUYẾT NGŨ HÀNH NGUYÊN THỦY TRONG VIỆT DỊCH

Thêm vào đó, kết quả giải mã bức tranh Ngũ Hổ Đông Hồ bản B, hình P4, cho thấy ẩn bên trong tranh là qui luật khắc hai chiều của Lý Thuyết Ngũ Hành Nguyên Thủy.

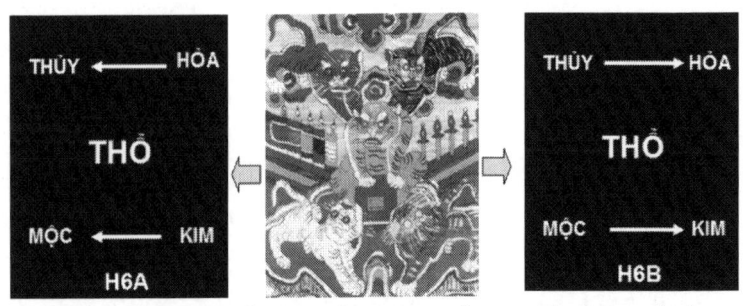

P4: TỪ BỨC TRANH NGŨ HỔ ĐÔNG HỒ CHO RA 2 ĐỒ HỌA NGŨ HÀNH, PHẢN ÁNH SỰ VẬN HÀNH NGƯỢC CHIỀU NHAU CỦA HAI CẶP THỦY-HỎA & KIM-MỘC

Qui luật khắc hai chiều này là qui luật tương khắc đúng nghĩa và chỉ có hai cặp hành tương khắc Thủy-Hỏa và Mộc-Kim, như cho thấy trong hình P5, là dấu ấn đặc thù của Lý Thuyết Ngũ Hành Nguyên Thủy.

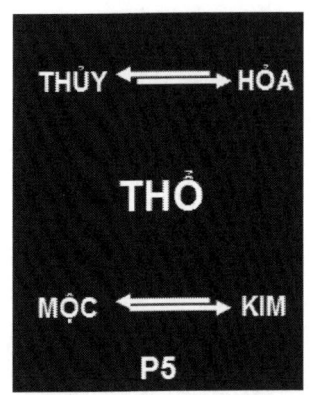

Tranh Ngũ Hổ Đông Hồ bản B đã giúp để xác định một sự thật là những bức tranh Ngũ Hổ Đông Hồ là được "chủ ý mã hóa" và lý thuyết ngũ hành ẩn giấu trong tranh Ngũ Hổ Đông Hồ đích thực là Lý Thuyết Ngũ Hành Nguyên Thủy, không thể ngộ nhận với hoặc mạo nhận bởi Lý Thuyết Ngũ Hành Phổ Cập.

Lý Thuyết Ngũ Hành Nguyên Thủy được mã hóa và giấu kín trong tranh Ngũ Hổ Hàng Trống lẫn tranh Ngũ Hổ Đông Hồ và được che đậy dưới vỏ bọc tín ngưỡng nhân gian là "một sự thật" không thể lầm lẫn và không thể hoài nghi. Chủ ý mã hóa và sự che dấu đã có tính cách hệ thống. Và điều này có một ý nghĩa rất lớn đối với cội nguồn văn hóa Việt.

Công trình *Giải Mã Bí Ẩn Trong Tranh Ngũ Hổ Đông Hồ* của HHQ thêm một lần nữa cho thấy phương pháp giải mã di sản văn hóa phi vật thể để phục dựng sản phẩm văn hoá phi vật thể có một giá trị nhất định và chính sản phẩm được phục dựng từ phương pháp giải mã cũng có một giá trị nhất định.

Ngũ Hành Nguyên Thủy Trong Môn Tử Vi:

Phục Dựng Từ Vi Lý Số

Trong bài *Bí Ẩn Tam Hợp Kim Cục Tỵ Dậu Sửu* Nguyễn Vũ Tuấn Anh cũng đã viết:

"*Thân – Tý – Thìn là tam hợp Thủy cục. Trong đó: Thân (Kim) sinh Tý (Thủy) và tuyệt ở Thìn (Thổ). Dần – Ngọ – Tuất là tam hợp Hỏa cục. Trong đó: Dần (Mộc) sinh Ngọ (Hỏa) và tuyệt ở Tuất (Thổ). Hợi – Mẹo – Mùi là tam hợp Mộc cục. Trong đó: Hợi (Thủy) sinh Mẹo (Mộc) và tuyệt ở Mùi (Thổ). Tỵ – Dậu – Sửu là tam hợp Kim cục. Khi tìm hiểu về các phương pháp ứng dụng của thuyết Âm dương Ngũ hành liên quan đến*

*Tam hợp cục, người ta chỉ có thể lý giải quy tắc tam hợp như trên. Riêng tam hợp Kim cục Tỵ – Dậu – Sửu là sự bí ẩn không lý giải được cũng với thời gian tính bằng thiên niên kỷ; bởi vì Tỵ (Âm Hỏa) tại sao lại có thể sinh Dậu (Âm Kim)? Bởi vậy người ta cũng phải học thuộc lòng các tam hợp cục như một tiên đề khi ứng dụng. Đây cũng là một bằng chứng nữa chứng tỏ sự thất truyền và sai lệch của một hệ thống lý thuyết căn bản."*⁴

Cái mà học giả NVTA gọi là *"một bí ẩn không lý giải được"* thiệt đúng là không thể lý giải được bằng Lý Thuyết Ngũ Hành Phổ Cập. Bởi vì, nếu căn cứ theo hai qui luật sinh khắc của Lý Thuyết Ngũ Hành Phổ Cập thì Tỵ Hỏa làm sao có thể sinh Dậu Kim được để mà gọi là tam hợp. Với Lý Thuyết Ngũ Hành Phổ Cập, dầu cho học giả và danh sư lý số có cố gắng vận dụng bất cứ cách nào đi nữa để giải thích vướng mắc nơi Tam Hợp Kim Cục thì sự thật Kim Cục vẫn là "cam" so với ba tam hợp cục kia thuộc về "bưởi." Hay nói một cách khác là những lý giải lấp liếm đó chỉ đủ làm lòa mắt một số người chớ không làm sáng tỏ được nghi vấn về cấu trúc của tam hợp cục.

Nhưng cái gút mắc không thể giải thích được bằng Lý Thuyết Ngũ Hành Phổ Cập lại là dấu ấn đặc thù của Lý Thuyết Ngũ Hành Nguyên Thủy của Việt Dịch. Và dĩ nhiên là nó có khả năng giải thích một cách hợp lý, ngay thẳng và trọn vẹn, như cho thấy trong hình H34. Duy nhất chỉ có Lý Thuyết Ngũ Hành Nguyên Thủy mới có thể giải thích được vì sau Tỵ Hỏa lại sinh

---

4

cho Dậu Kim trong Tam Hợp Kim Cục. Và duy nhất chỉ có Lý Thuyết Ngũ Hành Nguyên Thủy mới có thể chứng minh cấu trúc của toàn bộ 4 Tam Hợp Cục là một tổng thể chặt chẽ và có hệ thống; trong đó không có chuyện một "cam" trộn chung với ba "bưởi" như là khi nhìn nó dưới lăng kính của Lý Thuyết Ngũ Hành Phổ Cập.

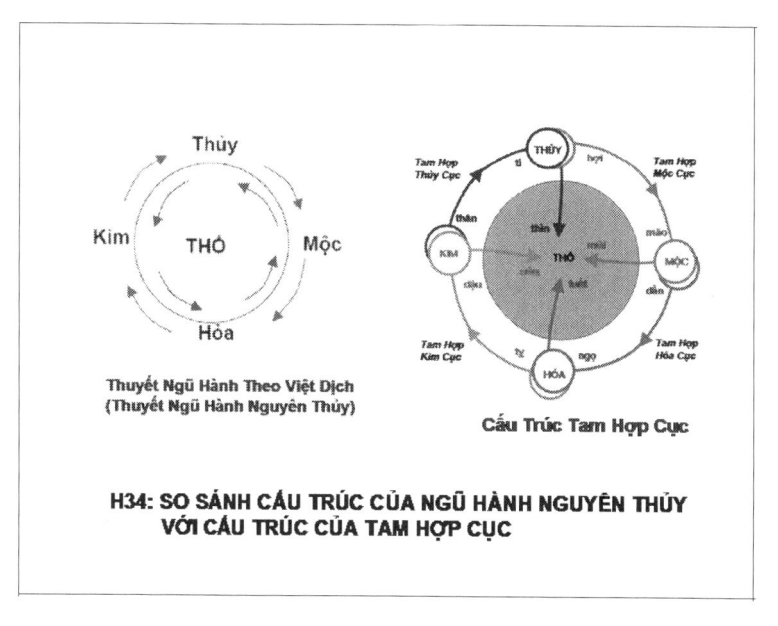

Thuyết Ngũ Hành Theo Việt Dịch
(Thuyết Ngũ Hành Nguyên Thủy)

Cấu Trúc Tam Hợp Cục

H34: SO SÁNH CẤU TRÚC CỦA NGŨ HÀNH NGUYÊN THỦY VỚI CẤU TRÚC CỦA TAM HỢP CỤC

Cái mà NVTA vừa đề cập chỉ là một thí dụ cụ thể trong số rất nhiều vướng mắc nằm trong bộ môn Tử Vi nói riêng và lý số nói chung. Chúng ta sẽ không tốn thêm thời gian trong bài viết này để lập lại những gì đã được giải thích cặn kẻ rồi. Những ai quan tâm có thể tự mình tham khảo thêm trong cuốn *Giải Mã Những Bí Ẩn Trong Tử Vi* của Hà Hưng Quốc. Ở đây chúng ta chỉ muốn tóm gọn những khám phá trong công trình giải mã đó với một câu thôi: Chưa bao giờ Lý Thuyết Ngũ

Hành Phổ Cập đã có thể giải thích một cách "ngay thẳng và hợp lý" những vướng mắc trong Tam Hợp Cục, Tử Vi Cục, Vòng Tràng Sinh, Lục Xung, Lục Hợp, Lục Hại, và ngay cả trên chính cái cấu trúc 12 cung của Cung Bàn Tử Vi.

Không thể là bởi vì bộ môn Tử Vi không được kiến tạo trên nền tảng của Lý Thuyết Ngũ Hành Phổ Cập. Không thể là bởi vì người Tàu không phải là chủ nhân đích thực của nó.

Bộ môn Tử Vi đã được kiến tạo trên nền tảng của Lý Thuyết Ngũ Hành Nguyên Thủy và của Bảng Lục Thập Hoa Giáp. Nó là sản phẩm văn hóa phi vật thể do tiền nhân Việt trước tác. Và chúng ta không nên ngạc nhiên về điều này, vì cho đến bước giải trình này thì chúng ta đã kinh qua rất nhiều bằng chứng rồi.

Có thể nói Tử Vi là một bộ môn lý số mà trong đó chúng ta nhìn thấy sự thất bại thảm hại của Lý Thuyết Ngũ Hành Phổ Cập một cách rõ rệt, đầy dẫy và có tính cách hệ thống. Và như HHQ đã viết trong phần mở đầu của cuốn *Giải Mã Những Bí Ẩn Trong Tử Vi*:

"Những khám phá, bắt nguồn từ những nghi vấn đã tồn tại trong nhiều năm, cho thấy tất cả đều giống nhau ở một điểm: sự thất bại của lý thuyết ngũ hành phổ cập. Nói thất bại là vì lý thuyết ngũ hành phổ cập không có khả năng giải thích một cách thỏa đáng và nghiêm túc những nghi vấn đó. Nếu những đối tượng đã được xét nghiệm không liên hệ nhau thì kết luận có lẽ chỉ là vậy. Tuy nhiên, vì tất cả đều là thành phần trong tổng thể cơ sở hạ tầng của bộ môn Tử Vi cho nên

chúng ta còn có thêm một kết luận nữa. Đó là, lý thuyết ngũ hành trong bộ môn Tử Vi hoàn toàn khác với lý thuyết ngũ hành phổ cập. Và cũng từ những bằng chứng có được, chúng ta nhận ra là lý thuyết ngũ hành trong bộ môn Tử Vi không hai không khác với lý thuyết ngũ hành nguyên thủy của Việt Dịch.

Với sự hiển lộ của Lý Ngũ Hành Nguyên Thủy và Bảng Lục Thập Hoa Giáp trong môn Tử Vi xuyên qua công trình của HHQ, thêm một lần nữa nó đã cho chúng ta thấy là phương pháp giải mã di sản văn hóa phi vật thể để phục dựng sản phẩm văn hoá phi vật thể có một giá trị nhất định và chính sản phẩm được phục dựng từ phương pháp giải mã cũng có một giá trị nhất định.

Ý NGHĨA CỦA NHỮNG CÔNG TRÌNH PHỤC DỰNG

Tất cả những công trình phục dựng được trình bày trên là những nỗ lực tự phát của mỗi cá nhân thực hiện công trình. Nói một cách khác, không có một công trình sư nào hoặc một tổ chức nào đứng ra điều hợp những nỗ lực này cả. Mỗi sản phẩm văn hóa phi vật thể phục dựng được từ một công trình tự phát trong số những công trình tự phát đó có thể nói là rời rạc và lẻ loi đến tội nghiệp trong thế giới của cá nhân thực hiện công trình, ít ra là trước khi có bài viết này. Nhưng rồi tất cả những sản phẩm phục dựng đó đã tình cờ gặp nhau trên con đường tìm về cội nguồn đích thực của nền văn hóa Việt. Tình cờ mà không tình cờ bởi vì có một lý do làm cho chúng trước sau gì cũng phải gặp nhau. Lý do đó chính là: SỰ THẬT VỀ CỘI NGUỒN

VĂN HÓA VIỆT. Từ Tiên Thiên Bát Quái Đồ của Nguyễn Thiếu Dũng phục dựng từ công trình giải mã huyền sử Lạc Long Quân và Âu Cơ; tới Hậu Thiên Bát Quái Đồ của Trần Quang Bình phục dựng từ công trình giải mã huyền thoại Nữ Oa lấy đá vá trời; tới Tiên Thiên Bát Quái, Hậu Thiên Bát Quái, Hà Đồ, Ngũ Hành Đồ, Việt Dịch Đồ, Lý Thuyết Ngũ Hành trong Việt Dịch của Hà Hưng Quốc phục dựng từ công trình giải mã 67 lời khẩu quyết lưu truyền trong dân gian; tới Lý Thuyết Ngũ Hành Nguyên Thủy phục dựng từ công trình giải mã bức tranh mộc bản Ngũ Hổ Hàng Trống trong tín ngưỡng nhân gian; tới Lý Thuyết Ngũ Hành Nguyên Thuỷ và Thông Tin Cội Nguồn Trước Tác phục dựng từ công trình giải mã Bảng Lục Thập Hoa Giáp và qui luật Ngũ Hành Nạp Âm trong lãnh vực lý số; tới Lý Thuyết Ngũ Hành Nguyên Thủy phục dựng từ bộ môn Tử Vi của lý số (và có lẽ còn nhiều nữa đang chờ đợi được khám phá hoặc chưa được đề cập đến ở đây) . . . tất cả đã liên kết nhau một cách chặt chẽ và có hệ thống như cho thấy trong bức tranh tổng thể H35. Chặt chẽ và có hệ thống là bởi vì vốn dĩ chúng là một phần của một hệ thống văn hóa. Hệ thống văn hóa đó là của Việt xưa, là nền văn hóa của một thời huyền vĩ (nói theo ngôn ngữ của NVTA) khi mà Việt còn làm chủ vùng đất mà ngày nay được gọi là Trung Hoa.

H35

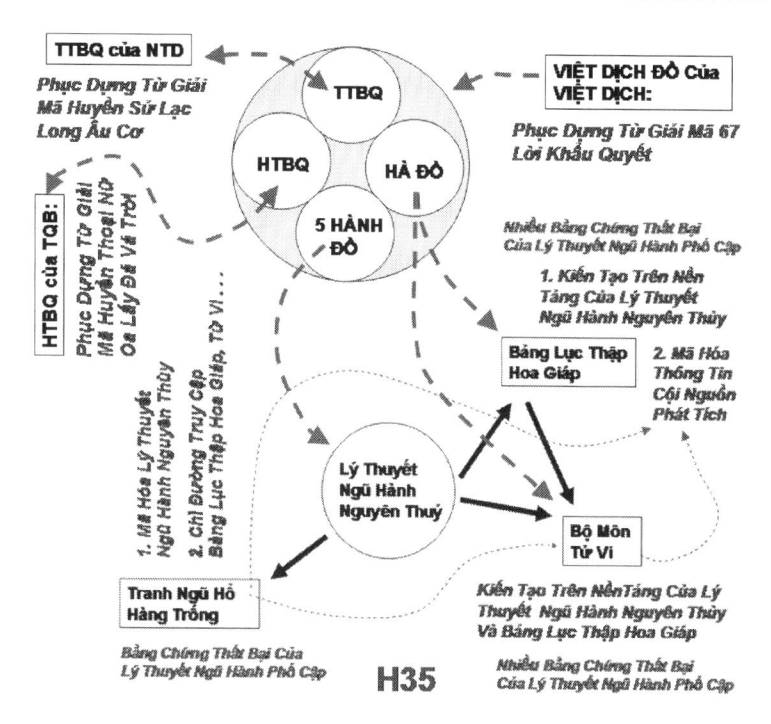

Bức tranh tổng thể H35 tuy là cho chúng ta thấy được sự liên hệ mật thiết mang tính hệ thống giữa những sản phẩm phục dựng đã được đề cập trong bài viết này nhưng vẫn chưa làm nổi cộm lên được sự liên hệ mật thiết theo chiều dọc của lịch sử văn hóa. Vì vậy, có lẽ chúng ta cần nhìn ở một góc độ khác để thấy cái gọi là hệ thống văn hóa của Việt xưa trên vùng đất Trung Hoa ngày nay. Và chúng ta sẽ lần theo dấu chân lịch sử của lý thuyết ngũ hành để tái hiện một phần sự thật đó.

Mãi cho tới bây giờ căn bản của Lý Thuyết Ngũ Hành Phổ Cập vẫn là gói gọn trong "5 loại vật chất cộng với hai quy luật sinh khắc." Trong suốt chiều dài tính bằng thiên niên kỷ, từ khi còn là một khái niệm đơn sơ cho tới khi trở thành một lý thuyết đạt tới tầm cao, có thể nói mạch Lý Thuyết Ngũ Hành Phổ Cập là một mạch lý thuyết của Tàu hoàn toàn khác với mạch Lý Thuyết Ngũ Hành Nguyên Thủy của Việt. Lịch sử phát triển của mạch Lý Thuyết Ngũ Hành Phổ Cập được giải trình trong cuốn *Giải Mã Bí Ẩn Trong Tranh Ngũ Hổ Hàng Trống* của HHQ.

Truy ngược lại dòng chảy của thời gian, từ bức tranh Ngũ Hổ Hàng Trống vào thời điểm hiện tại, ngược về thời điểm của bộ môn Tử Vi ra đời, rồi ngược về thời điểm của Ngũ Hành Nạp Âm và Lục Thập Hoa Giáp ra đời, chúng ta có thể thấy rõ mạch Lý Thuyết Ngũ Hành Nguyên Thủy. Và, như đã nói, nó hoàn toàn khác với mạch Lý Thuyết Ngũ Hành Phổ Cập.

Mạch Lý Thuyết Ngũ Hành Nguyên Thủy không dừng lại ở thời điểm ra đời của Ngũ Hành Nạp Âm và Lục Thập Hoa Giáp. Bộ môn Tử Vi lẫn Ngũ Hành Nạp Âm và Bảng Lục Thập Hoa Giáp đều có nguồn gốc thiên văn và lịch pháp nên nó đòi hỏi người sáng tạo ra chúng phải có một kiến thức uyên thâm về thiên văn và lịch pháp. Chính trong Tử Vi Kinh nói Trần Đoàn tiên sinh cũng xác nhận *"Bần đạo không phải là người đặt ra khoa này. Nhân người trước đã nói về Tử-vi, bần đạo nhận thấy Dịch-lý, Hình tượng Thiên văn, Lịch-số, Địa-lý đều có uyên nguyên với nhau, mới tước bỏ những rườm rà của người xưa, họp thành khoa Tử-vi mà thần viết trong tập này."* Ngay cả tranh Ngũ Hổ Hàng Trống cũng cho thấy sự quan trọng của yếu tố thiên văn và lịch pháp. Như vậy, nối kết mạch Lý Thuyết Ngũ Hành

Nguyên Thủy vào mạch thiên văn lịch số để truy ngược về nguồn là một điều tự nhiên hợp lý.

Theo GS Nguyễn Hữu Quang,[5] Trung Quốc có lịch rất sớm. Khởi đầu là Lịch Can Chi rất phôi thai vào thời Hoàng Đế (lên ngôi năm Giáp Tí 2697 TCN), căn cứ theo các bản đất sét nung còn lưu trữ tại Đại Học Yên Kinh. Sau đó âm dương hợp lịch ra đời vào thời vua Nghiêu (lên ngôi năm Giáp Thìn 2357 TCN), căn cứ theo Kinh Thư trong thiên Nghiêu Điển. Lịch này được phỏng theo Qui Lịch của vua Hùng Vương thứ 3, tức Hùng Lân Lang, căn cứ vào chi tiết trong Thuật Dị Ký 述異記 của sách Thông-chí 通志 (2AL, Q II, Ngũ Đế Kỷ Đệ Nhị, Chí #35, tr. 224) của sử gia Trịnh Tiều (1104-1162). Sách chép:

"*Đào Đường chi thế, Việt Thường quốc hiến thiên tuế thần quy, bối thượng hữu văn, giai khoa đẩu thư, ký khai tịch dĩ lai, Đế mệnh lục chi, vi chi Quy-lịch*"

Dịch: "*Đời Đào Đường, nước Việt Thường dâng thần quy ngàn tuổi, trên lưng có văn, đều là chữ khoa-đẩu [chữ nòng nọc], chép việc từ thuở khai thiên tịch-địa đến bấy giờ, Đế sai chép và gọi là Lịch Rùa.*"

Sách Cương Mục Tiền Biên của Kim Lý Tường

---

[5] Nguồn Hán Việt Dịch Sử Lược của GS Nguyễn Hữu Quang, Nguyên Giảng Viên Vật Lý Chuyên về Cơ Học Định Đề (Axiomatic Mechanics, a branch of Theoretical Physics) tại Đại Học Khoa Học Sài Gòn trước năm 1975.

cũng có chép rằng, *"năm 2361 trước Công nguyên, tức năm Mậu Thân thứ 5 đời Đường Nghiêu Sứ thần Việt Thường Thị sang chầu dâng rùa thần"*. Theo Kim Lý Tưởng con rùa gọi là thần quy vì rùa to hơn 4 thước ta [khoảng 1.20 mét], trên lưng có đầu văn, ghi tổng quát lịch sử cấu tạo vũ trụ và nhân loại từ thuở ban đầu cho tới đời vua Đường Nghiêu.[6]

Giáo sĩ L.Wieger, một nhà thông thái dòng Tên, cũng ghi nhận "*người Tầu đã dựa vào cống phẩm rùa thần mà làm ra Qui Lịch*" (*L.Wieger, Hisfoire des croyances religieuses et des opinions philosophiques en Chine, depnis l' origine jusqu à nos jonrs.*/ Lịch Sử Tín Ngưỡng Và Quan Điểm Triết Học ở Trung Hoa, Từ Khởi Thủy Cho Đến Thời Đại Chúng Ta, trích dẫn bởi TS. Thái Văn Kiểm).[7]

Cũng trong Kinh Thư, về việc hiến thần quy, *"Đế Nghiêu nhà Đường sai Hy Thúc giữ việc này suy trác khí hậu ở Nam Giao, điều hòa mọi việc thời tiết sớm muộn về mùa hè... Suy trác cẩn thận để tháng trong Hạ được đúng với thời tiết. Lại phải xem đến việc thay đổi của người và trời đất."* (Lịch Với Lịch Sử Kinh Tế Chính Trị Và Chiến Tranh của Nguyễn Thường, Nghiên Cứu

---

[6] Nguồn: Cội Nguồn Của Văn Minh Đất Nước Việt Nam của GS Cao Thế Dung. GS trích dẫn từ Cương Mục, bản dịch - Bộ VHGD, Sài Gòn 1965, tr.31.

[7] Nguồn: Cội Nguồn Của Văn Minh Đất Nước Việt Nam, GS Cao Thế Dung.

Lịch Sử số 3 (262) tháng 5 & 6-1992, tr.51-59).[8]

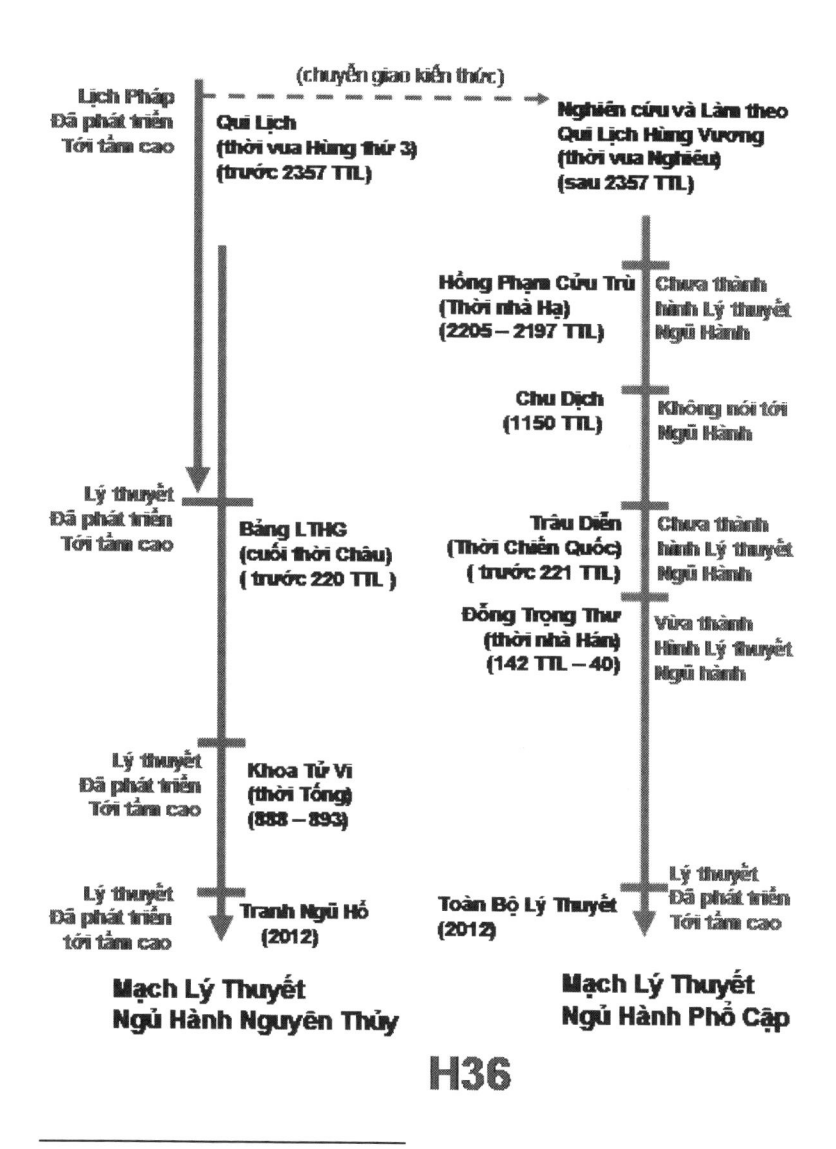

H36

- Lịch Pháp Đã phát triển Tới tầm cao
- (chuyển giao kiến thức)
- Qui Lịch (thời vua Hùng thứ 3) (trước 2357 TTL)
- Nghiên cứu và Làm theo Qui Lịch Hùng Vương (thời vua Nghiêu) (sau 2357 TTL)

- Hồng Phạm Cửu Trù (Thời nhà Hạ) (2205 – 2197 TTL) — Chưa thành hình Lý thuyết Ngũ Hành
- Chu Dịch (1150 TTL) — Không nói tới Ngũ Hành

- Lý thuyết Đã phát triển Tới tầm cao
- Bảng LTHG (cuối thời Châu) (trước 220 TTL)
- Trâu Diễn (Thời Chiến Quốc) (trước 221 TTL) — Chưa thành hình Lý thuyết Ngũ Hành
- Đổng Trọng Thư (thời nhà Hán) (142 TTL – 40) — Vừa thành Hình Lý thuyết Ngũ hành

- Lý thuyết Đã phát triển Tới tầm cao
- Khoa Tử Vi (thời Tống) (888 – 893)

- Lý thuyết Đã phát triển tới tầm cao
- Tranh Ngũ Hổ (2012)
- Toàn Bộ Lý Thuyết (2012)
- Lý thuyết Đã phát triển Tới tầm cao

Mạch Lý Thuyết Ngũ Hành Nguyên Thủy

Mạch Lý Thuyết Ngũ Hành Phổ Cập

---

[8] Nguồn: Cỗi Nguồn Của Văn Minh Đất Nước Việt Nam, GS Cao Thế Dung.

Như vậy, bên cạnh mạch Lý Thuyết Ngũ Hành Phổ Cập đã tồn tại mạch Lý Thuyết Ngũ Hành Nguyên Thủy của dọc chiều dài lịch sử từ thời điểm hiện tại trên đất Việt ngày nay ngược về tới thời điểm tối thiểu là 4373 năm trước trên đất Việt ngày xưa. Và hình H36 ngay phía trên cho chúng ta thấy rõ hơn về sự tồn tại đồng thời đó của hai mạch lý thuyết ngũ hành này.

Nếu chú ý một chút, chúng ta sẽ thấy mãi tới đời Khổng Trọng Thư thời nhà Hán thì Lý Thuyết Ngũ Hành Phổ Cập chỉ mới vừa thành hình và ứng dụng nhiều trong khoa Tử Bình ra đời vào thời nhà Đường (618 – 907) nhưng có lẽ tới thời nhà Tống (960 – 1127) mới đạt được tầm cao của lý thuyết với sự ra đời của Uyên Hải Tử Bình, trong khi đó thì Lý Thuyết Ngũ Hành Nguyên Thủy đã đạt tới tầm cao từ thời cuối nhà Châu (550 – 450 TCN), căn cứ vào phương pháp Ngũ Hành Nạp Âm cho 60 hoa giáp để thiết lập Bảng Lục Thập Hoa Giáp. Nếu kết hợp với thông tin về âm dương hợp lịch để suy diễn thì Lý Thuyết Ngũ Hành Nguyên Thủy có lẽ cũng đã đạt tới tầm cao vào thời điểm của Hùng Quốc Vương Lân Lang và lúc đó chắc chắn là kiến thức về thiên văn của người Hán chưa thể sánh với dân Việt Thường.

Hai mạch lý thuyết cùng tồn tại trong một thời gian dài thì nhất định phải có sự cạnh tranh. Nhưng cho tới ngày hôm nay có lẽ đây là lần đầu tiên mà sự hiện hữu của hai mạch lý thuyết ngũ hành được nói tới và phơi bày cho nên trên thực tế chưa nghe ai nói tới sự cạnh tranh đó. Hay là đã có sự "cạnh tranh/ đấu tranh" rất lặng lẽ và tinh tế nhưng chúng ta không nhận ra chỉ vì Lý Thuyết Ngũ Hành Nguyên Thủy đã được mã hóa và che dấu từ nhiều năm qua, như những bằng chứng cho thấy? Cuối cùng thì chúng ta phải giải thích thế nào về nguồn gốc tạo ra sự tồn tại đồng thời của hai dòng lý thuyết ngũ hành trong hai nền văn hóa Trung Hoa và Việt Nam? Theo HHQ thì đáp án nằm ở trên lưng con rùa hiến tặng vua Nghiêu năm xưa, chứng thực bằng di sản văn hóa vật thể Tàu là sử liệu Trung Hoa và di sản văn hoá phi vật thể Việt là câu chuyện huyền thoại Nữ Oa Lấy Đá Vá Trời. Đây là một gút kết nối của hai mạch văn hóa và ở ngay đầu nguồn của mạch văn hóa Tàu.

Vậy thì **câu chuyện tặng rùa thần này là một sự kiện lịch sử rất quan trọng.** Nhưng trước khi trình bày nó quan trọng như thế nào thì trước hết chúng ta cần xác định tính chất khả tín của câu chuyện đã. Bởi vì, nếu câu chuyện không khả tín thì không có gì đáng để nói tiếp. Nó thực sự là con rùa lớn hay là con đồi mồi, một sản vật từ vùng biển của Việt Thường? Chúng ta khó có thể xác định. Nhưng dù là đồi mồi hay là rùa thì kích cỡ 1.2 mét không phải là chuyện khó tin. Rùa ngàn tuổi cũng không phải là chuyện lạ. Ngàn tuổi chỉ là một cách nói đoán rằng con rùa có tuổi rất cao nhưng không ai biết chắc nó có từ khi nào. Vã lại, kích cỡ và tuổi thọ của rùa cũng đã được khoa học xác nhận. Xác rùa hồ Hoàn Gươm hiện đang được giữ tại đền Ngọc Sơn còn lớn hơn và có tuổi thọ cũng gần một ngàn năm. Tại sao gọi nó là thần qui? Lớn vóc và sống lâu chưa đủ để gọi là thần, chỉ đáng với hai chữ thái và thọ mà thôi, do đó giải thích của Kim Lý Tường không thuyết phục. Có hai giải thích khác. Một, cho nó là thần là vì nó có cùng "phả hệ" với Thần Kim Qui trong huyền sử

Việt. Hai, cho nó là thần vì trên lưng nó *"chép việc từ thuở khai thiên tịch địa đến giờ,"* những việc vô cùng thần kỳ, vô cùng cao siêu. So ra có lẽ là giải thích thứ hai hợp lý hơn cả. Với diện tích bề mặt trên lưng của "thần quy" liệu là có thể *"chép việc từ thuở khai thiên tịch-địa đến bấy giờ"*? Chắc chắn là được. Bao nhiêu diện tích đó dư chỗ để chép xuống vài mô hình có khả năng mô tả sự vận hành của trời đất vạn vật từ thuở khai thiên tịch địa, thí dụ như mô hình Hậu Thiên Bát Quái Đồ đã được phụ dựng từ huyền thoại Nữ Oa Lấy Đá Vá Trời hoặc Việt Dịch Đồ của Việt Dịch phục dựng từ 67 lời khẩu quyết, và còn dư chỗ cho một số ghi chú về những mô hình đó. Tóm lại, điều mà chúng ta muốn xác định ở đây là nội dung của câu chuyện hoàn toàn hợp lý và rất đáng tin.

Sự kiện lịch sử này được HHQ cho là rất quan trọng vì nhiều lý do. Thứ nhất, **chuyện tặng rùa cho vua Nghiêu là một động thái chuyển giao khoa học [hiểu biết về thiên văn, mùa vụ, vân vân] và kỹ thuật [cách làm qui lịch] có tầm chiến lược**, dầu là vua quan Việt Thường có ý thức về hệ quả của việc làm này hay không. Việc chuyển giao kiến thức và kỹ thuật ngày đó đã có hệ quả ra sao có lẽ sử gia của chúng ta và của Trung Quốc vẫn chưa có dịp nhìn lại và đánh giá. Thứ hai, từ những thông tin trong câu chuyện tặng thần qui này, chúng ta có thể suy luận ra là **văn hóa Việt Thường vào thời điểm đó đã ở một tầm cao**, ít nhất là về mặt thiên văn, lịch pháp, lý số và nông nghiệp. Chỉ ở tầm cao đó mới có đủ khả năng để sáng tạo ra những sản phẩm như Lý Thuyết Ngũ Hành Nguyên Thủy, Ngũ Hành Nạp Âm, Bảng Lục Thập Hoa Giáp, Tử Vi và còn những thứ khác nữa chưa nói tới. Thứ ba, từ những thông tin trong câu chuyện tặng thần qui này, nó cho chúng ta thấy là vào thời điểm đó **đã có một luồng văn hóa ở tận phương Nam đi ngược lên phương Bắc "khai hóa" Hán tộc**, ít ra là trong lãnh vực thiên văn, lịch pháp, lý số và nông nghiệp. Và, căn cứ vào câu chuyện này thì **sản phẩm trí tuệ của phương Nam đã đi ngược lên phương Bắc thông qua kênh ngoại giao. Đồng thời phương Bắc đặc biệt quan tâm và tiếp thu sản phẩm trí tuệ của phương Nam**. Nếu không đặc biệt quan tâm thì sẽ không có chuyện *"Đế sai chép"* và sai Hy Thúc đi nghiên cứu và học hỏi tận nam giao [phương Nam].

Thực tình thì chúng ta không biết chính xác là trên lưng rùa mà Việt Thường tặng cho vua Nghiêu trên 4373 năm trước đã ghi chép những gì. Nhưng qua sự hiện hữu đồng thời của hai mạch lý thuyết suốt một thời gian dài và qua sự một sự kiện lịch sử làm nên một gút nối chung, được chứng thực bởi lịch sử Tàu và bởi huyền thoại Việt, chúng ta có thể quyết đoán là trong văn bản lạc thư đó đã chứa một mô hình Đồ Dịch tương đương với Việt Dịch Đồ và những ghi chú liên quan. Và như thế thì chuyện tặng rùa đó cũng có nghĩa là Việt Thường đã giao vào tay người Hoa bản sơ họa của Bát Quái, Hà Đồ, Âm Dương, Ngũ Hành và Dịch Lý. Bản sơ họa đó đã có một ảnh hưởng nhất định đối với nền văn hóa Trung Hoa mà thí dụ điển hình là người Hán đã làm lịch âm dương phỏng theo qui lịch của vua Hùng, một ảnh hưởng trực tiếp đầu tiên có sử liệu xác nhận. Và có lẽ Lý Thuyết Ngũ Hành Phổ Cập của Tàu là một sản phẩm khác phỏng tác từ bản sơ họa đó.

Nói một cách khác ngắn gọn về những điểm vừa giải trình: (1) chúng ta thấy lồ lộ dấu ấn Việt trong cội nguồn văn hóa Trung Hoa và (2) chúng ta thấy lồ lộ cái gọi là hệ thống văn hóa của Việt xưa trên vùng đất Trung Hoa ngày nay. Nói như vậy cũng có nghĩa là nói văn hóa Việt xưa là mẹ đẻ của nền văn hóa Trung Hoa chứ không phải ngược lại như nhiều người đã lầm tưởng.

Nếu những sản phẩm được phục dựng từ di sản văn hóa Việt không gặp nhau, không nối kết nhau, không tạo ra tính cách hệ thống và không nằm trong một hệ thống thì có lẽ chúng ta còn có thể phủ nhận giá trị của chúng và coi chúng chỉ là những sản phẩm "nói cho vui" hay "nghe xong rồi bỏ." Nhưng một khi chúng đã gặp nhau, đã nối kết nhau, đã cho thấy tính cách hệ thống và nằm trong một hệ thống thì chúng ta không thể phủ nhận được giá trị của chúng cũng như phủ nhận giá trị của phương pháp giải mã di sản văn hóa phi vật thể để phục hồi sản phẩm văn hóa phi vật thể. Mỗi một sản phẩm và tất cả những sản phẩm văn hóa phi vật thể được phục dựng từ di sản văn hóa phi vật thể rõ ràng là đã được mã hóa một cách tinh vi và có hệ thống để có thể gìn giữ và truyền thừa cho tới ngày hôm nay. Và rõ ràng chúng là chứng tích, chứng từ, chứng ngôn, chứng cứ, chứng nhận cho sự thật về cội nguồn đích thực của nền văn hóa Việt. Nếu đã được mã hóa một cách tinh vi và có hệ thống thì phương pháp giải mã di sản văn hóa phi vật thể một, cách tinh vi và có hệ thống, để phục dựng lại sản phẩm văn hóa phi vật thể có gì là phi khoa học hoặc không có giá trị? Decoding những sản phẩm đã được coded thì có gì là phi khoa học hoặc không có giá trị? Và con đường giải mã di sản văn hóa phi vật thể để phục dựng sản phẩm văn hóa phi vật thể rồi cho "xuất thổ" nhằm tìm lại diện mạo văn hóa Việt và tìm lại cội nguồn văn hóa Việt có gì là không đúng? Dưới điều kiện địa dư và lịch sử khắc nghiệt, có khi nó lại là con đường hiệu quả và khôn ngoan hơn hết.

CHƯƠNG IX

VIẾT LẠI LỊCH SỬ TRUNG HOA

Mùa Xuân năm 2005, bằng việc công bố tiểu luận *Tìm lại cội nguồn tổ tiên cội nguồn văn hóa,* chúng tôi đặt bước chân đầu tiên tìm về tiền sử dân tộc. Tới Xuân này, vừa tròn tám năm, hơn trăm bài viết và ba cuốn sách: *Tìm lại cội nguồn văn hóa Việt* (NXB Văn học, 2007), *Hành trình tìm lại cội nguồn* (NXB Văn học, 2008) và *Tìm cội nguồn qua di truyền học* (NXB Văn học, 2011) đã ra đời. Có thể nói, những bí mật sâu xa nhất của lịch sử văn hóa Việt từng chìm trong màn đêm thăm thẳm đã được đưa ra trước thanh thiên bạch nhật.

Một điều không ngờ là càng đi sâu vào lịch sử người Việt thì trong trí óc chúng tôi, những vấn đề của lịch sử văn hóa Trung Hoa cũng sáng dần ra... Tuy nhiên, không phải là lịch sử như thế giới hằng quan niệm mà là sự thật trái ngược! Tự nhiên, một câu hỏi xuất hiện: Tại sao không viết lại lịch sử Trung Hoa? Sau khi cười diễu sự ngông cuồng của mình, chúng tôi tự nhủ: Phải, tại sao không?

Đúng, Trung Hoa là nền văn hóa lớn. Trung Hoa có lịch sử lâu đời. Người Trung Hoa tự hào có tới nhị thập tứ - 24 - bộ quốc sử. Và Trung Hoa cũng có hàng đấu đại nho. Nhưng hôm nay nếu có ai hỏi người Trung Hoa: tổ tiên quý vị là ai? Tiếng nói quý vị từ đâu ra? Ai làm nên chữ viết của quý vị? Và kinh Dịch, niềm tự hào Trung Hoa do ai sáng tạo...? Tôi tin rằng tất cả chỉ có thể ngượng ngùng im lặng! Nói cho cùng, những câu hỏi trên không chỉ không có lời đáp với người Trung Hoa mà ngay cả với những học giả lớn của thế giới! Không trả lời được vì cho đến nay, hầu hết các nhà thông thái chỉ biết sử Trung Hoa từ thời Tần Hán về sau. Một giai đoạn quá hữu hạn so với cái mênh mông dường như vô tận của thời hồng hoang. Vâng, hồng hoang nhưng đó lại là những thời điểm quan trọng nhất, quyết định nhất tiến trình lịch sử của mọi dân tộc vì nó là thời điểm mở đầu.

Vậy viết lại lịch sử Trung Hoa thì viết những điều gì?   *

Ngày 29 tháng 9 năm 1998 đóng cột mốc son trong lịch sử khoa học nhân văn thế giới khi những học giả người Mỹ trong Dự án Quan hệ di truyền của dân cư Trung Quốc *(Genetic Relationship of Population in China)*, lần đầu tiên, với bằng chứng khoa học vững chắc, công bố trên tờ Los Angeles Times rằng, loài chúng ta *Homo sapiens được sinh ra từ quê hương duy nhất châu Phi 160.000 năm trước. Khoảng 70.000 năm trước, người tiền sử từ châu Phi, theo bờ biển Ấn Độ Dương tới Việt Nam. Khoảng 40.000 năm cách nay, do khí hậu được cải thiện, người từ Việt Nam di cư lên Trung Hoa...*

Thông tin gây chấn động giới khoa học vì nó hoàn toàn bác bỏ thuyết Nhiều vùng (Multiregional theory) của nguồn gốc loài người từng thống trị thế kỷ XX. Là bộ môn ăn theo khoa nhân học nên sử sách của hầu hết các dân tộc được viết theo định hướng của lý thuyết này, như tuân thủ một định đề khoa học. Không ít trường hợp, người ta đã uốn nắn sử liệu và bẻ cong phát hiện khảo cổ học, văn hóa học cho vừa khuôn lý thuyết chỉ đường.

Ở phương Đông, ảnh hưởng của cơn địa chấn càng dữ dội hơn, khi nền Đông phương học của Trường Viễn Đông Bác cổ bị chi phối bởi quan niệm nhiều vùng, đã xây dựng lâu đài của mình trên cơ sở: văn minh nhân loại từ Lưỡng Hà truyền sang châu Âu rồi từ đây, qua Trung Á tới Trung Quốc, cuối cùng từ Trung Quốc xuống Đông Nam Á. Sử sách của hầu hết các dân tộc phương Đông, kể cả Trung Quốc đã viết theo định hướng như vậy.

Nay, khi lý thuyết mang tính tiên đề ấy sụp đổ, cố nhiên, nhiều cuốn sử mất giá trị, buộc phải viết lại.

Sử Trung Quốc cần viết lại những gì? Theo thiển ý, trước hết là những vấn đề lớn sau:

1. Về nguồn gốc người Trung Hoa

Không phải là con trời, cố nhiên, người Trung Hoa cũng không phải hậu duệ của những người Nguyên Mưu hay Bắc Kinh. Bởi lẽ, đó là người Đứng thẳng Homo erectus, loài tiền nhiệm của chúng ta, đã tuyệt diệt ở châu Á từ 250.000 năm trước. Tổ tiên người Trung Hoa cũng không phải người Ấn-Âu từ phía Tây sang như "phát kiến có ý nghĩa nhất về lịch sử hiện đại" của học giả Zhou Jixu. Đấy là lẽ đương nhiên, bởi vì 93% dân Trung Quốc không mang mã di truyền Indo-Europian mà thuộc chủng Mongoloid phương Nam.

Dõi theo bước chân của người tiền sử, nhiều

nghiên cứu di truyền học khám phá, 130.000 năm trước, con người tiến hành cuộc di cư đầu tiên ra khỏi châu Phi theo hướng mặt trời lặn. Bất hạnh thay, sau hơn 40.000 năm quanh quẩn trong băng hà Trung Đông để rồi vào 90.000 năm trước, tất cả bị chôn vùi trên đất Levent. 85.000 năm cách nay, con người làm cuộc du hành thứ hai, theo hướng ngược lại, về phía mặt trời mọc. Đi có nghĩa là sống. Phải 15.000 năm, người tiền sử mới vượt con đường từ cửa Hồng Hải để đặt bước chân đầu tiên lên thềm Biển Đông của Việt Nam hôm nay. Vậy là sau hơn 200.000 năm vắng bóng người Đứng thẳng, nay châu Á tiếp nhận loài người Khôn ngoan Homo sapiens.

Vâng, người Khôn ngoan nhưng họ là ai? Nhà di truyền học không quan tâm điều này. Nhờ khảo sát hơn 70 sọ cổ ở Việt Nam, khoa học cho biết, đó là hai đại chủng Australoid và Mongoloid. Trên thềm Biển Đông của Việt Nam, cái nôi chung của mọi dân tộc châu Á, hai đại chủng da đen Australoid và da vàng Mongoloid đã hòa huyết cho ra bốn chủng người Việt cổ: Indonesian, Melanesian, Vedoid và Negritoid. Trong đó, người Indonesian là đa số, nói ngôn ngữ Việt cổ, giữ vai trò lãnh đạo cộng đồng người Việt về xã hội và văn hóa. Như sự sắp đặt của tạo hóa, trong khi phần lớn người Mongoloid hòa huyết cùng người Australoid thì có những nhóm Mongoloid sống riêng rẽ âm thầm ở phía tây bắc Đông Dương hoặc theo ven biển tới Đông Bắc Trung Hoa. Và 40.000 năm trước, khi khí hậu phía bắc được cải thiện, trong dòng người đi lên khai phá Trung Hoa, người Mông Cổ chiếm lĩnh phía bắc và tây Trung Quốc. Điều kỳ bí của tự nhiên mà ta không hiểu nổi là vì sao con người từ chỗ thuận lợi hơn lại xông pha vào những nơi khó khăn hơn bằng bước chân vô định? Nhưng hôm nay ta phải kính cẩn nghiêng mình trước cuộc di cư vĩ đại. Không chỉ làm chủ Hoa lục, người Việt đã hướng về phía tây, vượt cao nguyên Tạng, vào Trung Á để chiếm lĩnh châu Âu. Tại đây họ hòa huyết với người da trắng Europid từ Trung Đông lên để sinh ra tổ tiên người châu Âu. Không chỉ cho người châu Âu dòng máu Việt, tổ tiên ta còn để lại cho con cháu mắt xanh da trắng của mình nhiều tiếng Việt: sạn, cát → sand; bí bầu, người → people; nak, nước → warter... Từ Trung Quốc, tiến về phía bắc, người Việt vượt eo Bering sang khai phá châu Mỹ. Từ Việt Nam, tổ tiên ta qua Miến Điện sang tiểu lục địa Ấn Độ, để lại di duệ Dravidian, những người sáng tạo văn hóa sông Indus và một trong những người Việt vĩ đại là Đức Phật Thích Ca.

Sở hữu chiếc rìu đá cuội mài, công cụ ưu việt nhất của nhân loại thời đó, tổ tiên ta tự xưng là người Việt. Trên đất Trung Hoa, người Việt sáng tạo những nền văn hóa đá mới cùng với văn hóa nông nghiệp sớm và rực rỡ nhất hành tinh...

Khoảng 5000 năm TCN, trên đất Trung Hoa xảy ra sự kiện quan trọng, là tại vùng văn hóa Ngưỡng Thiều và Hà Mẫu Độ diễn ra sự tiếp xúc giữa người Việt Australoid và người Mongoloid phương Bắc. Từ đấy, chủng người mới Mongoloid phương Nam được sinh ra trong cộng đồng Việt tộc phía nam Hoàng Hà và tăng nhanh số lượng.

Khoảng 2700 năm TCN xảy ra cuộc xâm lăng

của người du mục X nào đó vào nam Hoàng Hà, lập vương triều Hoàng Đế. Cho đến nay, chưa có câu trả lời cuối cùng xác định người X là ai? Học giả Zhou Jixu cho đó là người Ấn-Âu từ phía Tây tới. Nhưng dòng máu Mongoloid phương Nam của người Hán, 93 % dân số Trung Quốc đã phản bác điều này. Một khi người Ấn-Âu vào cao nguyên Hoàng Thổ thì họ không thể sinh ra người Mongoloid phương Nam. Rất, rất nhiều người khác cho rằng, đó là người Hán. Nhưng khảo cổ học cho thấy là không phải vậy. Vào thời gian cuộc xâm lăng xảy ra, phía bắc và phía tây Trung Hoa không có người Mongoloid phương Nam, có nghĩa là người Hán chưa ra đời! Chủ nhân văn hóa Hồng Sơn thuộc vùng Nội Mông là người Mông Cổ phương Bắc (North Mongoloid). Vì vậy, vào chiếm cao nguyên Hoàng Thổ chỉ có thể là người Mongloid phương Bắc. Và người Hoa Hạ được sinh ra từ cuộc xâm lăng này, do người Mông Cổ phương Bắc hòa huyết với người Australoid. Vậy là từ sau 2700 năm TCN, trên đất Trung Hoa có ba khu vực phát sinh chủng người Mongoloid phương Nam: ở văn hóa Long Sơn, văn hóa Hà Mẫu Độ và cao nguyên Hoàng Thổ. Khảo cổ học trước đây và sau này di truyền học khám phá: Người Mongoloid phương Nam xuất hiện từ đất Trung Hoa và xúc tiến quá trình Mongoloid hóa dân cư Đông Á. Cho tới 2000 năm TCN, đại bộ phận dân cư Đông Á chuyển hóa thành chủng Mongoloid phương Nam.

Có một điều mà sau nhiều suy ngẫm, chúng tôi vẫn chưa tìm ra câu trả lời thuyết phục: *Vì sao người Hoa Hạ đạt được vai trò lớn như vậy trong lịch sử Trung Hoa?* Ra đời muộn, số lượng không nhiều nhưng vì sao

Hoa Hạ sớm trở thành lãnh tụ khối dân Việt đông đúc? Từ Hạ, qua Thương, tới Chu, người Hoa Hạ chỉ chiếm khoảnh đất nhỏ giữa bao la các nước Việt cùng dân Việt cố cựu. Nhưng vì sao nhà Tần, một vương triều của người Việt, sau khi diệt lục quốc lại tự xưng là Hoa Hạ? Với nhà Hán lại càng khó hiểu. Cả Hạng Võ cả Lưu Bang đều là người Sở, quốc gia hùng mạnh của tộc Việt, ngang ngửa với nhà Chu, tới cuối đời Chu còn độc lập. Vậy vì sao khi diệt nhà Tần lập vương triều của mình thì nhà Hán cũng xưng là Hoa Hạ? Thật lạ là nữ hoàng đế duy nhất của Trung Hoa Võ Tắc Thiên, trong khi trị vì quốc gia Hoa Hạ thì lại dùng tôn hiệu Việt: Khi ở nhà, tên của bà là Mị Nương, tên thường dùng của con gái quý tộc Việt cổ, khi làm vua thì xưng là Việt Cổ Kim Luân Thánh Thần hoàng đế (越古金轮圣神皇帝) và Từ Thị Việt Cổ Kim Luân Thánh Thần hoàng đế (慈氏越古金轮圣神皇帝). Rất đáng chú ý là, trong tôn hiệu của mình, Võ Tắc Thiên dùng từ *Việt Cổ* là cách nói chính trước phụ sau của tộc Việt mà không dùng *Cổ Việt* theo cách nói Hoa Hạ! Rõ ràng là trong khi nhận là Hoa Hạ và cai trị nhà nước Hoa Hạ, nữ hoàng đế không quên gốc Việt của mình!

Lý giải điều này như thế nào? Theo lối nói dân gian thì Hoa Hạ là cháu nội tộc Mông Cổ và cháu ngoại tộc Việt. Người Hoa Hạ tỏ ra hiếu đễ khi nhận những vị vua truyền thuyết Việt tộc như Toại Nhân, Phục Hy, Thần Nông làm tổ đồng thời học tiếng nói cùng văn hóa Việt. Có thể nói, sinh trên đất Việt, trong lòng cộng đồng Việt, bú sữa mẹ Việt nên Hoa Hạ thấm nhuần văn hóa Việt tộc đồng thời nhận từ cha ông Mông Cổ bản tính năng động, sáng tạo, dũng mãnh, quyết đoán nên sớm thay cha ông Mông Cổ dẫn dắt khối dân Việt. Do kết hợp được tố chất của hai nền văn hóa, trong lãnh tụ người Hoa Hạ xuất hiện vị vua sáng Đế Nghiêu rồi Đế Thuấn kế tiếp làm nên thời Hoàng Kim trong lịch sử Trung Hoa. Đức của thời Nghiêu, Thuấn truyền qua vua Vũ tới vua Thang. Kế tục triều Thương, nhà Chu do tiếp thu được chữ viết của tộc Việt đã tạo hiến chương, kinh điển làm nên vương triều rực rỡ trong lịch sử phương Đông. Chính cái tốt đẹp ấy đã lôi cuốn Khổng Tử từng băn khoăn trước ngã ba đường rồi cuối cùng là chọn lựa *ngô tòng Chu!* Như vậy, phải chăng, cho tới thời Tây Chu, Hoa Hạ là biểu trưng cho những gì tốt đẹp nhất của nền thịnh trị, là ước mơ của mọi người? Chính sự vinh quang của thời Hoàng Kim Nghiêu Thuấn đã mang lại cho người Hoa Hạ sự tín nhiệm của khối dân Việt đông đúc. Và do là cùng một chủng tộc nên một bộ phận quan trọng người Việt cũng tự nhận mình là Hoa Hạ! Vì vậy mà mãi sau này, vai trò lãnh đạo của Hoa Hạ vẫn được duy trì. Cuối đời Chu, do biến thiên của lịch sử, chất "cường dã" của văn minh du mục trong những thủ lĩnh Hoa Hạ nổi lên, tạo ra những cuộc chiến khốc liệt, đẩy xã hội Trung Quốc vào thời kỳ Chiến Quốc, dẫn tới chế độ quân chủ chuyên chế. Văn hóa Trung Hoa từ nền văn hóa Việt nho nhân bản chuyển hóa thành Hán nho, Tống nho. Điều này chứng tỏ rằng "quân tử" hay "cường dã" không phải do chủng tộc mà được quyết định bởi văn hóa. Cùng là người Việt, nhưng trong văn hóa phương Nam sẽ là "quân tử chi cư" còn khi sống trong bầu không khí của văn minh du mục sẽ trở nên "cường dã"!

2. Cội nguồn ngôn ngữ Trung Hoa

Cho đến nay, giới ngữ học quốc tế vẫn theo quan điểm của học giả Thụy Điển Bernhard Karlgren cho rằng ngôn ngữ Trung Hoa thuộc gia đình ngôn ngữ Hán Tạng (Sino-Tibetan). Tuy nhiên, suốt thế kỷ XX, người ta không tìm được ngôn ngữ gốc của cái gọi là ngôn ngữ Hán-Tạng (Proto-Sino-Tibetan) ấy! Điều này khiến cho việc xếp tiếng nói Trung Hoa vào gia đình Hán-Tạng vẫn là giả thuyết chưa được chứng minh. Sự việc sẽ trở nên rõ ràng khi phát hiện rằng, tổ tiên người Trung Hoa chính là người từ Việt Nam đi lên trong quá trình lịch sử dài. Bốn chủng người Việt cổ sinh ra trên đất Việt Nam tất có tiếng nói khác nhau. Khi lên Trung Hoa, người Việt mang theo ngôn ngữ của mình. Gốc của người Việt là vùng Hòa Bình và Thanh Hóa, Nghệ An, Hà Tĩnh nên tiếng nói nơi đó là cổ nhất. Khi đi lên phía nam Dương Tử, trước hết người Việt cư trú ở vùng Quảng Đông, Quảng Tây. Sau đó, chiếm lĩnh bờ bắc Dương Tử rồi tản mác khắp Trung Hoa. Do sống ở những nơi có địa hình, thổ nhưỡng, khí hậu khác nhau nên tiếng nói cũng phân ly thành nhiều tiếng nói khu vực. Một số bộ lạc ở phía tây chung đụng với dân du mục nên cũng học theo cách nói phụ trước chính sau của dân du mục. Người Mông Cổ chiếm trung du Hoàng Hà đem cách nói phụ trước chính sau của tộc Mông Cổ áp đặt cho Trung Nguyên. *Như vậy, ngôn ngữ Trung Hoa là tiếng Việt được nói theo cách nói Mông Cổ (Mongol parlance).* Trong quá trình lịch sử, tiếng Việt bị biến âm theo cách nói của dân du mục khiến cho ngôn ngữ trở nên đa tạp, các vùng không hiểu được nhau. Vì vậy, vào thời Chu, triều đình chủ trương lấy tiếng nói vùng Quảng Đông gọi là Nhã ngữ làm ngôn ngữ chuẩn, áp dụng cho toàn vương quốc. Sau này, nhà Tần nhà

Hán cũng lấy tiếng Quảng Đông làm ngôn ngữ chuẩn. Tiếp đó, do nhiều biến động lịch sử, các tộc người phía tây, phía bắc thâm nhập, đem theo tiếng nói của họ pha trộn, làm cho ngôn ngữ Trung Hoa thay đổi, ngày càng xa gốc Việt. Ngôn ngữ học hiện đại xếp ngôn ngữ Trung Hoa vào gia đình Hán-Tạng là dựa trên cách đọc quan thoại thời nhà Thanh cùng với lối nói phụ trước chinh sau (trạng từ, tính từ đứng trước; chủ ngữ vị ngữ đứng sau). Nhưng không thể tìm được thứ ngôn ngữ nguyên Hán-Tạng (proto Sino-tibetan) bởi vì chưa bao giờ có thứ ngôn ngữ như vậy cả. Việc dùng ngôn ngữ dân gian Quảng Đông hiện đại để truy tìm nguồn gốc ngôn ngữ Trung Hoa cũng không thể thành công bởi lẽ, ngôn ngữ gốc của Trung Hoa phải là thổ ngữ vùng Nghệ An, Hà Tĩnh trên đất Việt Nam. Việc truy tìm nguồn gốc ngôn ngữ Trung Hoa cũng cần nhưng có lẽ điều cần không kém là dùng tiếng Việt cổ đang tồn tại trong cộng đồng Đông Việt, Mân Việt, Đài Loan, Hải Nam và Việt Nam trong cố gắng tìm lại nghĩa của nhiều từ bị biến đổi trong cổ thư Trung Hoa để đọc cho đúng kinh Thi, Đạo đức kinh, Sở từ... Từ đó khôi phục nguyên nghĩa của những văn bản Việt cổ quý giá ấy. Mặt khác, việc làm cuốn *Bách Việt đại từ điển* cũng rất cần...

3. Nguồn gốc chữ viết Trung Hoa

Nguồn gốc chữ Trung Hoa là vấn đề quan tâm lớn của học giả Trung Hoa và thế giới. Tuy nhiên, cho đến nay chưa có kết luận thuyết phục. Sở dĩ có tình trạng như vậy phần quan trọng là do định kiến của giới học giả cho văn hóa Trung Hoa là văn hóa Hoa Hạ, phát sinh từ phía bắc. Do vậy, các tài liệu Trung Hoa và thế giới chỉ dừng lại từ thực tế là chữ Giáp cốt xuất hiện thời nhà Ân rồi không đi xa hơn để tìm cái gốc. Tuy nhiên không ai không thấy điều vô lý là: ở Trung Nguyên, nhà Hạ chưa có chữ. Quá nửa thời Thương cũng chưa có chữ. Nhưng từ khi Bàn Canh rời đất Yểm sang đất Ân thì chữ xuất hiện không chỉ một khối lượng vĩ đại mà điều lạ lùng nhất là không chỉ ký tự mà nhiều văn bản đã trưởng thành! Đúng là phép thần! Vậy điều gì làm nên phép thần này? Khó trả lời hay người ta không muốn câu trả lời thực sự? Một cái cây phải có gốc rồi mới có ngọn. Khảo cổ học phát hiện những ký tự Giả Hồ. Tuy là những ký tự đơn lẻ nhưng do hình tượng của chúng tương đồng với Giáp cốt văn hay chữ Hán hiện đại. Vậy thì dù chưa tìm ra kết luận gì quan trọng nhưng không thể phủ nhận rằng có sự liên quan mà những gì đơn sơ ở Giả Hồ có thể là gốc! Từ thời Minh, người ta đã tìm ra chữ của tộc Thủy. Nhưng do định kiến "dĩ Hoa vi trung", người ta vội cho rằng đó là *con của chữ Hán* nên không có sự nghiên cứu nghiêm túc. Thực ra, vì sự đơn sơ của nó, vì *cách viết phản* của nó so với chữ Hán cho thấy nó có mối quan hệ với cách nói của người Việt và chắc chắn được ra đời trước Giáp cốt văn. Nhưng những đầu óc sô vanh Đại Hán không thể tin rằng người Lạc Việt, tổ tiên bộ lạc Thủy đang sống lạc hậu, mông muội trong rừng núi Quý Châu lại có nền văn minh như vậy! Do thế, chỉ việc cho nó là con của chữ Hán sẽ ổn cả về học thuật, cả về chính trị! Nhưng thực tế thường bướng bỉnh, không tuân theo ý muốn chủ quan của con người nên tháng 12 năm 2011, ở Cảm Tang Quảng Tây xuất hiện chữ trên xẻng đá của người Lạc Việt. Khảo cổ học đã làm phát lộ quá trình hình thành chữ Trung Hoa. Có thể còn phức tạp và thú vị hơn nhưng sơ đồ đơn giản nhất sẽ là: muộn nhất là 9000 năm trước người Việt sáng tạo những ký tự đầu tiên ở văn hóa Giả Hồ. Sau đó 3000 năm, tức khoảng 6000 năm trước, chữ Cảm Tang xuất hiện với những tự phù ghi việc bói toán. Một bộ lạc của người Lạc Việt gìn giữ thứ chữ này và phát triển thành chữ Thủy, một thứ *văn tự hóa thạch sống.* Chữ của người Lạc Việt ở Cảm Tang cũng được đưa lên vùng Trong Nguồn, đất Hà Nam hiện nay, một trung tâm văn hóa lớn của người Dương Việt và nâng cấp thành chữ Giáp cốt. Khi chiếm đất Ân, vua Bàn Canh đã học và phát triển loại văn tự này...

Có một điều cũng cần làm rõ: vì sao tiếng Trung Quốc lại đơn âm? Trong bài nói *Ảnh hưởng của Kinh Dịch đối với văn hóa Trung Quốc* tại Diễn đàn đỉnh cao văn hóa 2004 ở Bắc Kinh ngày 3/9/2004, Giáo sư Nobel lừng danh Dương Chấn Ninh cho rằng, do kinh Dịch dùng chữ đơn âm khiến cho ngôn ngữ Trung Hoa đơn âm theo. Theo thiển ý, đó là cách tư duy ngược, phi logic. Quá trình đơn âm hóa ngôn ngữ không chỉ xuất hiện trong ngôn ngữ Trung Hoa mà còn ở Triều Tiên, Nhật Bản cũng như Việt Nam. Lý do vì sao và sự việc đã diễn ra như thế nào, cho đến nay chưa có lời giải! Chúng tôi cho rằng nó xảy ra sau khi chữ vuông xuất hiện. Quá trình này diễn ra như sau: *Do chữ vuông là ký tự đơn lập không thể ghép vần nên khi dùng để ký âm tiếng nói, mỗi chữ chỉ có thể dùng cho một tiếng.* Do vậy, tiếng đa âm phải bỏ bớt đi một hay hai âm để chỉ còn lại một âm tiêu biểu nhất. Cứ thế, khi chữ viết càng phát triển thì tiếng nói càng trở nên đơn âm. *Chính là chữ đơn âm xuất hiện trước trong cuộc đời rồi được dùng viết kinh Dịch khiến cho chữ trong kinh Dịch đơn âm.* Điều này cũng là bằng chứng cho thấy, người Hàn, người Nhật cũng là người Việt. Nói theo cách của Giáo sư Dương là tạo dựng một quy trình ngược!

4. Không như học giả Zhou Jixu suy nghĩ, lịch sử Trung Quốc không phải là sự tiếm vị giữa khách Hoa Hạ và chủ Việt. Cũng không phải Hoa Hạ chiếm đoạt nền văn hóa của người bản địa. Trên thực tế đó là do tài năng và đức độ của mình, người Hoa Hạ đã đoàn kết, tập hợp rồi dẫn dắt cộng đồng chung Hoa-Việt làm nên lịch sử Trung Hoa. Nói cho cùng, *lịch sử Trung Hoa là lịch sử của người Việt sống trên đất Trung Hoa.* Cố nhiên, đấy là đại cuộc, còn trong cụ thể, có số lượng không nhỏ bộ lạc người Việt chống lại quân xâm lăng, bảo vệ độc lập của mình bằng cách di cư xuống miền nam hay vào rừng sâu sinh sống, trở thành những bộ lạc thiểu số, bị gọi là Man, Di, Nhung. Ngay cả người Mông Cổ đồng tộc với Hoàng Đế cũng bị gọi là Địch!

5. Trong công trình của mình, học giả Zhou Jixu đặt câu hỏi: "Tại sao những phát hiện khảo cổ cho thấy trên đất Trung Hoa lúa được trồng từ rất sớm mà trong sử thành văn chỉ ghi, nông nghiệp Trung Hoa ra đời từ khi ông Hậu Tắc trồng kê, khoảng 2300 năm TCN?" Một câu hỏi không chỉ thú vị mà nó khiến lịch sử Trung Hoa rung chuyển! Không thỏa mãn với lời giải đáp của tác giả, xin được trình bày như sau: Sau khi diệt nhà Thương và nhất là nắm được văn tự, nhà Chu chủ trương khẳng định vai trò của thị tộc Chu trong lịch sử. Những trí tuệ hàng đầu của vương triều

biết rằng, thành tựu lớn nhất đối với văn minh là sáng tạo nông nghiệp. Biết rõ ông tổ của mình thời vua Nghiêu học trồng kê từ người Việt bản địa nhưng cũng như đã phong cho Hoàng Đế những việc mà không phải do ông làm, nhà Chu không thể ghi công sáng tạo nông nghiệp cho dân bản địa man di mà giành công lớn cho ông tổ của mình. Do quyền lợi bản vị, nhà Chu không quan tâm tới lịch sử quốc gia, mà quan tâm thiết thân hơn đến vương triều của dòng họ. Vì vậy, mọi điều phải được bắt đầu bằng vương triều mà trước hết là ông tổ Hậu Tắc, sau Hoàng Đế. Cố nhiên, thời đó, người Chu không thể biết lúa được trồng từ bao giờ như nhà khảo cổ sau này. Nhưng không thể ghi vào lịch sử là nhà Chu hưởng thụ vinh quang lớn đó từ tộc người man di. Chính là do chủ ý như vậy của vua tôi nhà Chu mà lịch sử Trung Hoa không những bị rút ngắn hàng ngàn năm mà còn bị đảo lộn.

Để có cuốn sách nhỏ này, người viết đã học nhiều từ túi khôn nhân loại, qua truyền thuyết, sử học, văn hóa học, nhân chủng học, khảo cổ học... Nhưng nếu như có điều gì tiến xa hơn người đi trước thì chính là do người viết đọc được những dòng chữ mà thiên nhiên linh diệu ghi trong máu huyết dòng giống Việt. Đó là văn bản bằng máu viết rằng: *70.000 năm trước, những dòng người từ đất tổ châu Phi đã tới Việt Nam. Tại đây, tổ tiên chúng ta đã gặp nhau, sinh ra người Việt, để rồi từ cái nôi Việt Nam, người Việt lan tỏa ra chiếm lĩnh châu Á và làm nên dân cư cùng văn hóa Trung Hoa...* Với thiên chức của nhà văn, người viết trao tặng cuốn sách này cho đồng bào của mình trên đất Trung Hoa, để lần đầu tiên, sau nhiều thiên niên kỷ lầm lạc vì ngộ nhận, người Trung Hoa được nhận lại nguồn cội phương Nam của mình!

Made in the
USA
Monee, IL

15610185R00195